'தல' புராணம்

Making of a CEO

இது ஒரு

மெட்ராஸ் பேப்பர்

தயாரிப்பு

‘தல’ புராணம்

Making of a CEO

ந. ஜெயரூபலிங்கம்

மெட்ராஸ் பேப்பர்

Title: 'Thala' Puraanam
Author's Name: N. Jeyarupalingam

Published by MadrasPaper

MadrasPaper
(An imprint of Zero Degree Publishing)
No. 55(7), R Block, 6th Avenue,
Anna Nagar,
Chennai - 600 040

Website: www.madraspaper.com
www.zerodegreepublishing.com
E Mail id: zerodegreepublishing@gmail.com
Phone: 89250 61999

First Edition: November 2023
ISBN: 978-93-95511-63-6
TITLE NO MP: 16

Cover Design & Layout: Vijayan, Creative Studio

நன்றி

இப்புத்தகத்திலுள்ள கட்டுரைகள் Madras Paper இணைய இதழில் பிரதிவாரம் தொடராக வந்தவை. இத்தொடர் கட்டுரைகளை எழுதுவதற்கு ஊக்குவித்ததோடு மட்டுமல்லாமல் அவற்றை 'மெட்ராஸ் பேப்ப'ரில் பிரசுரமும் செய்து, தற்போது இதனை ஒரு புத்தகமாக வெளியிடுவதற்கும் உதவி செய்யும் எனது எழுத்துலக ஆசான் பா.ராகவன் அவர்களுக்கு எனது மனமார்ந்த நன்றிகள்.

இப்புத்தகத்தினை வெளியிடும் ஸீரோ டிகிரி பதிப்பகத்திற்கு எனது நன்றிகள்.

நான் எழுதுவது அனைத்தையும் வாசித்து ஊக்கமளிக்கும் எனது மனைவிக்கும், என்னை எழுதுவதற்குத் தொடர்ந்து ஊக்குவிக்கும் எனது மகனுக்கும் எனது நன்றிகள்.

பொருளடக்கம்

முன்னுரை 9

அத்தியாயம் 1. அறிமுகம் 11

அத்தியாயம் 2. பெப்சி ராணி 16

அத்தியாயம் 3. அடோபியின் நாயகன் 23

அத்தியாயம் 4. டிஜிட்டல் பரமன் 28

அத்தியாயம் 5. தொண்டர்களின் தலைவி 34

அத்தியாயம் 6. காப்பி-யத் தலைவன் 41

அத்தியாயம் 7. ஐபிஎம்மின் அதிகார மையம் 46

அத்தியாயம் 8. நவநாகரீகத்தின் தலைவி 51

அத்தியாயம் 9. பொதி சுமக்கும் மனிதர் 57

அத்தியாயம் 10. தொழிற்சாலைப் பெண்மணி 62

அத்தியாயம் 11. உலகப் பணக்காரர்களில் ஒருவர் 67

அத்தியாயம் 12. காதலின் நாயகி 75

அத்தியாயம் 13. சமத்துவத் தலைவர் 81

அத்தியாயம் 14. அன்பினால் ஆளும் தலைவி 88

அத்தியாயம் 15. இரட்டைத் தலைவர்கள் 94

அத்தியாயம் 16. கோடீஸ்வரி 99

அத்தியாயம் 17. தேடலின் தலைவன் 105

அத்தியாயம் 18. குடும்பத் தலைவன் 111

அத்தியாயம் 19. எது முக்கியம்? 118
அத்தியாயம் 20. விடா முயற்சி 126
அத்தியாயம் 21. துணிவின் தலைமகன் 133
அத்தியாயம் 22. செயல்முறைத் தலைவி 140
அத்தியாயம் 23. பணிவு முக்கியம் 147
அத்தியாயம் 24. பஞ்சம் நீக்கும் தலைவன் 154
அத்தியாயம் 25. வங்கித் தலைவன் 161
அத்தியாயம் 26. கடின உழைப்பாளி 167
அத்தியாயம் 27. தலைமைப் பண்புகள் 175
உசாத்துணைகள் 181

முன்னுரை

2022 ஜூன் மாதம் பா.ராகவன் அவர்களில் எழுத்துப் பயிற்சி வகுப்புகளில் சேர்ந்ததன் நோக்கம் எனது புனைவு எழுத்தினை மேம்படுத்துவதேயாகும். எனது புனைவுச் சிறுகதையுடன் ஆரம்பித்த 'மெட்ராஸ் பேப்பர்' எழுத்துப் பயணம் தொடர்ந்து வாராவாரம் கட்டுரைகள் எழுதும் ஒரு பயணமாக இருக்கும் என்று நான் எதிர்பார்க்கவில்லை. 2022 நவம்பர் மாத இறுதியில் ஆரம்பித்தது 'தல' புராணம் தொடர். இருபத்தேழு வாரங்களின் பின்னர் 2023 மே மாத இறுதியில் இத்தொடர் நிறைவு பெற்றது.

இருபத்தேழு அத்தியாயங்களில் இருபத்தைந்து தலைவர்களின் வாழ்வு பற்றிய கட்டுரைகள் கொண்டது இப்புத்தகம். இதில் வரும் அனைத்துத் தலைவர்களும் பிறந்து வளர்ந்தது ஒரு நாட்டில் பின்னர் வாழ்வில் வெற்றி கண்டது இன்னுமொரு நாட்டில். நாடு, மொழி, கலாசார வேறுபாடுகளை வெற்றி கொண்டு பெரிய நிறுவனங்களில் தலைமைப் பதவியை அடைந்தவர்கள் இவர்கள். இவர்களது வெற்றிப் பயணத்தின் பாதைகள் ஒன்றும் இலகுவானவையாக இருக்கவில்லை. ஆனாலும் அவர்கள் எதிர்கொண்ட தடைகளை வெற்றி கொண்டு முன்னேறினார்கள். இந்த 'தல'களின் வாழ்க்கையிலிருந்து

இளைய தலைமுறையினர் கற்றுக் கொள்ளக் கூடியவை பல. துறைகள் வேறு, அவரவர் ஆரம்ப நிலைகள் வேறு. ஆனாலும் இத்தலைவர்களின் வெற்றியின் பின்னணியில் பொதுவான தலைமைப் பண்புகள் சிலவற்றைக் காணலாம்.

இப்பண்புகளை வளர்த்துக் கொள்வதன் மூலம் ஒருவர் தலைமைச் செயலதிகாரியாக வருவார் என்று நிச்சயம் சொல்ல முடியாது. ஆனால் அவரது வாழ்க்கையில் முன்னேற்றம் காண்பதற்கு இவை நிச்சயமாக உதவும்.

இதில் விவரிக்கப்பட்டிருக்கும் தலைவர்களது வாழ்க்கை வரலாறு இளைய தலைமுறையினருக்கு ஊக்கமளிக்கும் முன்னுதாரணங்களாக இருக்கும் என்பதே எனது நம்பிக்கை.

ந. ஜெயரூபலிங்கம்

25 செப்டெம்பர் 2023.

அத்தியாயம் 1

அறிமுகம்

உலகத் தொழில்நுட்ப நிறுவனங்களில் 2022-ம் ஆண்டில் அதிகப் பெறுமதி கொண்ட மூன்று நிறுவனங்கள் எவை..? ஆப்பிள், மைக்ரோசாஃப்ட், அல்ஃபாபெட் ஆகியவையே முன்னணியில் நிற்கின்றன. இந்த மூன்று நிறுவனங்கள் ஒவ்வொன்றின் பெறுமதியும் சில டிரில்லியன் டாலர்களில் உள்ளது. இந்த மூன்று நிறுவனங்களில் இரண்டின் இன்றையத் தலைமை நிர்வாகிகள் இந்தியாவில் பிறந்து அமெரிக்காவில் குடியேறிய இந்தியர்களாவர். மைக்ரோசாஃப்ட் நிறுவனத்தின் தலைமை அதிகாரி சத்தியா நடெல்லா. அல்ஃபாபெட் நிறுவனத்தின் தலைமை அதிகாரி சுந்தர் பிச்சை.

சில டிரில்லியன் டாலர்கள் மதிப்புடைய பன்னாட்டு நிறுவனத்தின் 'தல' ஆக வருவது என்பது சாதாரணமான சாதனையல்ல. மேற்குறிப்பிட்ட சத்தியா நடெல்லாவும், சுந்தர் பிச்சையும் இந்நிறுவனங்களில் தொழில்நுட்பத் தொழிலாளிகளாக அடியெடுத்து வைத்துத் தலைமைப் பதவி வரை படிப்படியாக முன்னேறியவர்கள். இவர்களைப் போல மிகவும் பிரபலமான பல பெரிய பன்னாட்டு நிறுவனங்களில் இந்தியர்கள் தலைமை அதிகாரிகளாகப் பணி புரிகிறார்கள்

அல்லது பணி புரிந்திருக்கிறார்கள். இந்தத் 'தல' புராணம் தொடர் இவர்களில் சிலரின் வெற்றிப் பாதையைத் துலக்கிக் காட்டவிருக்கிறது.

இந்தியா, இலங்கை போன்ற தெற்காசிய நாடுகளில் மக்கள் பொதுவாகக் கல்விக்கு முக்கியத்துவம் கொடுப்பது அனைவரும் அறிந்ததே. பிள்ளைகளுக்குப் பள்ளிக்குப் போகும் வயது வரும் முன்னரே படிக்கச் சொல்லி உபத்திரவம் கொடுக்கும் பெற்றோர்களும் உண்டு. பள்ளிக்குப் போனாலும் அதற்கும் மேலதிகமாக விளையாட வேண்டிய நேரத்தில் டியூஷனுக்குப் போகும் நிர்ப்பந்தமும் சிறார்களுக்கு உண்டு.

முக்கியமாக மருத்துவம் மற்றும் தொழில்நுட்பத் துறைகளில் தங்கள் பிள்ளைகள் கற்பது அவர்களது எதிர்காலத்தை வளப்படுத்தும் என்று நினைக்கும் பெற்றோர்கள் அதிகம். ஒரு துறையில் கல்வி கற்று, அத்துறையில் வித்தகராக வருபவர்கள் நிறையவே இருக்கிறார்கள். ஆனால் ஒரு நிறுவனத்தின் தலைமைப் பதவிக்கு வருவதற்குத் துறை சார்ந்த திறமை மட்டும் போதாது. பல்கலைக்கழகக் கல்வியைப் பாதியில் விட்டுவிட்டுத் தொழில் தொடங்கி வெற்றி கண்டவர்கள் பலர். அவர்களது பன்முகத் திறமையே அவர்களது வெற்றிக்குக் காரணம்.

ஒரு நிறுவனத்தின் தலைமைப் பதவியில் இருப்பதற்கு மற்றவர்களை வழி நடத்தும் ஆளுமை தேவை. அது மட்டுமல்லாது பல்துறைசார்ந்த வல்லுனர்களின் ஆலோசனைகளைக் கேட்டுச் சரியான முடிவை எடுத்து நிறுவனத்தின் வெற்றிப் பாதையை நிர்ணயிக்கும் திறமையும் தேவை. பன்னாட்டு நிறுவனத்தை நிர்வகிக்கத் தேவைப்படும் பல திறமைகளில் இவை இரண்டு உதாரணங்கள்.

'ஊர் கூடித் தேரிழுப்போம்' எனும் தமிழ்ப் பழமொழி பன்னாட்டு நிறுவனங்களுக்கு மிகவும் பொருத்தமானது. பல்வேறு தேசங்களில் வாழும் பல்லாயிரக்கணக்கான ஊழியர்கள் கூடியிழுக்கும் தேரே ஒரு பன்னாட்டு நிறுவனம். இழுப்பவர்கள் அனைவரும் ஒரே திசையில் இழுத்தால் நிறுவனம் போக வேண்டிய பாதையில் செல்லும். ஆனாலும் பல்லாயிரக்கணக்கானவர்கள் சேரும் போது அனைவரையும்

ஒரே திசையில் இழுக்க வைப்பது என்பது அவ்வளவு சுலபமான காரியமல்ல. அவர்களை ஒரு திசையில் இழுக்க வைக்கும்படியாக நிர்வகிப்பது நிறுவனத்தின் தலைமையின் பொறுப்பு.

மேலை நாடுகளில் திறமையிருந்தால் யாரும் தலைமைப் பதவி உட்பட எதையும் அடையலாம் என்பது பொதுவான கருத்து. அந்தக் கருத்தினை உறுதிப்படுத்துவது போலப் பல பன்னாட்டு நிறுவனங்களில் இந்தியர்கள் மற்றும் வேற்று நாட்டவர்கள் தலைமைப் பதவிக்கு வந்திருக்கிறார்கள் என்பதும் உண்மை. சுயமாகத் தொழில் செய்து கோடீஸ்வரர்களாக வாழ்பவர்களும் பலர் இருக்கிறார்கள். நாட்டின் தலைமைப் பதவிகளிலும் முக்கியப் பதவிகளிலும் இரண்டாம் தலைமுறைச் சிறுபான்மையினர் இடம் பிடித்திருக்கிறார்கள் என்பதும் உண்மை. இன்றைய பிரிட்டிஷ் பிரதமர், லண்டன் மாநகர மேயர், அமெரிக்கத் துணை ஜனாதிபதி போன்றோர் அரசியல் உலகத்தின் உதாரணங்கள். ஆனாலும் இந்த ஒரு சிலரின் வெற்றிகளை மட்டும் கருத்தில் கொண்டு சமத்துவம் என்பது முழுமையாக இருக்கிறது என்று நினைக்கக் கூடாது. வெளியில் தெரியும் வெற்றிக்குப் பின்னால் மற்றவர்கள் கண்களுக்குப் புலப்படாத கடின உழைப்பும் பல தடங்கல்களைத் தாண்டி வந்த சரித்திரமுமிருக்கும்.

மனிதர்கள் அனைவரும் சமம். அனைவருக்கும் சம அளவிலான சந்தர்ப்பங்கள் கொடுக்கப்பட வேண்டும். மற்றும் இனம், மதம், பால் போன்றவற்றை வைத்து முடிவுகள் எடுக்கக் கூடாது என்று ஜனநாயக நாடுகளில் சமத்துவச் சட்டங்கள் உள்ளன. எவ்வளவுதான் சட்டங்கள் மூலம் சமத்துவம் பேணினாலும் தனிமனித இயல்பு என்று வரும் போது ஒருபக்கச் சார்பான சிந்தனைகள் இருப்பதைத் தடுக்க முடியாது. காலம் காலமாக உருவாக்கப்பட்ட, ஸ்டீரியோ டைப் என்று ஆங்கிலத்தில் சொல்லப்படும் பாரபட்சங்களும் சார்புகளும் திடீரென உலகை விட்டுப் போகப் போவதில்லை.

விரும்பியோ விரும்பாமலோ மனிதர்களின் மனதில் சார்பு இருப்பதை மறுக்க முடியாது. நமக்குத் தெரியாமலே நம்முள்ளிருக்கும் சார்புக் கொள்கைகளை உணர்வற்ற சார்பு

(unconscious bias) என்று சொல்வார்கள். இப்படியான உணர்வற்ற சார்புகளுக்கு யாரும் விதிவிலக்கல்ல. உணர்ந்தோ அல்லது உணராமலோ உண்டாகும் சார்புகள் ஒரு தனி மனிதரின் முன்னேற்றத்துக்குத் தடையாக இருக்கும். உதாரணமாக ஐரோப்பிய அல்லது அமெரிக்க நிறுவனம் ஒன்றில் ஒரு வேலைக்கு இருவர் விண்ணப்பிக்கிறார்கள். இருவரும் சமமான தகுதியும் திறமைகளும் கொண்டவர்கள். ஒருவர் வெள்ளைக்காரரர் மற்றவர் கறுப்பினத்தவர். யாருக்கு வேலை கிடைக்கும்? இதே கேள்வி இனம் சார்ந்து மட்டுமல்லாமல் பால் சார்ந்தும் கேட்கப்படலாம்.

'ஒரே பதவியிலிருக்கும் ஆண் பெண் இருபாலரும் ஒரே சம்பளம் வாங்குகிறார்களா?' எனும் கேள்வி அண்மைக் காலத்தில் பிபிசி நிறுவனத்தின் மதிப்பினை ஆட்டம் காண வைத்த சர்ச்சை ஒருசில ஆண்டுகளுக்கு முன்னர்தான் நடைபெற்றது. இதுபோலச் சராசரி வருமானத்துக்கும் நிறத்துக்குமான தொடர்பு பற்றிய ஆய்வுகளுமுண்டு.

மேலை நாடுகளில் சமத்துவம் வேண்டும் என்று குரல் கொடுக்கும் சிறுபான்மையினரே தங்கள் வாழ்க்கையில் சமத்துவத்தை முழுமையாக அமல்படுத்துவதில்லை என்பதே நிதர்சனம். உதாரணமாக வெவ்வேறு இனத்தை அல்லது மதத்தைச் சேர்ந்தவர்கள் திருமண பந்தத்தில் இணைய முயலும் போது எதிர் கொள்ளும் சவால்கள் சமத்துவம் எப்படித் தனி மனித வாழ்க்கையில் அமல்படுத்தப்படுகிறது என்பதற்கு எடுத்துக்காட்டாகும். இந்தச் சவால்கள் மட்டும் இன மத பேதமிலாது அனைவரும் எதிர்கொள்வது.

ஒரு நாட்டிலிருந்து இன்னுமொரு நாட்டுக்குக் குடிபெயர்ந்து செல்லும் அனைவரும் எதிர்நோக்கும் சவால்கள் பல உண்டு. புதிய கலாச்சாரத்தில் கலந்து வாழ வேண்டும். அத்துடன் நாம் பிறந்து வளர்ந்த கலாச்சாரத்தையும் மொத்தமாகக் கைவிட முடியாது. இன, நிற, மத பேதங்களை நேரடியாகவோ அல்லது மறைமுகமாகவோ எதிர்கொள்ள வேண்டும். இந்தச் சவால்களை வாழ்க்கை முறையில் மட்டுமல்லாது வேலைக்குப் போகுமிடங்களிலும் எதிர்கொள்ள வேண்டும்.

இந்தத் ‘தல’ புராணம் கட்டுரைகளின் நாயகர்கள் துறைசார் நுட்பத் திறமைகளோடு கண்ணுக்குத் தெரியாத மற்றைய தடைக்கற்களையும் எதிர்கொண்டு வெற்றி பெற்றிருக்கிறார்கள் என்பதை மறுக்க முடியாது.

ஒவ்வொருவராகப் பார்க்கலாம்.

அத்தியாயம் 2

பெப்சி ராணி

சென்ற ஆண்டில் ஒருநாள். அலுவலகத்தில் நானும் எனது சக ஊழியரும் பணி சம்பந்தமாகப் பேசிக் கொண்டிருந்தோம். நாங்கள் அமர்ந்திருந்த மேஜைக்கு எமது நிறுவனத்தின் சட்ட வல்லுநர்களில் ஒருவர் வந்து எம்மிருவரிடமும் பேச வேண்டுமென்றார். நாங்களும் எமது நான்கு செவிகளையும் அவர் சொல்லப் போவதைக் கேட்கத் தயாராக்கினோம்.

"நீங்கள் இருவரும் தெரிவு செய்த ஒரு குறிப்பிட்ட நிறுவனத்திடமிருந்து இன்னும் என்.டி.ஏ (Non Disclosure Agreement இன் சுருக்கம்) கையெழுத்துப் போடப்பட்டு வரவில்லை. நான் அதை அனுப்பி ஒரு வாரத்துக்கும் மேலாகி விட்டது. அந்நிறுவனத்தின் தலைமைச் செயலதிகாரியிடம் அதை அவசரமாக அனுப்பும்படி கேட்கிறீர்களா..? அது வரும்வரை நாங்கள் அவர்களுடன் எந்தவிதமான ப்ராஜக்ட் சம்பந்தமான விபரங்களும் பகிர முடியாது என்பதை உங்களுக்கு நினைவூட்டுகிறேன்." இதுதான் அந்த சட்ட வல்லுநர் பெண்மணி ஆங்கிலத்தில் சொன்னதன் சாராம்சம்.

நாங்களிருவரும் பதில் சொல்லாமல் புன்னகைத்தோம். அவர் குழம்பி விட்டார்.

"சிரிக்கும்படியாக அப்படி எதை நான் சொல்லி விட்டேன்?" என்று ஆச்சரியம் கலந்த பார்வையுடன் கேட்டார்.

"நீங்கள் அந்த நிறுவனத்தின் செயலதிகாரியைக் குறிப்பிடும்போது 'ஹிம்' எனும் சொற்பிரயோகம் சில தடவைகள் செய்ததன் மூலம், உங்கள் மனதில் அவர் ஓர் ஆணென்று முடிவு கட்டிவிட்டீர்கள். ஆனால் உண்மையில் அவர் ஒரு பெண். அதனால்தான் சிரித்தோம்" என்று பதில் சொன்னார் எனது சகஊழியர்.

"ஒரு பெண்ணாக இருந்து கொண்டே நான் அப்படி ஒரு உணர்வற்ற சார்பு (unconscious bias) கொண்டிருத்தல் எவ்வளவு தவறானது. இனிமேல் நான் இந்தச் சார்பை என் ஆழ்மனதிலிருந்து நீக்குவதற்கு முயற்சி செய்ய வேண்டும்" என்று அவர் சொன்னார்.

இந்தச் சம்பவத்தை நான் இங்கு குறிப்பிட்டதற்கான காரணம், இது நிகழ்ந்தது 2021-இல். மேற்குறிப்பிட பெண்மணி உலகில் பொருளாதாரத்தில் முன்னேறிய நாடுகளில் ஒன்றான இங்கிலாந்தில் பிறந்து வளர்ந்து வசதியாக வாழும் ஒரு ஆங்கிலேயப் பெண்மணி. சட்டக் கல்வி கற்றவர். அவரது கல்வி, மற்றும் வாழ்க்கை முறையனைத்தும் இன்றைய காலத்துக்கேற்ப இருந்த போதிலும், அவரது ஆழ்மனதில் ஒரு உணர்வற்ற சார்பு சொல்கிறது- ஒரு நிறுவனத்தின் 'தல' ஒரு ஆணாகத் தானிருக்க வேண்டும் என்று.

உலகின் ஜனத்தொகையில் பாதியாக இருந்தாலும் இன்றுகூடத் தலைமைப் பதவிகளிலிருக்கும் பெண்களின் எண்ணிக்கை மிகவும் குறைவு. நியாயமாகப் பார்த்தால் அவர்களின் எண்ணிக்கை கிட்டத்தட்ட ஆண்களுக்குச் சமமாக இருக்க வேண்டும். இந்த ஆண் - பெண் பேதத்தில் முன்னேறிய மற்றும் முன்னேறிக் கொண்டிருக்கும் நாடுகளென்று பேதமில்லை. அனைத்து நாடுகளும் சமபங்கு வகிக்கின்றன என்பதே நிதர்சனம். இப்படியான ஒரு சூழலில் இந்திரா நூயி பல பில்லியன் டாலர்கள் பெறுமதிமிக்க ஒரு பெரும் நிறுவனத்தில் பன்னிரண்டு ஆண்டுகள் தலைமைச் செயலதிகாரியாகப் பணி புரிந்து ஓய்வு பெற்றார் என்பது எவ்வளவு பெரிய சாதனை!

இனி நமது நாயகியைப் பற்றிப் பார்க்கலாம்.

இந்திரா நூயி, சென்னையில், அக்டோபர் 1955-ல் பிறந்தார். இவரது தந்தையார் ஒரு வங்கி அதிகாரி. தாயார் குடும்பத் தலைவி. மெட்ராஸ் கிறிஸ்டியன் காலேஜில் பட்டப்படிப்பு. பின்னர் கல்கத்தா ஐ.ஐ.எம்.மில் எம்.பி.ஏ பட்டம் பெற்றவர். இவரது கணவர் பெயர் ராஜ் நூயி. இவர்களுக்கு இரண்டு பெண் பிள்ளைகள் உள்ளனர்.

படிக்கும் காலத்தில் இசையிலும், கிரிக்கெட் விளையாட்டிலும் ஆர்வம் கொண்டவர். காலேஜில் பெண்கள் கிரிக்கெட் அணிக்குக் காப்டனாகவும் இருந்திருக்கிறார். இது அவரே ஒரு உரையாடலில் சொன்ன தகவல்.

அவரது காலேஜ் பிரின்சிபல் அவரைப் பற்றிக் கூறுகையில், 'இந்திரா செய்யும் காரியத்தில் முழுக்கவனம் செலுத்திக் கடின உழைப்பைக் கொடுக்கும் மாணவி' என்று குறிப்பிட்டார். அது மட்டுமல்லாது மற்றைய மாணவர்கள் செய்வதற்குப் பின்வாங்கும் காரியங்களைக்கூடப் பொறுப்பேற்று, கிடைக்கும் சந்தர்ப்பங்களை சரியாகப் பயன்படுத்திக் கொள்ளும் திறமை கொண்டவர் என்றும் குறிப்பிட்டுள்ளார்.

இந்தியாவில் மும்பையில் சிலகாலம் ஜான்சன் அண்ட் ஜான்சன் நிறுவனத்திலும் வேறு நிறுவனங்களிலும் வேலை செய்தபின் அமெரிக்காவில் யேல் பல்கலைக்கழகத்தில் பொது மற்றும் தனியார் மேலாண்மைத் துறையில் முதுநிலைப் பட்டம் பெற்றார்.

யேல் பல்கலைக்கழகத்தில் படித்து முடிக்கும் போது பல்கலைக்கழகத்துக்கு வரும் நிறுவனங்களின் இண்டர்வியூவுக்குப் போவதற்கு அணிய இவரிடம் ஒரு சூட் இருக்கவில்லை. இருபத்தி நான்கு வயது மாணவியாகத் தன்னிடமிருந்த ஐம்பது டாலர்களைச் செலவழித்து ஒரு சூட் வாங்கினார். அதை அணிந்து பார்த்து வாங்குவதற்கான அறைக்குள் போக மனமில்லாததால் கண்ணாடி முன்னால் பிடித்துப் பார்த்து வாங்கிக் கொண்டு வந்து விட்டார். ஆனால் அது உண்மையில் அவருக்குச் சரியான அளவில்லை. அதனால் அவர் அதை அணிந்து செல்லும் போது மற்றவர்களின் கேலிக்குள்ளானார்.

எது எப்படியோ இண்டர்வியூ நன்றாகவே செய்து அந்த நிறுவனம் அவருக்கு வேலை கொடுக்கச் சம்மதித்தது.

ஆனாலும் மற்றவர்கள் முன்னால் தான் அவமானப்பட்டதாக உணர்ந்ததைப் பல்கலைக்கழகத்தின் தொழில் ஆலோசகரிடம் (career advisor) சொல்லிக் கவலைப்பட்டிருக்கிறார். அவர் கேட்டாராம் “நீ இந்தியாவில் இண்டர்வியூவுக்குப் போயிருந்தால் எப்படிப் போயிருப்பாய்?”

“சேலை கட்டிக் கொண்டு போயிருப்பேன்” என்று பதிலளித்தாராம்.

“நீ அப்படியே இனிமேல் போ. உன்னை உனது திறமைகளுக்காகத் தேர்ந்தெடுக்கும் நிறுவனம் நீ அணிந்திருப்பதைப் பெரிதுபடுத்தாது” என்று புத்திமதி சொல்லியனுப்பினாராம். இந்தத் தன்னம்பிக்கையூட்டும் அறிவுரை அவருக்கு மிகவும் உதவியாக இருந்தது.

முதலாவது வேலைவாய்ப்பு கையிலிருந்த போதும் அடுத்த இண்டர்வியூவுக்குச் சேலையில் போய் அந்த வேலையையும் பெற்றுக் கொண்டார். அவர் இரண்டாவதாகக் கிடைத்த வேலையையே தேர்ந்தெடுத்து அந்தக் கம்பெனியில் ஜாயின் பண்ணியது மட்டுமல்லாமல் ஆரம்பக் காலங்களில் சேலை அணிந்தே வேலைக்குச் சென்றாராம்.

அமெரிக்காவில் பொஸ்டன் கன்சல்டிங் குரூப், மோட்டரோலா, ஏசியா பிரவுண் பொவெரி ஆகிய நிறுவனங்களில் பல பதவிகள் வகித்த பின்னரே அவர் 1994ல் பெப்சிகோ நிறுவனத்தில் அந்நிறுவனத்தின் ஸ்ரடஜிக்குப் பொறுப்பான அதிகாரியாகச் சேர்ந்தார். பின்னர் தலைமை நிதி அதிகாரியாகிப் பின்னர் தலைமைச் செயலதிகாரியாகவும் சேர்மனாகவும் ஓய்வு பெறும்வரை பணி புரிந்தார்.

இவருக்குப் பல்கலைக்கழகங்களால் வழங்கப்பட்ட கௌரவப் பட்டங்களின் எண்ணிக்கை பதினைந்து. இந்தியாவில் 2007-ல் பத்மபூஷன் விருது கொடுக்கப்பட்டுக் கௌரவிக்கப்பட்டார். அமெரிக்காவில் “Outstanding American by choice” விருது 2019-ல் கொடுக்கப்பட்டது. நேஷனல் ஸ்மித்சோனியன் காலரியில் இவரது படம் உலகப் பிரபலங்களுடன் இடம்

பிடிக்கிறது. 'ஃபோர்ச்சூன்' இதழினுடைய உலகில் மிகவும் செல்வாக்குள்ள பெண்கள் (Most Powerful Women) பட்டியலில் பல வருடங்களுக்கு இவர் பெயர் இருந்திருக்கிறது.

தற்போது பெப்சிகோவிலிருந்து ரிடையராகிய பின்பும் அமேசான், பிலிப்ஸ் போன்ற நிறுவனங்களின் நிர்வாகக் குழுக்களில் (Board Member) பணிபுரிவதோடு பொதுத் தொண்டுகளிலும் ஈடுபடுகிறார். அவர் தனது வாழ்க்கை வரலாற்றை ஒரு புத்தகமாக **2021**-ல் வெளியிட்டார். இவருக்குக் கிடைத்த கௌரவங்கள், விருதுகள் என்று ஒரு நீண்ட பட்டியலிடலாம்.

பெப்சிகோ நிறுவனத்தின் தலைமைச் செயலதிகாரியாக இவரது சாதனைகள் என்னவென்று சுருக்கமாகப் பார்ப்போம்.

முப்பத்தைந்து பில்லியன் டாலரளவில் வருடாந்தர விற்பனை வருமானம் கொண்டிருந்த நிறுவனத்தின் விற்பனையளவை எண்பது வீதத்தால் அதிகரித்து அறுபத்துமூன்று பில்லியன் டாலர்களுக்கு மேலானதாக ஆக்கினார். அது மட்டுமல்லாமல் பெர்ஃபோமன்ஸ் வித் பெர்பஸ் எனும் கொள்கையை அமல்படுத்தினார். இதன் மூலம் பெப்சிகோ நிறுவனம் சூழலியல் பாதிப்புகளைக் குறைப்பதோடு வாடிக்கையாளர்களின் மாறிக் கொண்டிருக்கும் தேவைகளைப் பூர்த்தி செய்யும் வகையில் பெப்சிகோ நிறுவனத்தின் தயாரிப்புகளில் மாற்றம் கொண்டு வந்தார்.

சூழலியல் மாற்றங்கள் பற்றி ஒரு உரையாடலில் குறிப்பிடும் போது இந்த மாற்றங்களை இதயப்பூர்வமாக உணர்ந்து செயல்பட்டால் மட்டுமே அது சரியாக அமையும். அல்லது அது வெறும் பாவனையாகி விடுமென்றார். அவர் தனது இளமைக் காலத்தில் சென்னையில் அனுபவித்த தண்ணீர்த் தட்டுப்பாடானது இயற்கையின் வளங்களைப் பாதுகாக்க வேண்டியதன் அத்தியாவசியத்தை உணர்த்தியதாகக் கூறினார்.

அதே உரையாடலில் அவரைப் பற்றிய மேலும் சில சுவாரசியமான தகவல்களும் அவரிடமிருந்து கிடைத்தன.

ஒரு தலைமைச் செயலதிகாரி தொடர்ந்து கற்றுக் கொண்டிருக்கும் மாணவராக இருக்க வேண்டியது அவசியமென்கிறார்.

எமது பொருட்கள் எப்படி வாடிக்கையாளர்களிடம் போய்ச் சேருகிறது.? அதை விற்கும் கடைக்காரர்கள் எமது பொருட்களை எப்படிப் பார்க்கிறார்கள்.? என்பதை ஒவ்வொரு தலைமைச் செயலதிகாரியும் அறிந்து கொள்ள வேண்டும். அதற்காக அடிக்கடி கடைகளுக்குச் சென்று பெப்சிகோவின் பொருட்கள் எப்படி இருக்கின்றன என்று பார்ப்பது அவரது வழக்கமான ஒரு செயல்.

நம்மைச் சுற்றி நடக்கும் மாற்றங்களை அவதானிக்கும் திறமை வேண்டும். உதாரணமாகக் குடிக்கும் பானங்களிலுள்ள சுகர் அளவில் வாடிக்கையாளர்கள் கரிசனை செலுத்தும் போது அவர்களுக்கேற்ப மாற்றங்கள் செய்ய வேண்டியது அவசியம். இப்படியான வாடிக்கையாளர்களின் போக்குகளிலுள்ள மாற்றங்களை ஒரு நிறுவனம் கவனிக்கத் தவறினால் அந்த நிறுவனத்தின் விற்பனையளவு படிப்படியாகக் குறைந்து பின்னர் கீழ்நோக்கிப் போவதைத் தடுக்க முடியாது.

தரமான பொருட்களைச் செய்தால் மட்டும் போதாது. அது வாடிக்கையாளர்களைக் கவரும்படியான அனுபவம் கொடுக்கக் கூடியதாக விற்பனை செய்ய வேண்டும் என்பது முக்கியம். அதற்காக அவர் பெப்சிகோவில் வடிவமைப்புப் (design) பகுதியை உருவாக்கினார்.

அவர் தலைமைச் செயலதிகாரியாகப் பதவியேற்றதும் ஆப்பிள் நிறுவனத்தின் ஸ்டீவ் ஜாப்ஸுக்குப் போன் பண்ணி அறிவுரை கேட்டாராம். அவர் சிலமணி நேரங்கள் இவருக்காக ஒதுக்கி அறிவுரைகள் கொடுத்தாராம். அதாவது நாம்தான் 'தல' ஆகி விட்டோமே, இனி நாம் வைப்பதுதான் சட்டம் என்று ஆணவத்தோடு செயற்படாமல், அந்தப் பதவியை எப்படிச் சரியாக வகிப்பது என்பதை அனுபவஸ்தர்களிடம் போய்க் கற்றுக் கொண்டது, அவர் தனது கடமையில் எவ்வளவு கவனம் செலுத்துகிறார் என்பதை எடுத்துக் காட்டுகிறது. அத்துடன் நிற்காமல் தொடர்ந்து டிரெண்ட் என்னவென்று அவதானமாக இருப்பது அவர் நிறுவனத்தின் வளர்ச்சி மேல் கொண்டுள்ள அதீத கவனத்தைக் காட்டுகிறது. கடும் உழைப்பும் செய்யும் காரியத்தில் அதீத அக்கறையும் அவரது வெற்றிக்கு முக்கியக் காரணிகள்.

அவரது தனித்துவத் திறமைகளாக அவர் இரண்டைக் குறிப்பிட்டுள்ளார். ஒரு சிக்கலான பிரச்சினையை எளிமையாக்குவது முதலாவது. மற்றையது அதை மற்றவர்களுக்குப் புரியும் விதத்தில் எடுத்துச் சொல்வது. இத்திறமைகளை அவர் கற்பதற்கு மோட்டரோலா நிறுவனத்தில் அவரது மேலாளர் மிகவும் உதவியாக இருந்தாராம்.

அவரது வெற்றிகரமான வாழ்க்கைக்கு உறுதுணையாக இருந்ததில் அவரது கணவர் ராஜுக்கும், அவரது தாயாருக்கும் மற்றும் பெப்சிகோ நிறுவன ஊழியர்களுக்கும் அதிக பங்கு உள்ளது என்று அவரது இணையத் தளத்தில் குறிப்பிடுகிறார்.

அத்தியாயம் 3

அடோபியின் நாயகன்

இன்றைய காலகட்டத்தில் ஒளிப்படங்கள் அனைத்தும் முழுமையாக எந்தவித மாற்றங்களுமின்றி சமூக வலைத்தளங்களில் பகிரப்படுவதாகச் சொல்ல முடியாது. சிலர் படம் தெளிவாகத் தெரிவதற்காகச் சிறிய மாற்றங்கள் செய்வார்கள். இன்ஸ்டா, முகநூல் போன்ற தளங்கள் ஃபில்ட்டர்களும் கொடுத்து உதவி செய்கின்றன. சிலர் அதைவிடப் பல படிகள் மேலே போய் ஒருவரின் உருவ அளவையே மாற்றம் செய்யும் வேலைகளும் செய்வார்கள். இப்படியான மாற்றங்கள் செய்வதற்கான போட்டோ எடிட்டிங் செயலிகள் நிறையவே உள்ளன. ஆனாலும் கடுமையான எடிட் செய்யப்பட்ட போட்டோ என்றால் நாம் பொதுவாகச் சொல்வது, 'அது போட்டோஷாப் செய்யப்பட்ட படம்' என்பதே. அந்தளவுக்கு போட்டோஷாப் எனும் செயலியின் பெயர் வினைச்சொல்லாகி விட்டது.

கணினி அல்லது திறன்பேசி பயன்படுத்தும் யாரும் பிடிஎஃப் எனும் ஃபைல் வகையை அறிந்திராமல் இருக்க முடியாது. பிடிஎஃப் ஆவணங்கள் நமது நாளாந்த வாழ்க்கையில் ஓர் அங்கமாகி விட்டது தான் அதற்கான காரணம். ஆவணங்கள் மட்டுமல்லாது புத்தகங்கள், இதழ்கள் என அச்சு வடிவில் வருபவையும் பிடிஎஃப் வடிவிலேயே அச்சுக்குப் போகமுன் தயாரிக்கப்படுகின்றன.

இந்த போட்டோஷாப் மற்றும் பிடிஎஃப் என்று பொதுச்சொற்களாக நாங்கள் பயன்படுத்தும் சொற்களை உருவாக்கிய நிறுவனம் அடோபி நிறுவனம். அந்த நிறுவனத்தின் தற்போதைய 'தல' சந்தனு நாராயண்.

சந்தனு நாராயண் பிறந்தது ஹைதராபாத் நகரில். ஹைதராபாத் பப்ளிக் ஸ்கூல் எனப்படும் தனியார் பள்ளியில் பள்ளிப் படிப்பை முடித்தார். இந்தப் பள்ளிக்கூடத்துக்கு இவரை மட்டுமல்லாமல் சத்தியா நடெல்லா உட்பட வேறு சில தலைமைச் செயலதிகாரிகளையும் உருவாக்கிய பெருமையும் உண்டு. இவரது பட்டப்படிப்பு ஹைதராபாத்திலுள்ள ஒஸ்மானியாப் பல்கலைக்கழகத்தில். பின்னர் அமெரிக்காவில் ஒஹையோ மாநிலத்தின் போலிங் கிறீன் பல்கலைக்கழகத்தில் கண்ணித்துறையில் முதுநிலைப் பட்டம் பெற்றார். அதன் பின்னர் பேர்க்லி, கலிபோர்னியா பல்கலைக் கழகத்தில் எம்.பி.ஏ பட்டமும் பெற்றார். இவர் தனது மனைவியைப் படிக்கும் காலத்தில் சந்தித்துத் திருமணம் செய்து கொண்டார். இவருக்கு இரண்டு மகன்கள் உள்ளனர்.

ஆப்பிள் உட்படச் சில நிறுவனங்களில் பணியாற்றியதோடு மட்டுமல்லாமல் இரண்டு தடவைகள் புதிய கம்பெனிகளை உருவாக்கும் முயற்சியும் எடுத்த பின்னர் 1998-இல் அடோபி நிறுவனத்தில் ப்ராடக்ட் டெவெலப்மண்டுக்குப் பொறுப்பான உயரதிகாரியாகப் பதவி ஏற்றார். பொருளாதார முறையில் தோல்வி கண்டாலும் இரண்டாவதாகப் புதிய நிறுவனம் ஒன்றை ஆரம்பிக்கும் அவரது முயற்சியே அவரை அடோபி நிறுவனத்தில் சேர்வதற்கு உதவியது. அதன்பின் பத்து ஆண்டுகளுக்குள் (2007ம் ஆண்டு) தலைமைச் செயலதிகாரியாகினார். இவரது தலைமையின் கீழ் அடோபி நிறுவனத்தின் சந்தை மதிப்பானது பல மடங்குகளால் அதிகரித்தது.

மேலதிகமாக சந்தனு நாராயண் ஃபைசர் நிறுவனத்திலும் ஒரு சுயாதீன நிர்வாகி (Independent Director) ஆகவும் பணிபுரிகிறார். இவருக்கு இந்திய அரசாங்கம் பத்மஸ்ரீ விருது கொடுத்துக் கௌரவித்தது. ஒபாமா அமெரிக்காவின் அதிபராக இருந்தபோது அவரது ஆலோசகர்கள் குழுவில் பணியாற்றினார். அவர் முதுநிலைப் பட்டம் பெற்ற போலிங்

கிறீன் பல்கலைக்கழகத்திலிருந்தே கௌரவ டாக்டர் பட்டம் பெற்றுள்ளார். அத்துடன் ‘சிறந்த தலைவர்’ எனப் பல தடவைகள் பாராட்டப்பட்டுள்ளார்.

அடோபியின் தயாரிப்புகள் முக்கியமாக மென்பொருட்களே. இவற்றை வெறும் தனிப்பட்ட மென்பொருட்களாக விற்பதிலிருந்து மாதாந்திர சந்தா செலுத்தும் முறைக்கு ஏற்றவாறு மேகக் கணிமைக்கு (cloud computing) மாற்றியமைத்த பெருமை இவரையே சாரும். இப்படியான ஒரு பாரிய மாற்றத்தை ஏற்படுத்தும் போது வரக்கூடிய சவால்களை வெற்றிகரமாக எதிர்கொண்டு அடோபி நிறுவனத்தினை வழி நடத்திச் சென்றதற்காகப் பலராலும் பாராட்டப்பட்டவர்.

தலைமைச் செயலதிகாரியாகத் தொடர்ந்து வெற்றிகரமாகப் பயணிப்பது பற்றிக் கேட்டபோது அவர் இரண்டு முக்கிய காரணங்களை எடுத்துச் சொன்னார். முதலாவது தற்போதைய நிலைமையை அப்படியே ஏற்றுக் கொள்ளாது தொடர்ந்து எப்படி முன்னேற்றலாம் என்று சிந்திப்பது. இரண்டாவது எப்போதுமே மாணவனாக இருந்து தொடர்ந்து கற்றுக் கொண்டிருப்பது.

அவரது தலைமைத்துவப் பாணி என்பது எப்போதும் அவரது ஊழியர்களை அவர்களால் நினைத்துப் பார்க்க முடியாதளவு காரியங்களை செய்விக்கத் தூண்டிச் செயல்படுத்துவது. அவர்களுக்கு நம்பிக்கையூட்டி அவர்களது Comfort Zone இலிருந்து வெளிக் கொண்டு வரச்செய்வது. ஆப்பிள் நிறுவனத்தில் வேலை செய்யும் போது அவரது மேலதிகாரி தன்னை எப்படி மேம்படுத்த உதவி செய்தார் என்பதை நினைவுகூர்ந்து, அவரைப் போலத் தானும் ஒரு தலைவராக தன்னுடன் வேலை செய்பவர்களுடைய முழுத் திறமையையும் வெளிக்கொண்டு வருவதே தனது தலைமைத்துவப் பாணி என்கிறார்.

ஒரு நிறுவனத்தின் தலைமைச் செயலதிகாரியாக எப்படி முடிவுகளை எடுக்கிறார்? தலைமைச் செயலதிகாரியாக இருப்பதற்கு முழுமையான தகவல்கள் இல்லாமல் நிச்சயமற்ற சூழல்களில் முடிவெடுக்கும் துணிவிருக்க வேண்டியது அவசியமென்பதே அவரது கருத்து. எடுக்கும் முடிவுகள்

எல்லாம் சரியாக இருக்கப் போவதில்லை. ஆகவே தப்பான முடிவுகளெடுத்தாலும் அதன் மூலம் புதிதாகப் பாடம் கற்றுக் கொள்ளத் தயக்கமிருக்கக் கூடாது. முடிவே எடுக்காமல் இருப்பதை விடத் தப்பான முடிவெடுத்து அதன் மூலம் கற்றுக் கொள்வதே மேலானது என்பது அவரது அபிப்ராயம்.

அவர் எம்.பி.ஏ. படிக்கும் போது ஆப்பிள் நிறுவனத்தில் முழு நேரமாகப் பணியாற்றிக் கொண்டிருந்தார். அதே நேரத்தில் அவரது மகனும் பிறந்திருந்தான். பகுதிநேரப் படிப்பாக மாலை நேரத்திலும் வார இறுதி நாட்களிலுமே எம்.பி.ஏ. படித்தார். அந்த நேரத்தில் அவரது வாழ்க்கை நிலைமையினால் அவர் கற்றுக் கொண்ட பாடம் எதற்கு எப்போது முக்கியத்துவம் கொடுக்க வேண்டுமென்பதே. எல்லாவற்றுக்கும் செலவழிக்குமளவு நேரமிருப்பதில்லை. ஆகவே எது முக்கியமென முடிவெடுக்க வேண்டிய அவசியம் வருகிறது. அதன்படி மிக முக்கியமானவற்றில் மட்டுமே நேரத்தைச் செலவிட முடிவெடுக்கும் கலையையும் கற்றுக் கொள்ள அந்நிலைமை உதவியதென்கிறார்.

ஒரு பேட்டியில் உங்களுக்கு எது முக்கியம் என்ற கேள்விக்கு எனது தாய் தந்தையரைத் தொலைபேசியில் அழைத்து தினமும் பேசுவது, தான் தவறாமல் செய்யும் காரியம் என்று பதிலளித்தார். இதிலிருந்து அவர் குடும்பத்திற்கு எவ்வளவு முக்கியத்துவம் கொடுக்கிறார் என்பது தெளிவாகத் தெரிகிறது. அடுத்து நான் என்ன பாதிப்பை ஏற்படுத்துகிறேன் என்பதைச் சிந்திப்பது சுயமுன்னேற்றத்துக்கு வழிவகுக்குமென்பது அவரது கருத்து. நேரம்தான் நம்மிடமிருக்கும் மிகவும் பெறுமதியான சொத்து. அதை இயன்றளவு வீணாக்காமல் செலவிடுவது மிகவும் முக்கியமென்கிறார்.

கொரோனாப் பெருந்தொற்று உலகிலுள்ள அனைத்து நிறுவனங்களுக்கும் திடீரென நெருக்கடியான நிலைமையை உருவாக்கியது. இப்படியான எதிர்பாராத நிலைமையை எதிர்நோக்கும் போது தொலை நோக்குடன் முடிவுகளை எடுக்க வேண்டியது அவசியம். குறுகிய கால நோக்கோடு அவசரமாக எடுக்கும் முடிவுகள் நன்மையை விடப் பாதிப்புகளை அதிகம் கொண்டு வரலாம் என்பது சந்தனு நாராயணின் கருத்து.

பெருந்தொற்றுக் காலத்தில் அடோபி நிறுவனத்தைப் பொறுத்தவரை சந்தனு நாராயணின் தலைமையில் ஊழியர்களின் பாதுகாப்பே முதன்மையானது என்று முடிவெடுத்தார்கள். அதன் பின்னர் யாரையும் வேலை நீக்கம் செய்யப் போவதில்லையெனும் அறிவிப்பு மூலம் அனைத்து ஊழியர்களுக்கும் வேலையிருக்குமா எனும் கவலையை நீக்கி அவர்கள் முழு உற்சாகத்தோடு பணிபுரியும் சூழலை உருவாக்கினார்கள். அடுத்ததாக வாடிக்கையாளர்களின் தேவைகளை எப்படிப் பூர்த்தி செய்யலாமென்பதில் கவனத்தைச் செலுத்தியதன் மூலம் அவர்களது சேவையினைக் காலத்துக்கேற்றவாறு வடிவமைத்துக் கொண்டார்கள்.

ஒரு நிறுவனம் நிலைத்து நிற்பதற்கு முக்கியமான அம்சம் என்னவென்றால், காலத்துக்கும் அதனது வாடிக்கையாளர்களின் தேவைக்குமேற்ப மாற்றங்களை அசுர வேகத்தில் நடைமுறைப் படுத்துவதே. அடோபி நிறுவனத்தின் மென்பொருட்களில் அடுத்து வரப்போகும் மாற்றங்கள் பற்றி அவற்றைப் பயன்படுத்துவர்களுக்கு முன்கூட்டியே அறிவிக்கும் வழக்கத்தை சந்தனு நாராயண் அறிமுகப்படுத்தினார். இதன் மூலம் போட்டியாளர்களுக்கும் இந்தத் தகவல்கள் தெரியுமென்பது நிதர்சனம். ஆனாலும் போட்டியாளர்களை விடத் தரமானதாகத் தனது நிறுவனத்தின் தயாரிப்புகள் இருக்கும் என்பதில் தனக்கு நம்பிக்கையிருப்பதால் போட்டியாளர்கள் பற்றி அவர் கவலைப்படுவதில்லை.

தெளிந்த நோக்குடனும், தொலைநோக்குப் பார்வையுடனும், எப்போதும் கல்வி கற்கும் மாணவன் போலச் சுயமுன்னேற்றத்தில் கவனம் செலுத்தித் தன்னையும் அடோபி நிறுவனத்தையும் வெற்றிப் பாதையில் பயணிக்க வைத்துக் கொண்டிருக்கிறார் சந்தனு நாராயண்.

எல்லோருக்கும் எல்லாம் பொருந்தாது. ஆகவே, உங்களுக்கு எது மனதாரப் பிடிக்குமோ அதில் அதீத ஆர்வத்தோடு ஈடுபடுங்கள். உங்கள் உழைப்புக்கு நிச்சயம் வெற்றி கிடைக்கும். இதுவே அவர் இளையவர்களுக்குக் கொடுக்கும் அறிவுரை.

அத்தியாயம் 4

டிஜிட்டல் பரமன்

கடந்த மூன்று ஆண்டுகளில் நாற்பத்தொன்பது சதவீத வளர்ச்சி கண்டு, 2022-ம் ஆண்டில் பிரிட்டனில் அதிவேகமாக வளரும் நூறு தனியார் நிறுவனங்களின் பட்டியலில் இடம் பிடித்த நிறுவனம். கிளாஸ்டோர் எனப்படும் தளத்தில் 2022-இல் வேலை செய்வதற்குச் சிறந்த நிறுவனங்களின் பட்டியலில் இரண்டாமிடத்தில் உள்ள நிறுவனம். ‘பெஸ்ட் கம்பனிஸ்’ எனும் தளத்தில் கொடுக்கப்படும் சிறந்த வேலை செய்வதற்கான நிறுவனத்துக்கான பட்டியலில் நாடளாவிய தரத்தில் 2022-ல் முதல் ஐந்துக்குள்ளும், தொழில்நுட்பத் துறையில் முதலிடமும் பெற்றுள்ள நிறுவனம்.

மேற்சொன்ன பெருமைகளைக் கொண்டுள்ள பிரிட்டிஷ் நிறுவனத்தின் பெயர் அண்ட் டிஜிட்டல் (AND Digital). இந்த நிறுவனம் கூகிள், மெட்டா போன்ற நிறுவனங்களைப் போல பல பில்லியன் டாலர்கள் வருமானம் கொண்ட பிரமாண்டமான நிறுவனமல்ல. பெரிய நிறுவனம் எனப் பொதுவாக சொல்லப்பட்டாலும் கூகிள் மற்றும் மெட்டா போன்ற நிறுவனங்களோடு ஒப்பிடும் போது இந்நிறுவனத்தின் தொண்ணூற்றியாறு மில்லியன் பவுண்ட்ஸ் வருமானம் சொற்பமானதுதான். ஆனாலும் இந்நிறுவனம் மேற்சொல்லப்பட்ட சாதனைகளை அடைந்துள்ளது என்பது குறிப்பிடத்தக்கது.

இந்த நிறுவனத்தை 2014-இல் ஆரம்பித்துத் தொடர்ந்து இதில் தலைமைச் செயலதிகாரியாகப் பணிபுரிபவர் பரம்ஜித் உப்பல். ஏழு வயதில் வட இந்தியாவின் கிராமப்புறத்திலிருந்து தந்தையின் பணி நிமித்தம் இங்கிலாந்தில் குடியேற்றம். இந்தியக் கிராமப்புற வாழ்க்கையிலிருந்து திடீரென வேற்று நாட்டில் நகரப்புற வாழ்க்கை. திடீர்க் கலாச்சார மாற்றம் மட்டுமல்லாது குடியேறிய நாட்டின் மொழியும் தெரியாது. இப்படித்தான் பரம்ஜித் உப்பல் அவர்களின் வாழ்க்கை இங்கிலாந்தில் ஆரம்பித்தது.

பி.பி.சி. மைக்ரோ கம்ப்யூட்டர்தான் அவருக்குச் சிறு வயதில் கணினிகள் மேல் ஆர்வத்தைத் தூண்டியது. அதுவே பிற்காலத்தில் அவரைக் கணினித் தொழில்நுட்பத் துறையில் ஈடுபடவும் வைத்தது. அவரது கணினிகள் மேலுள்ள ஆர்வத்துக்கேற்ப மான்செஸ்டர் பல்கலைக்கழகத்தில் மைக்ரோ எலெக்ட்ரானிக் பொறியியல் துறையில் பட்டமும் பெற்றார்.

ஆர்தர் அண்டர்சன் எனப்படும் பிரமாண்டமான கன்சல்டிங் நிறுவனத்தில் பணி புரிந்து கொண்டிருக்கும் போது அவரது வாழ்வில் ஒரு திருப்பம். அமெரிக்காவில் என்ரோன் நிறுவனத்தின் ஊழல் விவகாரத்தினால் ஆர்தர் அண்டர்சன் கம்பனியும் கவிழ்ந்தது. அதன் மூலம் அவர் அறிந்து கொண்ட பாடம் ஒரு நிறுவனம் இல்லாமல் போவதற்கு அதனுடைய அளவு ஒரு காரணியல்ல. சிறியதோ பெரியதோ அனைத்து நிறுவனங்களும் இல்லாமல் போவதற்கான வாய்ப்புகளுண்டு. ஆகவே பெரிய கம்பனியில் வேலை செய்வதால் பாதுகாப்பு உண்டு என்று நம்புவது தவறென்று புரிந்து கொண்டார். அதன் விளைவாக, 'நான் ஏன் தனியாக என் பாதையை வகுக்கக் கூடாது?' எனும் கேள்வியும் அவரது மனத்தில் தோன்றியது.

சுயமாகத் தொழில் செய்யும் அவரது எண்ணத்துக்குக் குடும்பத்தினரும் நண்பர்களும் ஊக்கமும் உற்சாகமும் அளித்தனர். அவர் ஒரு ஐ.டி. கன்சல்டிங் நிறுவனத்தை ஆரம்பித்தார். பத்து வருடங்களில் முந்நூறு பேர் கொண்ட நிறுவனமாக அதை உருவாக்கினார். ஒரு அமெரிக்கக் கம்பெனி அவரது நிறுவனத்தின் மேல் ஆர்வம் காட்டியதால் அதை அவர்களிடம் விற்றார்.

அதன் பின்னர் 2014-இல் அவர் தொடங்கிய கம்பெனிதான் அண்ட் டிஜிட்டல் (AND Digital). முதலில் நிறுவனமொன்றை நடத்திய அனுபவத்தைக் கொண்டு இந்த நிறுவனத்தினை எப்படி வளர்க்க வேண்டுமென்பதை முதலிலேயே சிந்தித்து உருவாக்கினார். இது ஒரு ஒரு டிஜிட்டல் கன்சல்டிங் நிறுவனம். 'அண்ட்' எனும் ஆங்கிலச் சொல் நிறுவனத்தின் பெயரிலிருப்பதில் அர்த்தம் உள்ளது. இது அல்லது அது என்று தெரிவு செய்யாமல் இதுவும் அதுவும் சேர்ந்து செயல்படுவது என்பதே அடிப்படைக் கொள்கை. இவர்களது முக்கிய நோக்கம் வாடிக்கையாளர்களின் ஊழியர்களின் டிஜிட்டல் சம்பந்தப்பட்ட திறமைகளின் குறைகளை நிறைவு செய்வதே. ஆங்கிலத்தில் 'ஃபில்லிங் தி கேப்' என்று சொல்வார்கள். வாடிக்கையாளர்களின் டிஜிட்டல் ப்ராஜெக்டில் இவர்களது ஆலோசகர்கள் அந்த நிறுவனத்தின் ஊழியர்களோடு சேர்ந்து பணியாற்றி ப்ராஜெக்டினை நிறைவேற்றுவது மட்டுமல்லாமல், வாடிக்கையாளர் நிறுவனத்தின் ஊழியர்களுக்குத் துறைசார்ந்த பயிற்சியும் கொடுத்து அவர்களை முழுமைப்படுத்துவார்கள். இதன் மூலம் அண்ட் டிஜிட்டல் ஊழியர்களும் வாடிக்கையாளரின் ஊழியர்களும் சேர்ந்து ஒரு குழுவாகச் செயல்படுவார்கள். இந்த இரு நிறுவன ஊழியர்களும் ஒன்று சேர்ந்து செயல்படுவதே 'அண்ட்' எனும் ஆங்கிலப் பதத்தினை இந் நிறுவனப் பெயராகக் கொண்டுள்ளதென்றும் சொல்லலாம்.

இதேபோல் இந்த நிறுவனத்தின் அடிப்படை நிர்வாக முறையும் பொதுவான நிறுவனங்களோடு ஒப்பிடும் போது வித்தியாசமானது. பரம்ஜித்தின் நோக்கம் இந்த நிறுவனம் பெரிய நிறுவனமாகவும் இருக்க வேண்டும். அதே வேளையில் சிறிய நிறுவனமாகவும் இருக்க வேண்டும். 'பொதுவாக நிறுவனங்கள் பெரிதாக இருக்கும் அல்லது சிறியதாக இருக்கும். அது எப்படிப் பெரிதாகவும் சிறிதாகவும் இருப்பது?' எனும் கேள்வி உங்கள் மனதில் எழுந்தால் அது நியாயமானதே.

பரம்ஜித் உப்பல் பெரிதும் சிறிதும் என்று சொல்வதன் அர்த்தம் என்னவென்று பார்ப்போம். ஒரு சிறிய நிறுவனத்தில் பணி புரியும்போது சாதாராணமாக அந்த நிறுவனத்தின் மேலதிகாரிகளுக்கு ஒவ்வொரு ஊழியரையும் தனிப்பட்ட முறையில் தெரிந்திருக்கும். இது அவர்களுக்கு அந்த

நிறுவனத்தின் மேல் ஒரு ஆழமான தொடர்பை உருவாக்கும். ஆனால் பல்லாயிரக்கணக்கான ஊழியர்களைக் கொண்ட நிறுவனங்களில் அனைவரையும் மேலதிகாரிகளுக்குத் தெரிந்திருப்பதற்கான வாய்ப்புக் கிடையாது. ஊழியர்கள் ஒரு பெரிய கடலில் வாழும் ஒரு சிறு மீன் போலவே உணர்வார்கள்.

பரம்ஜித் தனது அனுபவத்தின் மூலம் அறிந்து கொண்டது ஊழியர்களின் எண்ணிக்கை எண்பதிலிருந்து தொண்ணூறை அடையும் போது சிறிய நிறுவனத்திற்குரித்தான பண்புகள் குறையத் தொடங்குமென்பது. அதனால் அவர் உருவாக்கிய நிறுவனக்கட்டமைப்பு நிறுவனத்தைக் குழுக்களாகப் பிரிப்பது. இந்தக் குழுவினை அவர் கிளப் என்று அழைக்கிறார். ஒவ்வொரு கிளப்பும் முழுச் சுயாதீனமாகத் தனிச் சிறு நிறுவனம் போல அவர்களுக்கான சில வாடிக்கையாளர்களின் தேவைகளைப் பூர்த்தி செய்கிறார்கள். இப்படி நாடு முழுவதும் பல கிளப்புகளை உருவாக்கித் தற்போது நெதர்லாந்து நாட்டிலும் இந்த நிறுவனம் காலூன்றியுள்ளது. தற்போதைய ஊழியர்களின் எண்ணிக்கை கிட்டத்தட்ட ஆயிரத்தெண்ணூறு.

கொரோனா பெருந்தொற்றினால் திடீரென நாடு முழுக்க லாக் டவுன் வந்தபோது இந்த நிறுவனமும் பெரிதும் பாதிக்கப்பட்டது. காரணம் இவர்களது வாடிக்கையாளர்களாகப் பயணம் மற்றும் சுற்றுலாச் சேவைகள் துறைகளிலுள்ள நிறுவனங்கள் பல இருந்தன. ஆனாலும் தலைமைச் செயலதிகாரியாக இவர் மற்றவர்களுக்கு முன்னோடியாகத் தனது சம்பளத்தையும் குறைத்து, ஊழியர்களது சம்பளத்தையும் சிறிது குறைத்து யாரையும் பணி நீக்கம் செய்யாமல் தொடர்ந்தார். அனைத்து ஊழியர்களின் நலனில் இவருக்குள்ள அக்கறையை இச்செயல் காட்டுகிறது. ஒருசில மாதங்களில் பெருந்தொற்றினால் வந்த தடைக்கல்லைக் கடந்து பின்னர் தொடர்ந்து வளரும் நிறுவனமாகத் திகழ்கிறது 'அண்ட் டிஜிட்டல்.' யாரையும் பணி நீக்காமல் கொஞ்சகாலத்துக்குத் தாக்குப் பிடிக்க முடிவெடுத்தது நல்ல முடிவாகியது.

பரம்ஜித் தனது இந்தியக் கலாசார வளர்ப்பினால் பெற்றுக் கொண்ட குடும்பத்தின் முக்கியத்துவம், ஒருவர் கஷ்டத்திலிருக்கும் போது மற்றவர்கள் உதவி செய்ய

வேண்டுமெனும் அடிப்படைப் பண்பாடு தனது தொழில்ரீதியான தலைமைத்துவத்திலும் உள்ளது என்கிறார். பொதுவாகப் பெரிய நிறுவனங்களின் முன்னுரிமைப் பட்டியலில் முதலில் வருவது வாடிக்கையாளர்கள். ஏனெனில் அவர்களின்றி நிறுவனத்துக்கு வருமானமில்லை. அடுத்தது நிறுவனம். அதற்கடுத்ததே நிறுவனத்தின் ஊழியர்கள் வருவார்கள். ஆனால் பரம்ஜித்தின் முன்னுரிமைப் பட்டியலோ இதற்கு முற்றிலும் எதிர்மாறானது.

பரம்ஜித்தின் கொள்கைப்படி முதலாவது முன்னுரிமை ஊழியர்களுக்கே. ஒரு கன்சல்டிங் கம்பனியின் முதலீடு அதன் ஊழியர்கள்தான். அவர்களை நன்கு கவனிப்பது முக்கியமென்கிறார். அதற்கடுத்து நிறுவனம். பின்னர்தான் வாடிக்கையாளர்கள். இதன் மூலம் வருமானம் கொடுக்கும் வாடிக்கையாளர்களை உதாசீனப்படுத்துவதாகக் கருதக்கூடாது. நன்கு கவனிக்கப்படுவதால் மகிழ்ச்சியுடனும் உற்சாகத்துடனும் பணிபுரியும் ஊழியர்கள் தங்களது கடமையில் முழுமையாக ஈடுபடுவார்கள் என்பதே அவரது தத்துவம். அப்படியான ஊழியர்கள் நிறுவனத்துக்கும் அதன் மூலம் வாடிக்கையாளர்களுக்கும் மிகச் சிறந்த சேவையை வழங்குவார்கள் என்கிறார். கிளாஸ்டோர் போன்ற தளங்களின் தரப்பட்டியல் ஊழியர்களின் பின்னூட்டத்தை வைத்தே வழங்கப்படுகிறது. அதில் தேசிய அளவில் ஊழியர்களால் தேர்ந்தெடுக்கப்பட்டு இரண்டாமிடத்தில் இந்த நிறுவனம் இருப்பது பரம்ஜித் உப்பல் சொல்வதைச் செயலில் காட்டுகிறார் என்பதை உறுதிப்படுத்துகிறது.

'அண்ட் டிஜிட்டல்' நிறுவனத்தில் பணிபுரிபவர்கள் ஒவ்வொருவருக்கும் அவர்களது தொழில் சார்ந்த தலைப்புத் தவிர அவர்களது தனிப்பட்ட விருப்பத்துக்கேற்ற ஒரு தலைப்பும் கொடுக்கப்படும். உதாரணமாக பரம்ஜித் உப்பலின் தொழில் சார்ந்த தலைப்பு தலைமைச் செயலதிகாரி, அவரது தனிப்பட்ட விருப்பத்திற்கான தலைப்பு உணவுப் பிரியர். இந்த தனிப்பட உணவுப் பிரியர் போன்ற தலைப்புக் கொண்டவர்கள் அனவைரும் தாங்கள் உணவுப் பிரியர் எனும் ஒரு பொதுக் காரணி மூலம் இணைத்துக் கொள்ள வாய்ப்புக் கொடுக்கிறது. ஒரு குடும்ப உணர்வை ஏற்படுத்துகிறது.

தனிமனித வளர்ச்சியின் மேல் பரம்ஜித் உப்பல் கொண்டுள்ள அக்கறையும் ஊழியர்களின் மேல் காட்டும் நேர்மையான அக்கறையும் அவர் உருவாக்கிய நிறுவனத்தின் வளர்ச்சிக்கு முக்கியப் பங்கு வகிக்கிறது.

தனிப்பட்ட தலைமைச் செயலதிகாரியாக இருப்பதற்கான முக்கியமான குணாதிசயங்களாக அவர் இரண்டு விஷயங்களைக் குறிப்பிடுகிறார். முதலாவது, எனக்கு எல்லாம் தெரியும் என்று ஆணவமில்லாமல் தொடர்ந்து கற்றுக் கொள்ளும் மாணவனின் மனப்பான்மையுடன் செயல்படுவது.

அடுத்ததாகத் தன்னைச் சுற்றி நிறுவனத்திற்குள்ளும், வெளியிலும் திறமையான ஆலோசகர்களை வைத்திருப்பது. இவர்களிடம் தனது ஐடியாக்களைப் பகிர்ந்து கொள்ளும்போது அவர்கள் கொடுக்கும் பதில் தனக்கு மிகவும் பயனுள்ளதாக இருப்பதாகச் சொல்கிறார். சில வேளைகளில் முற்றிலும் எதிர்பாராத பார்வைகளை ஆலோசகர்கள் முன்வைக்கும் போது தனது சிந்தனையை மேம்படுத்த உதவுகிறதென்கிறார்.

தொழில்நுட்பம் தொடர்ந்து மிக வேகமாக மாறிக் கொண்டிருக்கிறது. இன்று பிரபலமாக இருக்கும் நிரல்மொழி இன்னும் சில வருடங்களில் வேறொரு நிரல்மொழியினால் பின்தள்ளப்படலாம். இது நாம் கண்கூடாகப் பார்க்கும் விஷயம். பரம்ஜித் உப்பல் அவரது நிறுவனத்தின் ஊழியர்களைத் தேர்ந்தெடுக்கும் போது மாற்றத்தை ஏற்பவர்களாக இருக்க வேண்டும் என்பதில் கவனம் செலுத்துகிறார். காலத்துக்கேற்ப மாற்றங்களை எதிர்கொண்டு புதிய தொழில்நுட்பங்களைக் கற்றுக் கொள்ளும் ஆர்வம் அவரது நிறுவனத்தின் ஊழியர்களுக்கு மிகவும் முக்கியமானது என்பது அவரது கருத்து.

பெரிய பன்னாட்டு நிறுவனங்களின் தற்போதைய தலைமைச் செயல் அதிகாரிகளுக்கும் பரம்ஜித் உப்பலுக்கும் பெரிய வித்தியாசமுண்டு. இவர் தனது நிறுவனத்தை அஸ்திவாரத்திலிருந்து கட்டியெழுப்பி வளர்க்கும் 'தல'. மற்றவர்கள் ஏற்கெனவே நிறுவனர்களால் கட்டப்பட்டு உச்சநிலையை அடைந்துள்ள நிறுவனத்தை மேலும் வளர்ப்பவர்கள்.

அத்தியாயம் 5

தொண்டர்களின் தலைவி

கிளிநொச்சியில் பிறந்து, இரண்டு வயதிலேயே நாட்டு நிலைமை கரணமாக சுவிட்சர்லாந்து நாட்டில் குடும்பத்துடன் அகதியாகக் குடியேறினாள் ஒரு சிறுமி. அகதி என்ற சொல்லின் அர்த்தமோ அல்லது ஏன் குடும்பமாக இடம்பெயர்கிறார்கள் என்பதற்கான அரசியல் காரணங்களோ புரியாத வயது. அவர்கள் குடும்பமாகக் குடியேறிய பேர்ண் நகரில் வளர்ந்த அவளது வாழ்க்கையில் எத்தனையோ சவால்கள். இந்தச் சவால்கள் ஒன்றும் அச்சிறுமிக்கு மட்டுமானதல்ல, வெளிநாடுகளில் இளம் வயதில் குடியேறிய அனேகமான தமிழ்க் குழந்தைகளும் சந்திக்கும் சவால்கள்தான். ஆனாலும் அதைப் புரிந்து கொள்ளும் முதிர்ச்சியடையாத வயது.

இளம்பிராயத்தில் பேசும் மொழி, உண்ணும் உணவு, கேட்கும் இசை, வாழ்வியல் முறை, கலாசாரம் எனப் பல விஷயங்கள் அவளுக்கு வீட்டிலும் பள்ளிக்கூடத்திலும் வேறு வேறானவை. வகுப்பில் பிரவுன் நிறத் தோலும் கருப்பு முடியும் கொண்ட ஒரே ஒருத்தியாக வித்தியாசமாகத் தோன்றும் போது அவளுக்குள் உளவியல் ரீதியான கேள்விகள் எழுவது நியாயமானதே. ‘நான் மட்டும் ஏன் மற்றவர்களைப் போலல்லாமல் வித்தியாசமாக

இருக்கிறேன்..?' எனும் கேள்வி மனதிலெழுந்தது. 'நான் யார்.?' எனும் சுய அடையாளக் கேள்வி சிறுவயது முதல் பெரியவளாகும் வரை அவளுக்குள் இருந்த ஒரு சரியான விடை கிடைக்காத வினா. வீட்டில் தமிழ்க் கலாசாரத்தில் வளர்ந்தாலும் வெளியுலகில் அவள் பழகும் மாந்தர்களின் வாழ்க்கை வித்தியாசமானது. யாருக்கும் அவர்கள் மட்டுமே வித்தியாசமாக இருக்கும் போது ஒரு அந்நிய உணர்வு ஏற்படுவது இயற்கையானதொன்றே.

வீட்டில் பெற்றோர் அவளது பாரம்பரியத்தை மறந்து விடாதிருக்கத் தமிழ்க் கலாசாரத்தின் முக்கிய அம்சங்களை அவளுக்குக் கற்றுக் கொடுத்தனர். வார நாட்களில் பள்ளிக்கூடத்தில் சுவிட்சர்லாந்து நாட்டின் கல்வித் திட்டத்தின்படி ஜெர்மன் மொழியில் படிப்பு. வார இறுதி நாட்களில் தமிழ் மொழியும் தமிழர்களின் பாரம்பரியக் கலைகளில் ஒன்றான பரதநாட்டியமும் கற்றாள். பல தமிழ்ப் பேச்சுப் போட்டிகளிலும் பரதநாட்டியக் கலை நிகழ்ச்சிகளிலும் கலந்து சிறப்பித்தாள். வெளியிலிருந்து பார்ப்போரின் கண்ணுக்கு அவள் அனைத்துத் துறைகளிலும் மிளிரும் ஒரு இளம் பெண்ணாகத் தோன்றிய போதிலும் அவள் உள்ளத்தில் அவள் யாரெனும் கேள்வி உறுத்திக் கொண்டே இருந்தது.

தமிழச்சி என்று சொல்வதற்கும் முடியவில்லை, சுவிஸ் நாட்டுக்காரி என்றும் சொல்ல முடியவில்லை. பூர்வீகத்தால் தமிழச்சியாக இருந்த போதிலும் அவளறிந்த வாழ்வோ சுவிட்சர்லாந்தில். இப்படியான இரட்டை அடையாளங்களுக்கு நடுவில் சிக்கிக்கொண்ட வெளிநாட்டில் சிறுவயதில் குடியேறிய முதற் தலைமுறைத் தமிழ்ச் சிறுவர்கள் பலரில் அவளும் ஒருத்தி. அவளது பெயர் சுபா உமாதேவன்.

குடும்பமாக அகதிகளாகச் சொந்த நாட்டை விட்டு வெளியேறுவதற்கு அரசியல் காரணமெனப் புரிந்து கொண்டபோது வளர்ந்தபின் ஒரு அரசியல்வாதியாகவோ அல்லது ஒரு இராஜதந்திரியாக வரவேண்டும் எனச் சிறுவயதில் எண்ணங்கள் தோன்றியது சுபா உமாதேவன் மனதில். ஆட்டோவா பல்கலைக்கழகத்தில் பட்டப் படிப்பும் பின்னர் ஜெனிவாவில் உள்ள Graduate Institute of International and

Development Studies-இல் International affairs with a specialization in international law துறையில் முதுநிலைப் பட்டமும் பெற்றார். அத்துடன் பன்மொழிகளும் பேசும் திறனையும் வளர்த்துக் கொண்டார்.

படிப்பு முடிந்த பின்னர் யுனெஸ்கோ தொண்டு நிறுவனத்தில் சேர்ந்து பணியாற்றத் தொடங்கியபோது ஆரம்பித்தது சுபாவின் தொண்டு நிறுவனத் துறையிலான ஈடுபாடு. மத்தியக் கிழக்கு நாடுகள், ஆப்பிரிக்க நாடுகள், தென்அமெரிக்க நாடுகள் போன்ற இடங்களில் தொண்டு நிறுவனங்களில் பணியாற்றியுள்ளார். இவரது தொண்டு நிறுவனப் பணிப் பயணத்தில் பலரது சோகக் கதைகளைக் கேட்டிருக்கிறார். அவர்களோடு தனது வாழ்க்கை அனுபவங்களையும் திறந்த மனத்தோடு பகிர்ந்து கொள்ளும் போது அவருக்குத் தன்னை அடையாளம் காண்பதற்கு அது உதவியாக இருந்ததென்கிறார்.

ஆரம்பத்திலிருந்த அடையாளச் சிக்கலை நேரடியாக எதிர்கொண்டு தான் ஒரு சுவிஸ்-தமிழ் எனும் அவருக்கான அடையாளத்தை ஏற்றுக் கொண்டது அவரது வளர்ச்சிக்கு முக்கியமானதொன்று. ஒவ்வொருவரும் தனது சுய அடையாளத்தைப் பெருமையுடன் ஏற்றுக் கொள்ளும் போது தன்னம்பிக்கை வளர்கிறது. அந்தத் தன்னம்பிக்கையுடன் செயற்படும்போது முழுமையாக மாற்றத்தைக் கொண்டு வரும் ஒரு தலைவராக மாறலாம் என்கிறார்.

பின்னர் Plan International எனும் அமைப்பில் சேர்ந்து சுவிட்சர்லாந்துக் கிளைக்குத் தலைமைச் செயலதிகாரியாக முன்னேறினார். அதன் பின்னர் தற்போது DROSOS எனப்படும் சுவிட்சலாந்தில் தலைமை அலுவலகமும் மற்றும் ஐரோப்பியா, ஆப்பிரிக்கா, மத்தியகிழக்கு நாடுகளில் கிளைகளும் கொண்ட ஒரு தொண்டு நிறுவனத்தின் தலைமைச் செயலதிகாரியாகப் பணியாற்றுகிறார். அது மட்டுமல்லாது Red Cross தொண்டு நிறுவனத்தின் நிர்வாகத்தை மேற்பார்வை செய்யும் அசெம்பிளியிலும் ஒரு அங்கத்தினராக 2020-லிருந்து பணிபுரிகிறார். இவரது தொண்டு நிறுவனச் சேவைகள் பெண்களினதும் சிறுவர்களினதும் நலன் கருதிய சேவைகளாகவே இருந்தன என்றும் பெண்களுக்குப் பொருளாதாரச் சுதந்திரம்

வழங்குதல், பால்யத் திருமணங்களைத் தடுத்தல், பெண்கள் மீதான வன்முறைகளைக் கையாளுதல் போன்றவைகளில் மிக்க அனுபவமுள்ளவர் என்றும் Red Cross இணையத்தளம் இவரைப் பற்றி விவரிக்கிறது.

இவர் தற்போது தலைமைச் செயலதிகாரியாக உள்ள DROSOS தொண்டு நிறுவனத்தின் முக்கியப் பணிகள் இரண்டு. முதலாவது, இளையோர்களின் படைப்புத் திறன்களை அடையாளம் கண்டு, அவர்களுக்கு ஊக்கம் கொடுத்து, அவர்களது திறன்களை மேம்படுத்துதலுக்கு உதவி செய்தல். இரண்டாவதாக இந்த இளையோர்களின் பொருளாதாரச் சுதந்திரத்துக்கு வழிவகுத்துக் கொடுத்தல்.

இவரது வாழ்க்கை அனுபவத்தை விவரிக்கும்போது சிறுசிறு நிகழ்வுகளால் சமூக அநீதிகள் எவ்வளவு பொதுவாக மக்களின் மனதில் ஆழமாகப் பதிந்திருக்கிறது என்பதைக் கண்டு மனதில் வியந்துள்ளார். உதாரணமாக மாணவியாக இருந்த காலத்தில் ஒரு தகவல் தொழில்நுட்ப அப்ரெண்டிஸ்ஷிப்பில் அவர் ஆர்வம் காட்டிய போது, ஒரு பெண் பிள்ளைக்கு இது சரிவராது என அவரிடம் யாரோ சொன்ன கருத்தானது பெண்கள் ஆண்களுக்குச் சமத்துவமாகக் கருதப்படவில்லை என்பதை அவருக்கு முதன்முதலாக உணர்த்தியது. அதைச் சரிசெய்ய வேண்டுமென்னும் சிந்தனையும் தோன்றியது.

தலைமைச் செயலதிகாரியாக இருக்கின்ற போதிலும் சில வேளைகளில் அவருடன் செல்கின்ற வேறு வெள்ளைக்கார ஆண் ஊழியர்களைத் தலைமைச் செயலதிகாரி என நினைத்துக் கொண்டவர்களும் உண்டு என்கிறார். ஒரு பெண்ணாகப் பிரவுன் நிறத் தோலோடு போகும் போது மற்றவர்களின் மனதில் அவர் தலைமைச் செயலதிகாரியாக இருக்கலாமென்று தோன்றாமல் போவதற்கு அவர்களின் மனதில் ஆழமாகப் பதிந்துள்ள ஸ்டீரியோடைப் உணர்வுகளே காரணம்.

அவரது தலைமைத்துவத்தில் இயங்கும் தொண்டு நிறுவனம் பற்றிப் பேசும்போது, ஒரு ஊரில் போய் அவர்கள் இப்படித்தான் செய்ய வேண்டும் என்று சமூகநீதியைப் பாடம் சொல்லிக் கொடுப்பதல்ல அவர்களது வேலை. அந்த ஊரிலுள்ள மக்களோடு இணைந்து அவர்களின் பங்களிப்போடு அவர்கள்

தங்களது சமூக அநீதிப் பிரச்சினைகளுக்குத் தீர்வு காண்பதற்கு உதவியாக இருப்பதிலேயே தொண்டு நிறுவனங்களின் பங்களிப்புள்ளது என்கிறார். உதாரணமாக பெண்களுக்குப் பொருளாதாரச் சுதந்திரம் பெறும் முயற்சியில் அங்குள்ள ஆண்களோடு சேர்ந்து ஒன்றாகச் செயல்படும்போதே தேவையான சமூக மாற்றத்தை உண்டு பண்ணலாம். தனியாகப் பெண்களோடு சேர்ந்து உழைத்தால் மட்டும் மாற்றத்தைக் கொண்டு வரமுடியாது.

சிறுவயதில் பேச்சுப் போட்டிகள் மற்றும் நடன நிகழ்ச்சிகளில் கலந்து கொள்ளும் போது உள்ளுக்குள் ஒரு பயமிருந்தாலும் மேடையில் ஏறியபின் அதை அடக்கிக் கொண்டு செயலில் இறங்குவதைத் தவிர வேறு வழியில்லை. இந்தப் பயிற்சி அவருக்குத் தற்போது கூட உதவுகிறதென்கிறார். ஒரு தலைமைச் செயலதிகாரியாக ஒரு செயலிலிறங்கும் போது உள்ளூரப் பயமிருக்கிறதென்பதை யாருமறிவதில்லை. தொடங்கிய காரியத்தில் மட்டுமே கவனம் செலுத்திச் செயற்படும்போது ஆரம்பிக்கும் முன்னர் இருந்த பயஉணர்ச்சி மற்றவர்களின் கண்களுக்குத் தெரிவதில்லை.

மொழி தெரியாத நாட்டில் குடியேறும் தமிழ் மக்களின் வீடுகளில் அவர்களது உறவினர்களாக உள்ள சிறுவர்களே மொழி பெயர்ப்பாளர்களாக மாறுவதுண்டு. வயதில் சிறியவர்களாக இருந்தால் அந்நாட்டு மொழியில் அவர்களது தேர்ச்சி பெரியவர்களை விடக் கணிசமான அளவில் அதிகம். சுபா உமாதேவனும் இதற்கு விதிவிலக்கல்ல. சிறு வயதில் தனது வயதுக்கு மிஞ்சிய லெவலில் மொழி பெயர்ப்புச் செய்ய வேண்டிய சந்தர்ப்பங்கள் அவர் வாழ்விலும் இருந்தது. வயதுக்கு மிஞ்சிய பொறுப்பானாலும் இப்படியான அனுபவங்கள் அவரது தன்னம்பிக்கையை வளர்ப்பதற்கு மிகவும் பயனுள்ளதாகவும் இருந்தன என்பது அவரது கருத்து.

பெரிய பன்னாட்டு வர்த்தக நிறுவனங்களின் தலைமைச் செயலதிகாரிகளின் பணி அந்நிறுவனத்தை வெற்றிப் பாதையில் கொண்டு செல்வது. அத்துடன் அந்நிறுவனத்தின் பங்குதாரர்களுக்கு லாபத்தை ஈட்டிக் கொடுப்பதும் அவர்களது வெற்றியில் முக்கிய பங்கு வகிக்கும் காரணி. பல பில்லியன்

டாலர்களில் வருடாந்தர வருமானம் கொண்ட நிறுவனங்களை வழி நடத்துபவர்கள் இந்தத் தலைமைச் செயலதிகாரிகள்.

தொண்டு நிறுவனங்களின் பாதையே வேறு. ஒரு தொண்டு நிறுவனத்தை நிர்வகிக்கும் 'தல' வின் நோக்கங்களும் இலக்குகளும் மற்றைய பன்னாட்டு வர்த்தக நிறுவனங்களுக்கு மாறுபட்டவை. அவர்களது நோக்கம் பணம் சம்பாதிப்பதல்ல. இருக்கும் பட்ஜெட்டுக்குள் எப்படி அதிகமானோரின் வாழ்வில் ஒரு மாற்றத்தைக் கொண்டு வரலாமென்பதே அவர்களது வெற்றிக்கான அளவுகோல். தொண்டு நிறுவனத் 'தல'வின் நிர்வாகம் லாபத்தைப் பற்றியல்லாமல் எப்படிக் குறைந்த செலவில் நிறைந்த சேவை வழங்கலாமென்பதாகும். அத்துடன் அவர்கள் செய்யும் சேவைக்கு நிதி சேர்ப்பதிலும் கவனம் செலுத்த வேண்டும். அவர்கள் சேவையிலீடுபடும் நாடுகளின் அரசுத் திணைக்களங்களுடனும் மற்றைய அமைப்புகளுடனும் சுமூக உறவினைப் பேண வேண்டும்.

தொண்டு நிறுவனத் தலைமைச் செயலதிகாரிக்கான திறன்கள் என்னவென்று சுபா உமாதேவனின் கருத்துகளைப் பார்ப்போம். சங்கடமான சூழ்நிலைகளைச் சாதாரணமாக எதிர்கொள்ளத் தெரிய வேண்டும். பிரச்சினைகளுக்குத் தீர்வு காணும் திறனும் வேண்டும். மற்றவர்களின் மேல் உண்மையான அக்கறையுடன் பேசி அவர்களுடன் கனெக்ட் பண்ணும் திறன் வேண்டும். உண்மையாக நடப்பதன் மூலம் நம்பகத் தன்மையை உருவாக்க வேண்டும். விடாமுயற்சியுடன் செயல்பட வேண்டும். அத்துடன் முக்கியமாக எனக்கு எல்லாம் தெரியுமெனும் அகந்தை இல்லாமல் தொடர்ந்து கற்றுக் கொள்ளும் மாணவத் தன்மையும் வேண்டும் என்கிறார்.

தொண்டு நிறுவனங்கள் செய்யும் பணிகள் என்ன..? சமூகத்தின் அடித்தளத்திலிருக்கும் மக்களின் வாழ்க்கையில் ஒரு பாரிய மாற்றத்தை ஏற்படுத்துவது. வழியின்றித் தவிப்போர்களுக்கு ஒரு வாழ்க்கை முறையினைக் கற்றுக் கொடுப்பது. போரினால், உள்ளூர் அரசியல் சிக்கல்களால், இயற்கையின் அனர்த்தங்களால் என்று பல காரணிகளால் பாதிக்கப்பட்டு வாழ்வாதாரத்தை இழந்து நிற்போரின் வாழ்க்கையில் ஒரு

மாற்றத்தை ஏற்படுத்தும் நற்பணியினைச் செய்வது. சமூக அநீதிகளினால் பாதிக்கப்படுவோருக்கு ஆதரவு கொடுப்பது.

மனிதாபிமானச் செயல்கள் புரியும் துறையில் பணியில் தன்னை அர்ப்பணித்துத் தொண்டு நிறுவனமொன்றின் தலைமைச் செயலதிகாரியாகப் பணிபுரியும் சுபா உமாதேவன் பலரது வாழ்க்கையில் பெரும் மாற்றங்களையும் கொண்டு வருகிறார்.

அத்தியாயம் 6

காப்பி-யத் தலைவன்

லக்ஷ்மன் நரசிம்மன்.

இந்தப் பெயரை இதற்குமுன் கேள்விப்பட்டிருக்க மாட்டீர்கள். பரவாயில்லை. இப்போது கேள்விப்பட்டு விடுங்கள். 1967-ம் ஆண்டு பூனேயில் பிறந்த இவர் பிறக்கும் முன்னரே இவரது அக்கா இறந்து விட்டார். பின்னர் இவர் ஆறு வயதுச் சிறுவனாக இருக்கும் போது இவருடைய இரண்டு வயது மூத்த அண்ணனும் இறந்து விட்டார். இரு பிள்ளைகளை இளவயதிலேயே இழப்பது என்பது பெற்றோருக்குப் பெருந் துயரமே. அதன் பாதிப்பு அவர்களுடன் வாழ்நாள் முழுவதும் இருக்கும்.

இவரது தாயார் ஓர் ஆசிரியை. இவரது தந்தையார் இயந்திரங்களுக்கு உதிரிப்பாகங்கள் ஏற்றுமதி செய்யும் வியாபாரத்தை ஆரம்பித்துத் தனக்குப் பின்னால் தனது மகன் அதைத் தொடர்ந்து நடத்துவார் என்று எதிர்பார்த்தார். மகனுக்கோ அத்தொழிலில் நாட்டமும் இல்லை, அதை அப்பாவுக்குச் சொல்லி ஏமாற்றம் கொடுக்கவும் விரும்பவில்லை. எப்படியோ அதைச் சொல்லாமலே சமாளித்து விட்டார். இப்படித்தான் இவரது வாழ்க்கை இந்தியாவில் ஆரம்பித்தது.

கல்லூரியில் படிக்கும் காலத்தில் தந்தை நோயினால் பாதிக்கப்பட்டார். படிப்பை நிறுத்தி விட்டு அப்பாவைக் கவனிக்க வேண்டிய நிலைமையும் வந்தது. ஆனாலும் தாயார் அதற்கு இடம் கொடுக்காமல் ‘உன் படிப்பை நிறுத்தாதே’ என்று மறுப்புத் தெரிவித்தார். அதனால் கல்லூரியிலிருந்து அடிக்கடி வீட்டுக்கு வந்தாலும் விடாமல் படிப்பைத் தொடர்ந்து பூனே எஞ்சினியரிங் கல்லூரியில் மெக்கானிகல் எஞ்சினியரிங் துறையில் பட்டம் பெற்றார்.

பின்னர் அமெரிக்காவில் பென்சில்வேனியாப் பல்கலைக் கழகத்தில் படிக்கச் சென்றபோது எட்டாயிரம் டாலர்களுக்குக் குறைவான பணத்துடனும் இரண்டு சூட்கேஸ்களுடனும்தான் அமெரிக்காவில் வந்திறங்கினார். அவரது படிப்புக்குத் தேவையான கட்டணமே எண்பதாயிரம் டாலர்கள். ஸ்காலர்ஷிப்கள் மூலமும் இரண்டு வேலைகளும் செய்து தேவையான பணத்தை உழைத்துச் சம்பாதித்து முதுநிலைப் படிப்பை முடித்தார். இவர் பென்சில்வேனியா பல்கலைக்கழகத்தில் ஜெர்மன் மொழி மற்றும் இண்டர்நேஷனல் கல்வியில் எம்.ஏ பட்டமும், பின்னர் அதே பல்கலைக்கழகத்தில் வார்ட்டன் பிசினஸ் ஸ்கூலில் எம்.பி.ஏ பட்டமும் பெற்றார்.

வாழ்க்கையின் இவ்வளவு சவால்களையும் எதிர்கொண்டு சமாளித்து வளர்ந்தது அவருக்குப் பிற்காலத்தில் வாழ்க்கைக்குத் தேவையான திறனைக் கொடுத்தது என்கிறார். சவால்களைக் கண்டு பயப்படாமல் எதிர்கொண்டு தீர்வுகாணும் விடாமுயற்சித் திறனே அவர் குறிப்பிட்ட திறமை.

லக்ஷ்மன், அக்டோபர் 2022-ல் ஸ்டார்பக்ஸ் நிறுவனத்தில் புதிதாக உள்ளே வரும் தலைமைச் செயலதிகாரி. இவர் தலைமைச் செயலதிகாரியாக முழுமையாகப் பொறுப்பேற்கப் போவது ஏப்ரல் 2023-ல் தான். அதுவரை ஆறு மாத காலத்துக்குத் தற்போது தற்காலிகமாகத் தலைமைச் செயலதிகாரியாக இருக்கும் ஸ்டார்பக்ஸ் நிறுவனத்தின் உரிமையாளரின் உதவியுடன் ஸ்டார்பக்ஸ் கடையில் காஃபி போடுவதிலிருந்து அந்நிறுவனத்தின் அனைத்துச் செயல்பாடுகளையும் முழுமையாகக் கற்றுக் கொண்டு தலைமைப் பொறுப்பை ஏற்க இருப்பவர்.

ஸ்டார்பக்ஸ் நிறுவனம் அந்நிறுவனத்துக்கு வெளியிலிருந்து ஒரு தலைமைச் செயலதிகாரியை நியமிப்பது இதுவே முதல் தடவை என்பது குறிப்பிடத்தக்கது. அந்நிறுவனம் தற்போது எதிர்நோக்கும் பிரச்சினைகளைத் தீர்த்து எதிர்காலத்தில் வளர்ச்சியடையத் தேவையான மாற்றங்களைக் கொண்டு வரும் திறமையுள்ளவர் லக்ஷ்மன் நரசிம்மனே என்று அந்நிறுவனத்தின் உரிமையாளர் பேட்டி ஒன்றில் கூறியுள்ளார்.

லக்ஷ்மன் நரசிம்மன் தலைமைச் செயலதிகாரியாக இருக்கப் போகும் முதல் நிறுவனம் இதுவல்ல. ஏற்கனவே ரெக்கிட் பென்கைசர் எனும் நிறுவனத்தின் தலைமைச் செயலதிகாரியாக மூன்று ஆண்டுகள் லண்டனிலிருந்து செயல்பட்டவர். இந்த நிறுவனம் தான் லைசோல், டெற்றோல், டியூரெக்ஸ் மற்றும் பல பிராண்ட்களுக்குச் சொந்தக்கார நிறுவனம். இந்த நிறுவனம் மிகவும் சிக்கலான நிலைமையில் இருந்த போது நரசிம்மன் அதன் தலைமைச் செயலதிகாரியாகப் பொறுப்பேற்று 2019-ல் அமெரிக்காவிலிருந்து லண்டன் வந்தார்.

இவர் லண்டன் வந்த நேரத்தின் ராசி, கொரோனாப் பெருந்தொற்று உலகை ஆகிரமித்தது. இவரும் வயது முதிர்ந்த இவரது தாயாரும் மட்டுமே லண்டனில் அந்நேரத்தில் இருந்தார்கள். அமெரிக்காவில் வாழ்ந்த மனைவி, பிள்ளைகளை நீண்ட காலத்துக்குப் பிரிந்து வாழவேண்டிய சூழ்நிலையை உருவாகியது. இதுவே ஸ்டார்பக்ஸ் நிறுவனத்தில் சேர்ந்து அவர் மீண்டும் அமெரிக்கா திரும்பிச் செல்வதற்கான முடிவை எடுக்கவும் காரணமாக இருந்திருக்கும்.

ரெக்கிட் நிறுவனத்தின் தலைமைச் செயலதிகாரியாகப் பதவியேற்றுச் சில மாதங்களிலேயே கொரோனாவால் உலக நாடுகளனைத்தும் லாக்டவுன் போட்டதால், பலநாடுகளில் உள்ள ஊழியர்களோடு நேரடியாகச் சந்தித்து நல்லுறவைப் பேண முடியாத நிலைமை ஒரு புதிய சவாலாக அமைந்தது. ஏற்கனவே இவர் பதவியேற்பதற்கு முன் இந்த நிறுவனம் எடுத்த தவறான முடிவுகளிலிருந்து நிறுவனத்தை மீளக் கொண்டுவரும் பெரும் பொறுப்பும் இவருக்கு இருந்தது.

அத்துடன் கொரோனாப் பெருந்தொற்றினால் ஹாண்ட் சானிடைசர்களுக்குத் திடீரெனத் தேவையேற்பட்ட போது

வழக்கத்தை விடவும் இருபது மடங்கு அதிகமான அளவு தயாரிக்க வேண்டிய தேவையேற்பட்டது. இது வணிகரீதியில் நல்ல செய்தியான போதிலும் திடீரெனத் தயாரிப்பை அதிகரிப்பது நடைமுறையில் சுலபமான காரியமல்ல. அதேபோல் திடீரென லாக்டவுன் வந்தபோது எல்லாவற்றையும் ஆன்லைனில் செய்ய வேண்டிய கட்டாயமும் வந்தது. ஆறு நாட்களுக்குள் அதை வெற்றிகரமாக அமல்படுத்தினோம். சவால்கள் வரும்போது மனம் தளராமல் இதை எப்படி வெற்றி கொள்ளலாம் எனச் சிந்திப்பது முக்கியம் என்கிறார். கடுமையான சவால்களை வெற்றி கொள்வதில் திறமையுள்ளவரெனப் பலராலும் பாராட்டப்படுகிறார்.

ரெக்கிட் நிறுவனத்துக்கு வருமுன்னர் பெப்சிகோ நிறுவனத்தில் லத்தீன் அமெரிக்க, ஐரோப்பா, ஆப்பிரிக்காப் பகுதிகளுக்குப் பொறுப்பான அதிகாரியாகப் பணி புரிந்தார். லத்தீன் அமெரிக்க நாடுகளுக்குப் பொறுப்பேற்கும் போது ஸ்பானிஷ் மொழியை ஆர்வத்துடன் கற்றுக் கொண்டார். இவர் மூன்று இந்திய மொழிகள், ஜெர்மன், ஸ்பானிஷ், ஆங்கிலம் ஆகிய ஆறு மொழிகள் அறிந்தவர் என்பது குறிப்பிடத்தக்கது. ஒரு பிராந்தியத்தில் வேலைக்குப் போகும் போது அப்பிராந்திய மொழியைக் கற்றுத்தேற வேண்டுமெனும் ஆர்வம் இவர் எப்போதும் தொடர்ந்து கற்றுக் கொள்பவர் என்பதனைக் காட்டுகிறது.

பெப்சிகோ நிறுவனத்துக்கு முன்னால் மாக்கின்ஸி நிறுவனத்தில் பல ஆண்டுகள் பணி புரிந்தாரென்பதும் குறிப்பிடத்தக்கது.

இவரது தொழில் இவரைப் பல நாடுகளுக்கும் நகரங்களுக்கும் கொண்டு சென்றது. இருபத்தியொன்பது ஆண்டுகளில் இருபத்தி ஐந்து வீடுகளில் வசித்திருக்கிறேன் என்று ஒரு இண்டர்வியூவில் சொல்லியிருக்கிறார். உலகின் ஐந்து கண்டங்களையும் தொழில் ரீதியாகச் சுற்றி வந்திருக்கிறார்.

ஸ்டார்பக்ஸ் நிறுவனம் **1971**-ம் ஆண்டு ஒரு காஃபிக் கடையாக அமெரிக்காவில் சியாட்டில் நகரத்தில் ஆரம்பிக்கப்பட்டது. இன்று உலகம் முழுவதும் முப்பத்தி நான்காயிரத்துக்கும் அதிகமான காஃபிக் கடைகள் கொண்ட ஒரு மிகப் பெரிய பன்னாட்டு நிறுவனம். அண்மைக்காலத்தில் ஸ்டார்பக்ஸ்

நிறுவனம் பல சவால்களை எதிர்கொள்கிறது. இதில் தொழிற்சங்கங்கள் சம்பந்தப்பட்ட சவால்களும் உள்ளடங்கும். ரெக்கிட் பென்கைசர் நிறுவனத்தினை அதன் சவால்களிலிருந்து மீட்டெடுத்தது போல ஸ்டார்பக்ஸின் சவால்களையும் திறமையாக எதிர்கொண்டு வெற்றி பெறுவார் இவர் எனும் எதிர்பார்ப்புடனேயே அவரைத் தலைமைச் செயலதிகாரியாகத் தேர்ந்தெடுத்திருக்கிறார்கள்.

லக்ஷ்மன் நரசிம்மன் குடும்பத்துக்கு முன்னுரிமை கொடுப்பவர். இவரது தாயார் இவருடனேயே பல வருடங்களாக வாழ்கிறார். இவரது நாள் காலையில் ஐந்து மணிக்கு ஆரம்பமாகும். தியானம் மற்றும் உடற்பயிற்சிகள் எல்லாம் முடித்து ஏழு மணியளவில் வேலை செய்யத் தொடங்கி விடுவாராம். இரவு ஒரு மணி நேரமாவது குடும்பத்துக்காக ஒதுக்குகிறார். நீண்ட தூரம் நடத்தல், புத்தகங்கள் வாசித்தல், கவிதை மற்றும் இசை எனப் பலவற்றில் ஆர்வம் காட்டுகிறார். டென்னிஸ் விளையாடுவதும் உண்டு.

தேவைக்கேற்ப மாறக்கூடிய நெகிழ்வுத் தன்மை, தொடர்ந்து புதிதாகக் கற்றுக் கொண்டேயிருத்தல், பிரச்சினைகளைக் கண்டு மனம் தளராது தெளிந்த சிந்தனையுடன் எதிர்கொள்ளுதல் போன்ற திறன்களே இவரது வெற்றிகரமான பயணத்துக்கான காரணிகள். காஃபிக் கடைகளின் 'தல' ஆக இன்னும் சில மாதங்களில் முழுமையாகப் பொறுப்பேற்கும் லக்ஷ்மன் நரசிம்மன் ஸ்டார்பக்ஸ் நிறுவனத்தினைச் சரியான பாதையில் வெற்றிகரமாகக் கொண்டு செல்வாரென எதிர்பார்ப்போம்.

அத்தியாயம் 7

ஐபிஎம்மின் அதிகார மையம்

ஆந்திரப் பிரதேச மாநிலத்தில், மேற்குக் கோதாவரிப் பகுதியில் பிறந்தவர் அரவிந்த் கிருஷ்ணா. இவரது தந்தையார் இந்திய இராணுவ அதிகாரி. இரண்டு அல்லது மூன்று வருடங்களுக்கு ஒரு முறை தொடர்ச்சியாக மாற்றம் கிடைக்கும், நாட்டைக் காக்கும் தொழில். அதனால் இந்தியாவில் பல இடங்களில் வசிக்கும் அனுபவம் இவருக்குக் கிடைத்தது.

பள்ளிக்கூட மாணவனாக இருந்த காலத்தில் சரித்திரம், கணிதம், இயற்பியல் போன்ற பாடங்கள் இவரை ஈர்த்தன. கணிதமும் இயற்பியலும் சேர்ந்த ஒரு துறையைத் தேர்ந்தெடுக்கும் ஆர்வமும் வந்தது. அதுவே அவர் பொறியியல் துறையை மேல் படிப்புக்குத் தேர்ந்தெடுப்பதற்கான காரணம்.

பள்ளிப்படிப்பு முடிந்த பின்னர், ஐ.ஐ.டி. கான்பூரில் மின் பொறியியல் துறையில் படித்துப் பட்டம் பெற்றார். பின்னர் அமெரிக்காவிற்கு மேற்படிப்புக்காகச் சென்றார். அங்கு இலினோய், எர்பானா சாம்பேன் பல்கலைக்கழகத்தில் முனைவர் பட்டமும் பெற்றவர். முனைவர் பட்டப் படிப்பின் போது இவருடன் வேலை செய்த பேராசிரியர் ஒருவரை வழிகாட்டியாகக் கருதுகிறார். இருபத்தொன்பதாவது

வயதிலேயே முழுப் பேராசிரியராகிய மிகச் சிறந்த ஒரு அறிவாளி அவர். அவரிடமிருந்து கற்றுக் கொண்டது பல. ஆனாலும் எப்படிப் பணிவுடன் இருக்க வேண்டும் என்பது அவரிடமிருந்த் கற்றுக் கொண்டவைகளில் முக்கியமானதொன்றாகும் என்று அரவிந்த் சொல்கிறார்.

1990-ம் ஆண்டு அரவிந்த் ஐ.பி.எம். நிறுவனத்தில் சேர்ந்தார். அடுத்த முப்பது ஆண்டுகளில் பல பதவிகள் வகித்து நிறுவனத்திற்குள் படிப்படியாக முன்னேறினார். இவரது ஆய்வுகளின் பலனாகத் தொழில்சார் இதழ்களில் ஆய்வுக் கட்டுரைகள் பலவற்றை எழுதியுள்ளார். பல காப்புரிமைகளுக்குச் சொந்தக்காரர். அத்துடன் தொழில்நுட்ப இதழ்களுக்கும் எடிட்டராகப் பணி புரிந்துள்ளார்.

2020 ஏப்ரல் மாதத்திலிருந்து ஐ.பி.எம். நிறுவனத்தின் தலைமைச் செயலதிகாரியாக அரவிந்த் கிருஷ்ணா பதவி ஏற்பார் என்று 2020 ஜனவரியில் ஐ.பி.எம். நிறுவனம் அறிவித்தது.

2020 ஏப்ரல் மாதம் கோவிட் பெருந்தொற்று உலகம் முழுவதும் கோவிட் பெருந்தொற்றினால் பாதிக்கப்பட்டு லாக்டவுன் அமல்படுத்திய காலம். புதிய ‘தல’ ஆகப் பதவியேற்கும் போதே வரலாற்றில் இதுவரை யாரும் எதிர்கொள்ளாத சவாலை எதிர்நோக்கும் நிலைமை வந்தது.

கோவிட் பெருந்தொற்றைப் பற்றிச் சொல்லும் போது, அதனை எந்த ஒரு அரசாங்கத்தாலும் துணிவுடன் முயற்சி செய்யவியலாத ஒரு சமூகப் பரிசோதனை (Social Experiment) என்று சொல்கிறார். கோவிட் பெருந்தொற்றுக்கு முன்னர் நிறுவனங்கள் தொழில் புரட்சிக் (Industrial Revolution) காலத்திலிருந்து பின்பற்றப்பட்ட முறையையே மாற்றமின்றித் தொடர்ந்தன. அதாவது அலுவலகம் அல்லது தொழிற்சாலைக்குப் போய்த்தான் பணி புரியலாம் எனும் கோட்பாட்டில் மாற்றம் வரவில்லை. ஆனால் இன்றைய காலகட்டத்தில் கிடைக்கும் தொழில்நுட்பத்தின் மூலம் வீட்டிலிருந்தும் பலவிதமான வேலைகளைச் செவ்வனே செய்ய முடியுமென்பதை கோவிட் பெருந்தொற்று மூலம் நாம் உணர்ந்து கொண்டோம் என்பது அரவிந்த் கிருஷ்ணாவின் கருத்து.

ஐபிஎம் நிறுவனம் ஆரம்பிக்கப்பட்டது 1911-ம் ஆண்டு. ஒரு நூற்றாண்டையும் கடந்து பயணிக்கும் ஒரு பழமை வாய்ந்த நிறுவனம். பொதுவாக இந்நிறுவனத்தின் பெயரைச் சொல்லும்போது அனைவரின் மனதில் உடனே தோன்றுவதும கணினிகள் தயாரிக்கும் நிறுவனம் என்பதே. எல்லா வகையான கணினிகளையும் தயாரித்தாலும் முக்கியமாக மெயின் ஃப்ரேம் கணினி வகைகளுக்கு இந்நிறுவனம் மிகவும் பிரபலமானது. 1990-களில் இந்நிறுவனத்தின் வருமானத்தில் எழுபது சதவீதம் கணினிகள் தயாரிப்பதன் மூலமே ஈட்டியது.

ஆனால் அரவிந்த் கிருஷ்ணாவின் தலைமையில் இயங்கும் இந்நிறுவனத்தின் இன்றைய வருமானத்தில் பத்து சதவீதத்துக்கும் குறைவாகவே கணினிகள் மூலம் வருகின்றது. இது காலத்துக்கேற்பத் தனது சேவைகளில் மாற்றத்தைக் கொண்டு வருகிறது ஐ.பி.எம். நிறுவனம் என்று எடுத்துக் காட்டுகிறது. காலத்தின் தொழில்நுட்ப மாற்றங்களுக்கேற்ப மாறாத நிறுவனங்கள் நீண்ட நாட்கள் நிலைத்து நிற்பதில்லை என்பதற்குப் பல உதாரணங்கள் உண்டு.

மேலும் ஐ.பி.எம். நிறுவனத்தின் மாற்றத்துக்கான காரணங்களைப் பற்றி அரவிந்த் கூறுகையில் தனது நிறுவனத்தின் திறன் எங்கே அதிகமாக இருக்கிறது என்பதும் ஒரு காரணம் என்கிறார். ஐ.பி.எம். அமெரிக்காவின் தொழில்நுட்பக் காப்புரிமைகளில் பெரிய பங்கிற்குச் சொந்தக்கார நிறுவனமாக இருக்கிறது. புதுமையான அணுகுமுறைகளை உருவாக்குவதில் ஐ.பி.எம். சிறந்து விளங்குகிறது.

வாடிக்கையாளர்களின் பிரச்சினைகளுக்கு முடிவு காண்பதில் ஐ.பி.எம். நிறுவனத்தின் அணுகுமுறை வாடிக்கையாளர் நிறுவனத்தோடு சேர்ந்து புதிய வழிமுறைகளைக் காண்பது. யாருக்கும் நீங்கள் இப்படித்தான் செய்ய வேண்டும் என்று பரிந்துரைப்பது பிடிப்பதில்லை. அத்துடன் ஒவ்வொரு நிறுவனத்துக்குமுள்ள தனிப்பட்ட சவால்களைப் பொதுமைப்படுத்த முடியாது. அதனால் வாடிக்கையாளர்களோடு சேர்ந்து தீர்வுகளைக் காண்பது அவசியமானது என்பது அரவிந்த் கிருஷ்ணாவின் கருத்து.

அரவிந்த் கிருஷ்ணா தலைமைச் செயலதிகாரியாக வருவதற்கு முன்பு ஐ.பி.எம். நிறுவனம் ரெட் ஹாட் எனும் நிறுவனத்தைக் கொள்வனவு செய்தது. இது ஐ.பி.எம். செய்த மிகப் பெரிய கொள்வனவாகும். ரெட் ஹாட் நிறுவனம் திறந்தமூல மென்பொருள் (Open Source Software) துறையில் பிரபலமான ஒரு நிறுவனம். முக்கியமாக மேகக் கணிமம் (Cloud Computing) சார்ந்த சேவைகளை வழங்கி வரும் நிறுவனம். இந்த நிறுவனத்தை ஐ.பி.எம். முப்பத்தி நான்கு பில்லியன் டாலர்கள் கொடுத்துக் கொள்வனவு செய்தது. இந்தக் கொள்வனவின் முக்கிய சூத்ரதாரியாக அரவிந்த் கிருஷ்ணா இருந்தார். இந்தக் கொள்வனவு ஐ.பி.எம். நிறுவனத்தின் எதிர்காலப் பாதையை நிர்ணயிப்பதில் ஒரு அங்கம் வகித்தது என்று சொல்லலாம்.

ஐ.பி.எம். நிறுவனம் தற்போது அதிக கவனம் செலுத்தும் துறைகள் இரண்டாகும். முதலாவது hybrid cloud solutions. இரண்டாவது செயற்கை நுண்ணறிவு (Artificial Intelligence). அரவிந்த் கிருஷ்ணா இத்துறைகளுக்கான சந்தை மதிப்பு டிரிலியன் டாலர்களில் இருக்கிறது என்று சொல்கிறார். அந்தச் சந்தையில் கணிசமான பகுதியைத் தங்களுடையதாக்குவதே ஐ.பி.எம். நிறுவனத்துக்கான அவருடைய தொலைநோக்கு.

மற்றைய பெரிய அமெரிக்க நிறுவனங்களைப் போலல்லாது ஐ.பி.எம். நிறுவனம் எந்தவிதமான அரசியல் கட்சிகளுக்கும் நிதி வழங்குவதில்லை. இந்தக் கொள்கை பற்றி அரவிந்த் கிருஷ்ணா கொடுத்த விளக்கம் என்னவென்றால், நமது நிறுவனம் சமுதாயத்துக்குச் சேவை செய்யும் ஒரு நிறுவனம். அதனால் எமது நிறுவனம் பணம் கொடுத்து அரசியல்வாதிகளின் கவனத்தை ஈர்க்க வேண்டிய தேவையில்லை. எமது கருத்துக்களை அரசியல்வாதிகள் கேட்கத் தயாராக இருக்கிறார்கள்.

முப்பது வருடங்ஜளுக்கு மேலாக ஒரு நிறுவனத்தில் பல பதவிகளை வகித்து இன்று 'தல' ஆகியிருக்கும் அரவிந்த் கிருஷ்ணா, வருங்காலத்தில் ஒரு தலைமைச் செயலாதிகாரியாக வர ஆசைப்படும் இளையோருக்குக் கொடுக்கும் முக்கிய அறிவுரைகள் மூன்று.

முதலாவது, எதையும் அறிந்து கொள்வதில் ஆர்வம் காட்டுதல். உங்கள் வேலையை மட்டுமே பார்த்துக் கொண்டிருக்காமல்

உங்களைச் சுற்றியும் வெளியிலும் நடப்பவற்றில் ஆர்வம் காட்டுங்கள். உங்கள் நிறுவனத்தில் என்ன நடக்கிறது அறிந்து அவற்றைக் கற்றுக்கொண்டு உங்கள் அறிவுத்திறனை விருத்தி செய்யுங்கள்.

இரண்டாவது, தோல்விகளைக் கண்டு மனம் தளராமல் தொடர்ந்து முயற்சி செய்வது. எத்தனை தரம் நீங்கள் தோல்வி கண்டீர்கள் என்பது பலருக்குத் தெரியாமலே இருக்கும். ஆனால் நீங்கள் காணும் ஒவ்வொரு வெற்றியும் அனைவருக்கும் தெரிய வரும். இன்று நாம் பாவிக்கும் மின் விளக்குகளைக் கண்டு பிடித்த தோமஸ் ஆல்வா எடிசன் பல தடவைகள் தோல்வி கண்ட பின்பே வெற்றியடைந்தார் என்பது போலத் தோல்விகளைச் சந்திக்கும்போது உங்கள் முயற்சியைக் கைவிடாமல் தொடர்ந்து முயற்சி செய்யுங்கள்.

மூன்றாவது, உங்கள் வேலையை ஏதோ ஒரு கடமைக்குச் செய்யாமல் அதில் ஒரு அதீத ஆர்வத்துடன் செயல்படுங்கள். நீங்கள் தேர்ந்தெடுக்கும் துறை உங்களுக்கு மிகவும் பிடித்த துறையாக இருக்க வேண்டும். அப்போதுதான் உங்களுக்கு நீங்கள் செய்யும் தொழிலில் ஆர்வமிருக்கும். முழுமையாக உணர்வுபூர்வமாக ஈடுபடும்போதுதான் உங்களால் அதில் வெற்றியடைய முடியும்.

அத்தியாயம் 8

நவநாகரீகத்தின் தலைவி

ஷனெல் (Chanel) எனும் பெயர் உலகெங்கும் பிரபலமானது. ஆடம்பரமான பொருட்களை, முக்கியமாகப் பெண்கள் மத்தியில், விற்பனை செய்யும் பிராண்ட். இன்றைய நவநாகரீகத்தின் அடையாளங்களில் ஒன்று என்று சொல்லலாம்.

இது 1910-ம் ஆண்டு பிரெஞ்சு ஃபாஷன் டிசைனரான (Fashion designer) கோகோ ஷனெல் எனப்படும் பெண்ணினால் தொப்பிகள் விற்கும் ஒரு கடையாகப் பாரிஸ் நகரத்தில் ஆரம்பிக்கப்பட்டது. தற்போது உலகெங்கும் ஐநூறுக்கும் மேற்பட்ட கடைகளும், இருபத்தியெட்டாயிரத்துக்கும் மேற்பட்ட ஊழியர்களையும் கொண்டு இயங்குகிறது. இதன் தற்போதைய தலைமைச் செயலகம் லண்டன் மாநகரில் உள்ளது. இதன் வருடாந்த விற்பனையின் பெறுமதி பதினைந்து பில்லியன் அமெரிக்க டாலர்களுக்கும் மேலானதாகும்.

இந்தப் பன்னாட்டு நவநாகரிக நிறுவனத்தின் தலைமைச் செயல் அதிகாரி, லீனா நாயர் எனப்படும், இந்தியாவில் பிறந்து பிரிட்டனில் வாழும் பெண்ணாவார். இவர் 2022 ஜனவரி மாதத்தில் இந்நிறுவனத்தின் தலைமைச் செயலதிகாரியாகப் பதவியை ஏற்றார்.

லீனா நாயர் பிறந்தது மகராஷ்டிர மாநிலத்திலுள்ள கோலாப்பூரில். இவரது இளநிலைப் பட்டப்படிப்பு எலெக்ட்ரானிக்ஸ் மற்றும் டெலிகம்யூனிகேஷன்ஸ் பொறியியல் துறையில். பின்னர் சேவியர் ஸ்கூல் ஆஃப் மானேஜ்மெண்ட்டில் தங்கப் பதக்கத்துடன் எம்.பி.ஏ பட்டமும் பெற்றார்.

இவரது இளமைக்காலத்தில் பெண்கள் எது செய்யலாம், எது செய்யக் கூடாது எனப் பல விதிமுறைகளுக்குட்பட்டே வளர்ந்தார். பொறியியல் படித்தபோது அதை அவர் விரும்பினாலும், அவருக்கு அதனைவிட மனிதவளத் துறையே பொருத்தமான துறையாக இருக்கும் என்று ஒரு பேராசிரியர் கூறியுள்ளார். லீனாவுக்கும் அது சரியாகப்படவே அவர் மனிதவளத் துறையில் தனது தொழில்ரீதியான பாதையைத் தேர்ந்தெடுத்தார். இவரது இந்தத் தேர்வு லீனாவின் தந்தையாருக்குத் திருப்தியளிப்பதாக இருக்கவில்லை. "பொறியியலாளராகப் படித்தவள் பொறியியலாளராக முன்பகுதியில் பணி புரியாமல் எதற்கு பின்னாலியங்கும் அலுவலக நிர்வாகத்தில் சேர்கிறாய்?" எனும் அர்த்தத்தில் கேள்வி கேட்டுத் தனது அதிருப்தியைத் தெரிவித்திருக்கிறார் லீனாவின் தந்தை. ஆனாலும் லீனா தனது உள்ளம் சொல்லியபடியே மனிதவளத்துறையில் துணிவோடு காலடியெடுத்து வைத்தார்.

லீனா நாயர் 1992-ல் யூனிலீவர் நிறுவனத்தின் இந்தியக் கிளையான இந்துஸ்தான் யூனிலீவரில் பணிக்குச் சேர்ந்தார். அடுத்த முப்பது வருடங்கள் அந்த நிறுவனமே அவரது தொழில்ரீதியான பிரமாண்டமான வளர்ச்சிக்கு உறுதுணையாக இருந்தது.

லீனா நாயர் யூனிலீவரின் முப்பது வருடப் பணியில் பலதடவை முதலாவதாக ஒரு காரியத்திலீடுபடும் பெருமையைப் பெற்றார். இவர்தான் முதன்முதலாகத் தொழிற்சாலையில் வேலை செய்த முதல் பெண் ஊழியர். முதலாவதாக இரவு நேர ஷிஃப்ட் செய்த பெண் ஊழியர். முதலாவதாக மேலாண்மைக் குழுவில் அங்கம் வகித்த பெண். முதலாவதாக யூனிலீவர் நிறுவனத்தின் மனிதவளத் தலைமையதிகாரியாக (Chief Human Resources Officer) வந்த ஆசிய இனத்தைச் சேர்ந்தவர். அத்துடன் இப்பதவிக்கு வந்த முதல் பெண். அதுமட்டுமல்லாமல்

இப்பதவிக்கு வந்தவர்களில் மிகவும் இளையவர். இப்படியான பல சாதனைகளோடு அவரது யூனிலீவரில் பணிபுரியும் காலம் கடந்தது.

யூனிலீவர் நிறுவனத்தின் உலகெங்கும் உள்ள ஊழியர்களின் எண்ணிக்கை ஒரு லட்சத்து அறுபதாயிரத்துக்கும் மேலானதாகும். மனிதவளத்துறையின் தலைமையதிகாரியாக அவர்களனைவரையும் பராமரிப்பது லீனா நாயரின் பொறுப்பாகும்.

ஆரம்பக் காலங்களில் தொழிற்சாலைக்குச் செல்லும் போது அங்கு பெண்களுக்கான கழிவறை இருக்கவில்லை. இவருக்காகக் கட்டப்பட்டதால் அந்தக் கழிவறையினை லீனாவின் கழிவறை என்று பகடியாகச் சொல்வார்களாம். இப்படியான அனுபவங்கள் அவருக்குத் தன்னம்பிக்கையை வளர்த்தது. அத்துடன் இதுவரை ஒரு விடயம் செய்யப்படவில்லை என்றால் அதை அப்படியே ஏற்காமல், எப்படிச் செய்யலாம் என்று சிந்திக்கும் திறனையும் துணிவையும் வளர்த்ததாகச் சொல்கிறார். அத்துடன் பொறியியல் துறையில் கல்வி கற்றது பிரச்சினைகளுக்குத் தீர்வு காணும் ஆற்றலைக் கற்றுக் கொடுத்தது. ஆகையால் பொறியியல் கல்வி வீண் போகவில்லை என்கிறார்.

லீனா நாயர் 2008-ல் தாஜ் ஹோட்டலில் நடைபெற்ற பயங்கரவாதிகளின் தாக்குதலின் போது அங்கு மற்றைய யூனிலீவர் மேலதிகாரிகளோடு இருந்தவர். உயிருடன் இங்கிருந்து வெளியே போவேனா? எனும் நிலைமை ஒரு புதிய அனுபவமாகவும் அதே நேரத்தில் வாழ்க்கையின் நிலையாமை பற்றிய தெளிவையும் கொடுத்ததென்கிறார்.

யூனிலீவரில் பணிபுரியும் காலத்திலேயே 2018-லிருந்து 2020 வரை பிரிட்டனின் அரச திணைக்களமொன்றின் நிறைவேற்றதிகாரமில்லாத நிர்வாகியாகவும் (Non Executive Director) பணி புரிந்தார். அத்துடன் உலகப் பொருளாதார மன்றத்தின் (World Economic Forum) கமிட்டிகளிலும் பணி புரிந்துள்ளார். லிவர்ஹூம் டிரஸ்டின் நிர்வாகக் குழுவிலுமிருந்துள்ளார்.

ஷனல் நிறுவனம் ஒரு நவநாகரிகத்தின் அடையாளம். அப்படியிருந்த போதிலும் நவநாகரிகத் துறையில் எந்தவித

அனுபவமுமில்லாத லீனா நாயரை அவர்கள் தங்கள் உலகத் தலைமைச் செயலதிகாரியாகத் தேர்ந்தெடுத்தார்கள். அதற்கு அவரது ஆளுமையில் அவர்கள் வைத்திருந்த நம்பிக்கைதான் காரணம். இந்தப் பதவியேற்பிலும் லீனா நாயருக்கு மீண்டும் ஒரு முதலாவது நபர் எனும் பெருமை உண்டு. இதுவே நூற்றாண்டுக்கு மேலாக இயங்கி வரும் இந்நிறுவனத்துக்கு ஒரு இந்திய வம்சாவளிப் பெண் தலைமைச் செயலதிகாரியாகும் முதல் தருணம்.

லீனா நாயர் தல ஆக இருப்பதற்குக் கடைப்பிடிக்கும் வழிமுறைகளில் முக்கியமானது என் மூன்று விடயங்களைக் குறிப்பிடுகிறார்.

முதலாவது ஒவ்வொரு நாளும் 'நான் ஏதோ கற்கப் போகிறேன்' எனும் எண்ணத்தோடே பணிக்குச் செல்வாராம். அதாவது தன்னை ஒரு தொடர்ந்து கற்றுக் கொண்டிருக்கும் மாணவியாகவே அவர் கருதுகிறார். தனது தொழில்சார்ந்த நேரத்தில் கணிசமான அளவு நேரத்தை நிறுவனத்துக்கு வெளியே மாநாடுகள், கூட்டங்களுக்குப் போய் மற்றவர்களைச் சந்திக்கும் போது தற்போதையச் சிந்தனைகள் என்னவாக இருக்கின்றன என்பது போன்ற பலவற்றைக் கற்றுக் கொள்கிறார்.

அத்துடன் தனிப்பட்ட ரீதியில் ஒவ்வோராண்டும் ஏதாவது ஒன்றைப் புதிதாகக் கற்றுக் கொள்ள முயற்சி செய்வாராம். உதாரணமாக ஸ்பானிஷ் மொழி கற்றார். ஒரு சமயம் அவருக்கு இசை பற்றிய அறிவு அதிகமில்லாத போதிலும் கீபோர்ட் கற்றுக் கொண்டாராம். இப்படித் தொடர்ந்து கற்றுக் கொள்ளும் ஆர்வம் தொழில் ரீதியாகவும் தனிப்பட்ட வாழ்க்கையிலும் அவரிடம் நிறைந்துள்ளது.

இரண்டாவதாக அவர் பின்பற்றும் வழிமுறை அனைவரது குரலும் முக்கியமானதென்பதாகும். ஒவ்வொரு கூட்டத்திலும் அதில் பங்குபற்றும் அனைவரது அபிப்ராயமும் தெரிவிக்கச் சந்தர்ப்பம் கொடுப்பதில் கவனம் செலுத்துவார். யாராவது அமைதியாக இருந்தால் அவர்களுக்கும் ஒரு சந்தர்ப்பம் நேரடியாகக் கொடுத்து அவர்களது அமைதி அவர்களாகத் தேர்ந்தெடுத்ததா என்று உறுதி செய்து கொள்வார்.

லீனா நாயரைப் பொறுத்தவரை ஒருவரின் பதவி முக்கியமல்ல. அனைவரையும் சமமாகவே தான் கருதுவதாகவும் அனைவரது கருத்தையும் கேட்க வேண்டியது முக்கியமானது என்றும் கருதுகிறார். கூட்டங்களுக்குப் போகும் போது பொதுவாகக் கைபேசியோ மடிக்கணினியோ இல்லாமல் நேருக்கு நேர் பார்த்து முழுக்கவனத்தையும் செலுத்தி மற்றவர்கள் சொல்வதைக் கேட்பது அவரது வழக்கம்.

அத்துடன் பன்னாட்டு நிறுவனத்தை நிர்வகிக்கும் போது பலவிதமான கலாசார வித்தியாசங்களைக் கருத்தில் கொள்ள வேண்டும். ஒரு விஷயத்தைச் சொல்லும் போது அது அனைவரிடமும் ஒரே மாதிரியான புரிதலை ஏற்படுத்தாது. ஒவ்வொரு கலாசாரத்துக்குமான சென்சிடிவான விபரங்களை அறிந்து அதற்கேற்ப நடந்து கொள்ள வேண்டும் என்கிறார்.

மூன்றாவதாக அவர் சுய கவனிப்பு முக்கியம் என்கிறார். ஒருவர் தனது உடல் மற்றும் மனநலத்தில் கவனமெடுக்காவிட்டால் அவரால் திறமையாகச் செயற்படுவது சிரமம். அத்துடன் மற்றவர்களைத் தலைமை தாங்கி நடத்திச் செல்லும் சக்தியற்றவராவதைத் தவிர்க்க முடியாது. ஆகவே ஒவ்வொருவரும் தனது சொந்த உடல் மற்றும் மன நலத்தில் அக்கறை செலுத்த வேண்டியது மிக முக்கியமானது என்கிறார்.

இந்தச் சுயகவனிப்புச் செய்கையில் ஒன்றாக ஒவ்வொரு நாளும் இரவில் அன்றைய நாளில் நன்றி சொல்ல வேண்டிய மூன்று விடயங்களைச் சிந்தித்து எழுதுவாராம். அது மட்டுமல்லாது காதில் இசை எதுவும் கேட்காமல் இயற்கைச் சூழலில் நடக்கப் போவது தனக்கு மிகவும் பிடிக்கும் என்கிறார். இசை போன்ற எந்தவித இடையூறுமில்லாமல் நடப்பது இயற்கையோடு ஒன்றி ரசிக்க உதவுமென்பது அவரது கருத்து. ஞாயிற்றுக் கிழமைகளில் ஓட்டப் பயிற்சியின் பின்னர் கோயிலுக்குச் சென்று கொஞ்ச நேரம் தியானம் செய்வது அவரது வாராந்தப் பழக்கங்களில் ஒன்று.

புதிதாகத் தொழில்துறையொன்றில் காலெடுத்து வைக்கும் இளையவர்கள் வெற்றிப்பாதையில் செல்வதற்கு என்ன செய்ய வேண்டும்? இந்தக் கேள்விக்குப் பதிலாக லீனா நாயர் சொன்ன குறிப்புகள் சில : எப்பொழுதும் புதிதாகக் கற்றுக்

கொள்ளும் ஆர்வம் இருக்க வேண்டும். மற்றவர்களால் அதிகம் விரும்பப்படாத காரியங்களையும் துணிந்து சவாலாக ஏற்று விருப்பத்துடன் செய்யப் பழக வேண்டும். சந்தர்ப்பங்கள் வரும்போது அதற்கேற்ப நீங்களாக முன்வந்து செயல்படுவதன் மூலம் உங்கள் திறனை நீங்கள் வெளிக் கொணர வேண்டும்.

லீனா நாயரின் அறிவுரையை இளையோர் கவனத்தில் கொள்வது அவர்களுக்குப் பயனுள்ளதாக இருக்கும்.

அத்தியாயம் 9

பொதி சுமக்கும் மனிதர்

1991-ம் ஆண்டு ஆகஸ்ட் மாதம் அமெரிக்காவில் டெக்சாஸ் மாநிலத்திலுள்ள ஆஸ்டின் நகரத்தில் ராஜேஷ் எனும் இந்திய இளைஞன் சோர்வுடன் தனது அபார்ட்மெண்டிற்குள் நுழைந்தான். அவனது சோர்வுக்கான காரணம் டெக்சாஸ் பல்கலைக்கழகத்தில் எம்.பி.ஏ. படித்து முடித்து கிட்டத்தட்ட மூன்று மாதங்களாகிறது. ஆனாலும் இதுவரை வேலை எதுவும் கிடைக்கவில்லை. இண்டர்வியூக்கள் பல அவன் கண்டிருக்கிறான். வேலை கிடைக்கும் என்னும் நம்பிக்கை உருவாகும். ஆனால் இறுதியில் அமெரிக்காவில் நிரந்தர வதிவிடத்தை உறுதிப்படுத்தும் க்ரீன்கார்ட் அவனிடம் இல்லை என்று தெரிந்ததும் அவனது எதிர்பார்ப்புக்கு முற்றுப்புள்ளி வைத்து விடுவார்கள். கைக்கெட்டியது வாய்க்கெட்டவில்லை என்னும் கதைதான்.

ராஜேஷ் அபார்ட்மெண்டிற்குள் நுழையும் போது அவனுடன் அதே அபார்ட்மெண்டில் வசிக்கும் நண்பன் தொலைபேசியில் யாருடனோ பேசிக் கொண்டிருந்தான். அந்தத் தொலைபேசி அழைப்பு அவர்களுடைய பல்கலைக்கழகத்துக்கு ஆள் சேர்க்கும் நோக்கத்தில் ஒரு நிறுவனம் அவனது நண்பனை

இன்டர்வியூவிற்கு வரும்படி சொல்வதற்கான அழைப்பு என்பதை நண்பன் மூலம் அறிந்து கொண்டான் ராஜேஷ். தான் மீண்டும் இந்தியாவுக்குத் திரும்பிப் போக முடிவு செய்ததால் அந்த இண்டர்வியூவிற்குப் போகவில்லை என்றும் அந்த நண்பன் சொன்னான்.

ராஜேஷிற்கு அந்த இண்டர்வியூவிற்குத் தான் போனால் என்ன எனும் யோசனை வந்தது. நண்பனிடம் அவனை அழைத்தவரின் தொலைபேசி இலக்கத்தை வாங்கி அழைப்பை ஏற்படுத்தினான்.

"நீங்கள் எனது நண்பனோடு பேசினீர்கள். அவன் இந்தியா போக முடிவு செய்து விட்டான். ஆனால் நான் இங்குதான் இருக்க விரும்புகிறேன். நான் அந்த இண்டர்வியூவிற்கு வரலாமா?" என்று கேட்டான்.

அவர்களும் சம்மதித்து அவனது பயோடேட்டாவினை ஃபாக்ஸ் மூலம் உடனே அனுப்பும்படி சொன்னார்கள்.

உற்சாகத்துடன் ஆரம்பித்தாலும் இண்டர்வியூ தினத்தன்று அவனுக்கு இதுவரை தான் கண்ட தோல்விகள் நினைவுக்கு வந்தன. இதுவும் க்ரீன் கார்ட் இல்லை என்று சொல்லித் திருப்பி அனுப்பும் இன்னுமொரு தோல்வியாக இருப்பதற்கான வாய்ப்புகள் அதிகம் எனும் ஒரு மன உளைச்சலுடன் இண்டர்வியூ அறைக்குள் நுழைந்தான். அங்கே இருவர் இவனுக்காகக் காத்திருந்தனர். வழக்கமான முகமன்கள் எதுவும் சொல்லாமல் "என்னிடம் க்ரீன் கார்ட் இல்லை. ஆகவே அது முக்கியமாயின் உங்கள் நேரத்தையும் எனது நேரத்தையும் வீணடிக்கத் தேவையில்லை." எனும் அர்த்தத்தில் ஆங்கிலத்தில் அவர்களிடம் வார்த்தைகளைக் கொட்டினான். உள்ளே வரும்போதே இப்படிப் பேசுகிறானே என்று அவர்கள் கோபமடையவில்லை. மாறாக அவர்கள் "முதலில் நம் நிறுவனத்தில் வேலை செய்வதற்கு என்ன தேவை என்று பார்ப்போம். அதன் பின்னர் பேப்பர்வேர்க் பற்றிச் சிந்திக்கலாம்" எனும் அர்த்தத்தில் பதிலளித்து இண்டர்வியூவினை ஆரம்பித்தார்கள்.

அன்று இண்டர்வியூ பண்ண வந்திருந்தவர்களுக்குத் தெரியாது- தாங்கள் தமது நிறுவனத்தின் வருங்காலத் தலைவனைத்

தேர்ந்தெடுக்கிறோம் என்பது. ராஜேஷிற்கும் தெரியாது மூன்று தசாப்தங்களுக்குப் பின் அவன் அந்த நிறுவனத்தின் 'தல' ஆகப் போகிறான் என்பது.

உலகெங்கும் ஆறு லட்சம் ஊழியர்களைக் கொண்டு வியாபித்திருக்கும் ஃபெடெக்ஸ் (FedEx) நிறுவனமே ராஜ் சுப்ரமணியம் என்று அனைவராலும் அழைக்கப்படும் ராஜேஷ் சுப்ரமணியமை **1991**-ம் ஆண்டில் டெக்சாஸ் பல்கலைக்கழக வளாகத்தில் இண்டர்வியூ செய்து தேர்வு செய்தது.

ராஜ் சுப்ரமணியம் திருவனந்தபுரத்தைப் பிறப்பிடமாகக் கொண்டவர். பள்ளிப்படிப்பு திருவனந்தபுரத்தில் உள்ள லொயோலாவில். அவரது இளநிலைப் படிப்பு ஐ.ஐ.டி. மும்பையில். அங்கு இரசாயனப் பொறியியலில் பட்டம் பெற்றார். அங்கு கற்றுக் கொண்டவை தனது வாழ்க்கையில் முன்னேறுவதற்கு மிகவும் உதவியாக இருந்தன என்று சொல்லியிருக்கிறார்.

ராஜ் சுப்ரமணியத்தின் தந்தையார் கேரளா போலீஸில் டிஜிபி ஆகப் பணி புரிந்தவர். தாயார் மருத்துவர், கேரளா சுகாதாரத் துறையில் அடிஷனல் டைரக்டராகப் பணி புரிந்து ஓய்வு பெற்றவர். அவரது தந்தையார் ராஜேஷ் அரசப் பணியில் சேர்வதில் ஆர்வம் காட்டினார். ஐஏஎஸ் படிக்கும்படி சொன்னார். ஆனாலும் ராஜ் அதை விரும்பாமல் அமெரிக்காவுக்குப் படிக்கப் போவதாகச் சொன்னார்.

அமெரிக்காவின் நியூயார்க் மாநிலத்திலுள்ள சிரகியூஸ் பல்கலைக் கழகத்தில் இரசாயனப் பொறியியலில் முதுநிலைப் படிப்புக்கு ஸ்காலர்ஷிப் கிடைத்தது. அங்கு படித்து முடித்த பின்னர் அவருக்கு எம்.பி.ஏ. செய்ய வேண்டும் என ஆர்வம் வந்தது. GMAT பரீட்சையில் மிகவும் சிறந்த புள்ளிகளைப் பெற்றார்.

டெக்சாஸ் பல்கலைக்கழகத்தில் எம்.பி.ஏ படிக்க. அனுமதி கிடைத்தது. ஆனால் அதற்குத் தேவையான அளவு பணம் இல்லை. ராஜ் பல்கலைக்கழகத்துக்குச் சென்று அவரது எம்.பி.ஏ படிப்புக்குப் பொறுப்பான பேராசிரியரைச் சந்தித்துப் பேசியதன் மூலம் படிப்பதற்கான ஸ்கால்ர்ஷிப் பெற்றுக் கொண்டாராம் என்று அவரது தந்தை பெருமையாகச் சொல்கிறார். அத்துடன்

ராஜ் சுப்ரமணியன் ஆங்கிலம், மலையாளம், தமிழ், இந்தி ஆகிய நான்கு மொழிகளும் பேசக் கூடியவர்.

அவரது மனைவி உமா ஐஐஎம் அஹமதாபத்தில் படித்தவர். அவரும் ஃபெடெக்ஸ் நிறுவனத்தின் முன்னாள் ஊழியராவார். அத்துடன் ராஜ் சுப்ரமணியத்தின் மகனும், சகோதரரும் ஃபெடெக்ஸ் நிறுவனத்தில் பணி புரிகிறார்கள்.

ராஜ் சுப்ரமணியம் ஃபெடெக்ஸ் நிறுவனத்தில் சந்தைப்படுத்தல் ஆய்வாளராகவே (Marketing Analyst) **1991**-ல் காலடியெடுத்து வைத்தார். அடுத்த முப்பது வருடங்களில் ராஜ் சுப்ரமணியம் அந்நிறுவனத்தில் வெகுவேகமாகப் பதவி உயர்வுகளைப் பெற்று முன்னேறினார். குறுகிய காலத்திலேயே முதலாவது தலைமைப் பதவி அவருக்குக் கிடைத்தது. அத்துடன் உலகத்தில் பல பகுதிகளிலும் பணி புரியும் வாய்ப்புகளும் கிடைத்தன. ஹாங்காங், கனடா போன்ற நாடுகளிலும் பணியாற்றினார்.

1971-ல் ஃப்ரெட் ஸ்மித் என்பவரால் ஒரு சிறு நிறுவனமாக ஆரம்பிக்கப்பட்டுத் தற்போது உலகெங்கும் பொதிகளைக் கொண்டு செல்லும் ஒரு மாபெரும் நிறுவனமாக வளர்ந்திருக்கிறது ஃபெடெக்ஸ் நிறுவனம். இதன் தலைமைச் செயலதிகாரியாக இதன் நிறுவனரான ஃப்ரெட் ஸ்மித் ஆரம்பித்ததிலிருந்து பதவியிலிருந்தார். ஜூன் **2022** முதல் ராஜ் சுப்ரமணியம் அப்பொறுப்பினை ஏற்றுக் கொண்டார். நிறுவனத்தின் அரை நூற்றாண்டு வரலாற்றில் முப்பது ஆண்டுகளுக்கு மேல் ராஜ் சுப்ரமணியனும் பங்கேற்றிருக்கிறார் என்பது குறிப்பிடத்தக்கது. அண்மைக் காலங்களில் ஃபெடெக்ஸ் நிறுவனத்தில் செயல்படுத்தப்பட்ட பல மாற்றங்களில் ராஜ் சுப்ரமணியத்தின் பங்கு பெருமளவு உண்டு.

கடந்தசில ஆண்டுகளாக ராஜ் சுப்ரமணியத்தைத் தலைமைச் செயலதிகாரியாக்கும் நோக்குடன், அவரைத் தயாராக்குவதில் நிறுவனர் ஃப்ரெட் ஸ்மித் கவனம் செலுத்தியிருக்கிறார். அவரிடமிருந்து தான் கற்றுக் கொண்டது நிறைய விஷயங்கள் என்று ராஜ் குறிப்பிட்டிருக்கிறார். ராஜ் சுப்ரமணியன் தலைமைச் செயலதிகாரியாகப் பதவிக்கு வந்த போது அவரது தந்தை "எப்போதும் போல நீ நீயாக இருப்பதோடு பணிவாகவும் இருந்து கொள்" என்று அறிவுரை கொடுத்தாராம்.

இன்றைய இளைஞர்களுக்கு ராஜ் சுப்ரமணியம் வழங்கும் அறிவுரை என்னவென்று பார்ப்போம்.

உங்களுக்குத் தற்போதுள்ள அறிவை மட்டும் நம்பி வாழ்க்கை முழுவதும் இருக்க முடியாது. தொடர்ந்து கற்றுக் கொண்டிருப்பது முக்கியமானது. எனது வாழ்க்கையில் எத்தனையோ மாற்றங்களைக் கண்டுதான் நான் இன்றைய நிலைக்கு வந்து சேர்ந்திருக்கிறேன். எப்போதும் தேவைக்கேற்ற மாதிரி மாறுவதற்கும் தயாராக இருக்க வேண்டும். புதிய சந்தர்ப்பங்கள், புதிய கலாசாரங்கள் மூலம் கற்றுக் கொள்ளும் மனப்பான்மை வேண்டும்.

உங்கள் பகுதிக்கு வெளியிலுள்ள ப்ராஜெக்ட்களையும் ஏற்றுக் கொள்ள முயற்சி செய்ய வேண்டும். எதிர்பாராமல் சந்திக்கும் பிரச்சினைகளை ஒரு நல்ல சந்தர்ப்பம் எனும் மனநிலையோடு எதிர்கொள்ளப் பழக வேண்டும்.

மாற்றங்கள் முக்கியம் ஆனாலும் நீங்கள் நீங்களாகவே இருக்க வேண்டும். உங்கள் தனித்தன்மையை இழக்கக் கூடாது. அத்துடன் தனி மனிதப் பார்வையோடு நிற்காமல் சமூகத்தைப் பற்றியும் சிந்தித்தல் அவசியம். பெரிதாகச் செய்ய வேண்டுமென்றில்லை, உங்களைச் சுற்றியுள்ள சமுதாயத்திற்கு உங்களால் என்ன செய்ய முடியும் என்று பாருங்கள்.

அத்தியாயம் 10

தொழிற்சாலைப் பெண்மணி

ரேவதி அத்வைதி கல்லூரியில் மெக்கானிகல் எஞ்சினியரிங் படிக்கப் போகும் போது அவரது வகுப்பில் அவர் மட்டும் ஒரே ஒரு மாணவி. நண்பர்கள், உறவினர்கள், "பெண்பிள்ளை ஏன் மெக்கானிகல் எஞ்சினியரிங் படிக்கப் போகிறாய்?" என்று கேட்டார்கள். அது மட்டுமல்லாது ஒரு பேராசிரியரே, "நீ வொர்க் ஷாப்பில் வேலை செய்யும் போது அதிக வெப்பமுள்ள இடத்தில் அதீத உடல் உழைப்பும் தேவையென்பதால் மயங்கிவிழ வாய்ப்புள்ளது" என்றும் சொன்னார். ஆனாலும் ரேவதி தன் முடிவை மாற்றவில்லை. முக்கியமாக அவர் ஒருநாளும் மயங்கி விழவில்லை. ஆனால், 'இரண்டு ஆண் மாணவர்கள் மயங்கி விழுந்ததைப் பார்த்திருக்கிறேன்' என்று பின்னர் சொல்லியிருக்கிறார். மற்றவர்கள் எதிர்மறையாகச் சொன்னாலும் தனக்கு எது சரியெனப் படுகிறதோ அதைத் தன்னம்பிக்கையுடன் செய்பவர் என்பது இவரது இளமைப்பருவத்தில் பொறியியல் படிக்கும் முடிவை எடுக்கும்போதே தெளிவாகத் தெரிந்தது.

ரேவதி அத்வைதியின் தந்தை ஒரு இரசாயனப் பொறியாளர். தொழிற்சாலையில் நடைபெற்ற ஒரு விபத்தில் இளம் வயதில் அகால மரணமடைந்தார். அப்போது ரேவதிக்குப் பதின்ம வயது. ரேவதியின் அம்மாவிடம் அதிகம் பணமிருக்கவில்லை, அவர் கல்வியும் அதிகம் கற்றிருக்கவில்லை. ஆனாலும் கணவனின் திடீர் மரணத்தால் நாற்பத்திரண்டு வயதில் ஐந்து

பெண்பிள்ளைகளைத் தனியாக வளர்க்கும் பொறுப்பு அவர் தலையில் விழுந்தது. தனது பிள்ளைகள் கல்வி கற்க வேண்டும், அவர்களது சொந்தக் காலில் நிற்குமளவு பொருளாதாரச் சுதந்திரம் கொண்டவர்களாக வரவேண்டும் என்பது அந்த விதவையின் இலட்சியம். 'மிகவும் மோசமான நிலையிலும் நேர்மறையான எண்ணங்களுடன் வாழ்வின் சவால்களை எதிர்கொண்ட அம்மாவே எனது வாழ்வின் முன்மாதிரியான ஹீரோ' என்று ரேவதி பல தடவைகள் சொல்லியிருக்கிறார்.

கல்லூரிப் படிப்பு முடிந்த பின்னர் ஒரு சில வருடங்கள் இந்தியாவில் வேலை செய்தார் ரேவதி. பின்னர் அவரது மூத்த சகோதரியைப் பின்பற்றி அமெரிக்காவில் ஆக்லஹோமா பல்கலைக்கழகத்துக்குச் சென்றார். அங்கு பல்கலைக்கழகத்தில் ஆட்சேர்க்க வந்த ஈட்டன் எனும் உற்பத்தி செய்யும் நிறுவனத்தில் தொழிற்சாலை ஒன்றில் மேற்பார்வையாளராக அவருக்கு வேலை கிடைத்தது. ஆக்லஹோமா மாநிலத்தில் ஷோனி எனும் ஒரு சிறு நகரத்தில் அவரது தொழிற்சாலை வாழ்க்கை அமெரிக்காவில் ஆரம்பித்தது.

1969-ம் ஆண்டு ஒரு சிறு நிறுவனமாக ஆரம்பிக்கப்பட்டது ஃப்ளெக்ஸ்ட்ரோனிக் நிறுவனம். தற்போது இது ஃப்ளெக்ஸ் எனும் பெயரில் இயங்கும் பன்னாட்டு நிறுவனம். இந்நிறுவனத்தின் பெயர் பொதுவாகப் பலருக்கும் தெரியாத போதிலும் இந்நிறுவனத்தினால் உற்பத்தி செய்யப்பட்ட உதிரிப் பாகங்களும் பொருட்களும் எல்லோருடைய வீட்டிலும் நிச்சயமாக இருக்கும். அந்தளவுக்கு உலகின் மிகப் பிரபலமான பிராண்ட்களிலிருந்து சிறிய பிராண்ட்கள் வரையில் பலரது பொருட்களை உற்பத்தி செய்யும் தொழிற்சாலைகளை உலகெங்கும் கொண்ட நிறுவனம் ஃப்ளெக்ஸ். ஆப்பிள் நிறுவனத்தின் கணினிகளிலிருந்து ஹேர் டிரையர் வரை அன்றாடப் பாவனையிலிருக்கும் பொருட்கள் இந்நிறுவனத்தின் தொழிற்சாலைகளிருந்து வெளியே வருபவையாகும்.

தற்போது ஃப்ளெக்ஸ் முப்பது நாடுகளில் ஒன்றரை லட்சத்திலிருந்து இரண்டு லட்சம் வரையிலான ஊழியர்களைக் கொண்டுள்ள பெரிய நிறுவனம். இதன் வருடாந்தர விற்பனை இருபத்தைந்து பில்லியன் டாலர்களுக்கும் மேல். இந்தப் பெரும்

நிறுவனத்தை நிர்வகிக்கும் தலைமைச் செயலதிகாரியாக ரேவதி அத்வைதி 2019-ம் ஆண்டில் பொறுப்பேற்றார்.

ரேவதி பதவிக்கு வந்து ஓராண்டுக் காலத்திலேயே அந்நிறுவனத்தின் அரை நூற்றாண்டு வரலாற்றில் காணாத ஒரு மாபெரும் சவாலை அந்நிறுவனம் எதிர் கொண்டது. கோவிட் பெருந்தொற்றினால் அந்நிறுவனம் மிகவும் பாதிக்கப்பட்டது. பொருட்களை உற்பத்தி செய்யும் தொழிற்சாலை, வீட்டிலிருந்து வேலை செய்யக்கூடிய நிறுவனமல்ல. அது மட்டுமல்லாது திடீரென உலகெங்கும் லாக்டவுன் போட்டதால் 2020-ம் ஆண்டின் தேவைகளிலும் மாற்றங்கள் ஏற்பட்டன. வெண்டிலேட்டர் போன்ற சுகாதாரத் துறைக்கான உபகரணங்களின் தேவை திடீரென அதிகரித்தது. காலத்திற்கேற்ப தொழிற்சாலைகளில் மாற்றம் செய்ய வேண்டிய அவசியங்களும் வந்தன. உதாரணமாக மெக்சிகோவில் கார் உதிரிப் பாகங்கள் செய்யும் தொழிற்சாலையைச் சுகாதார உபகரணங்கள் உற்பத்தி செய்யும் நிறுவனமாக்கப் பாரிய மாற்றம் தேவைப்பட்டது. நிபுணர்கள் ஓரிடத்திலிருந்து இன்னுமொரு இடத்துக்குப் பயணம் செய்ய முடியாத நிலைமை. அதனால் மெய்நிகர் தொழில்நுட்பங்களின் உதவியுடன் உலகில் வேறொரு பாகத்திலிருக்கும் தொழிற்சாலையைப் போல இந்தத் தொழிற்சாலையினை மாற்றியமைத்தார்கள். இப்படியான பெரும் மாற்றங்களைத் தலைமை தாங்கி நிறைவேற்றினார் ரேவதி.

கோவிட் பெருந்தொற்றுக் காலத்தில் உலகிலுள்ள அனைத்து நிறுவனங்களைப் போல ஃப்ளெக்ஸ் நிறுவனத்திலும் செலவினைக் கட்டுப்படுத்தும் நிர்ப்பந்தமும் ஏற்பட்டது. மேலதிகாரிகளின் சம்பளத்தை இருபது வீதத்தால் குறைத்த ரேவதி அத்வைதி தனது சம்பளத்தை ஐம்பது வீதத்தால் குறைத்து ஒரு முன்னுதாரணமாகத் திகழ்ந்தார்.

ரேவதி ஃப்ளெக்ஸ் நிறுவனத்தின் தலைமைச் செயலதிகாரியாக மட்டுமல்லாது ஊபர் போன்ற வேறு சில நிறுவனங்களின் நிர்வாகக் குழுவிலும் அதிகாரியாகக் கடமை செய்கிறார். அத்துடன் Fortune இதழின் உலகில் மிகவும் சக்திவாய்ந்த ஐம்பது பெண்கள் வருடாந்தரப் பட்டியலில் 2019-லிருந்து

2022 வரை ஒவ்வோர் ஆண்டிலும் ரேவதி அத்வைதியின் பெயர் உள்ளது.

ஈட்டன் நிறுவனத்தின் தொழிற்சாலையில் ஆரம்பித்த இவர் படிப்படியாக முன்னேறினார். இடையில் ஹனிவெல் நிறுவனத்திலும் சில வருடங்கள் பணியாற்றினார். பின்னர் மீண்டும் ஈட்டன் நிறுவனத்தில் போய்ச் சேர்ந்தார். இவரது தொழில்ரீதியான வாழ்க்கை இவரை அமெரிக்காவின் மாநிலங்கள் பலவற்றில் மட்டுமல்லாது இங்கிலாந்து, சீனா போன்ற நாடுகளிலும் வாழும் சந்தர்ப்பங்களைக் கொடுத்தது. ஈட்டன் நிறுவனத்தின் செயல்பாடுகளுக்குப் பொறுப்பான அதிகாரியாகப் பணிபுரிந்து கொண்டிருந்த வேளையில் ஃப்ளெக்ஸ் நிறுவனத்தினால் தலைமைச் செயலதிகாரியாகத் தேர்ந்தெடுக்கப்பட்டார்.

ஒரு தலைமைச் செயலதிகாரியாகப் பல முடிவுகளை எடுக்கும் பொறுப்பு ரேவதிக்கு உள்ளது. அவர் எப்படித் தனது முடிவுகளை எடுக்கிறார் எனும் கேள்விக்குப் பதிலளிக்கையில் நான் முதலாவதாக எனது நிறுவனத்தின் ஊழியர்களின் நலனைத்தான் கருதுவேன் என்கிறார். உதாரணமாக மலேசியாவில் கோவிட் பரவத் தொடங்கும் போது அரசாங்கம் அறிவிப்பதற்கு ஒரு வாரத்துக்கு முன்னரே அங்கு தொழிற்சாலைகளை மூடும் முடிவை எடுத்தாராம். காரணம் அந்த நேரத்தில் ஊழியர்களின் நலனுக்கு அதுவே சரியான முடிவென்பதே. அம்முடிவுக்குப் பலர் உடனே எதிர்ப்புத் தெரிவித்த போதும் பின்னர் அவர்களே அந்த முடிவுதான் சரியான முடிவு என்று ஒத்துக் கொண்டிருக்கிறார்கள் என்று சொல்லியிருக்கிறார். ஒரு தொழிற்சாலையின் மேற்பார்வையாளராக ஆரம்பித்துப் படிப்படியாக முன்னேறியவரென்பதால் அவரால் தனது நிறுவனத்தின் அடிமட்டத்தில் உள்ளவர்களையும் புரிந்து கொள்ளும் தன்மையும் அவர்களின் நலனில் அக்கறையும் உள்ளவராக இருக்கிறார்.

மற்றவர்களின் உணர்வைப் புரிந்து கொள்ளுதல் எவ்வளவு முக்கியம் என்பதைத் தனது ஆரம்பகால அனுபவம் ஒன்றின் மூலம் விளக்குகிறார் ரேவதி. இவர் ஈட்டன் நிறுவனத்தில் வேலைக்குச் சேர்ந்த காலத்தில் ஒரு பயிற்சிப் பட்டறையில்

பங்கேற்றார். அப்போது ஒரு நாள் அந்தப் பயிற்சிக்கு வந்த ஊழியர்களோடு அந்நிறுவனத்தின் தலைமைச் செயலதிகாரியும் மதிய உணவில் கலந்து கொண்டார். அன்று அனைவருக்கும் வழங்கப்பட்ட அசைவ உணவு அந்நாளில் ரேவதிக்குப் பழக்கமற்ற உணவாகும். ரேவதி காட்டிய தயக்கத்தை உணர்ந்த தலைமைச் செயலதிகாரி என்னவென்று விசாரித்து உடனடியாக ரேவதிக்குச் சைவ உணவு கொண்டு வரும்படி சொன்னதோடு ரேவதியின் சைவ உணவு வரும்வரை அவரும் மற்றவர்களும் சாப்பிடாமல் காத்திருந்தார்களாம். அவரது செயல் மூலம் மற்றவர்களின் உணர்வுக்கு முக்கியத்துவம் கொடுக்க வேண்டிய அவசியத்தைக் கற்றுக் கொண்டார்.

அமெரிக்கக் கனவு என்று பொதுவாகச் சொல்லும் சொற்றொடருக்குத் தனது வாழ்க்கை ஒரு உதாரணமானது என்கிறார் ரேவதி. சாதாரணமான ஒரு குடும்பத்தில் பிறந்து அமெரிக்காவில் குடியேறியவர்களில் ஒருவர். “தேவையான சில சமயங்களில் ரிஸ்க் எடுத்து எனது முழு மனதான உழைப்பைக் கொடுத்த போது நான் முன்னேறுவதற்கான சந்தர்ப்பங்களை அமெரிக்கா வழங்கியது” என்கிறார்.

அவரது தொழில்ரீதியான முன்னேற்றத்துக்குப் பல காரணங்கள் உண்டு. கடின உழைப்பு ஒரு முக்கியமான காரணி. அது மட்டுமல்லாமல் தன்னிடம் கொடுக்கப்படும் எந்தப் பொறுப்பையும் மறுக்காமல் ஏற்று அதை வெற்றிகரமாகச் செய்து முடிக்கும் நேர்மறையான துணிவு கொண்ட தன்மையும் ஒரு காரணம். பல தடவைகளில் எப்படிச் செய்வது என்று தெரியாத போதிலும் பொறுப்பை எடுத்து அதை எப்படிச் செய்ய வேண்டுமெனக் கற்றுக் கொண்டு செயல்பட்டதாகச் சொல்கிறார். என்னால் முடியும் எனும் தன்னம்பிக்கை, விடாமுயற்சி மற்றும் தொடர்ந்து புதிதாகக் கற்றுக் கொள்ளும் ஆர்வமுமே இப்படியாகத் துணிவுடன் செயல்படுவதற்கு அவருக்கு உதவியுள்ளது என்று தெளிவாகத் தெரிகிறது.

இக்கட்டுரையின் ஆரம்பத்தில் குறிப்பிட்டது போல வகுப்பில் தனியாக ஒரே ஒரு பெண்ணாக இருந்தும் சற்றும் பயப்படாமல் மெக்கானிகல் எஞ்சினியரிங் படிக்கும் துணிவு அவருக்கு அனுபவமில்லாத இளம் பிராயத்திலேயே இயற்கையாக இருந்திருக்கிறது என்பதைக் காட்டுகிறது.

அத்தியாயம் 11

உலகப் பணக்காரர்களில் ஒருவர்

இமாலயப் பிரதேசத்தில் இமய மலையின் அடிவாரத்திலுள்ள கிராமங்களில் ஒன்று அது. 1950களின் பிற்பகுதியில் மின்சார வசதியோ அல்லது குடிநீர் வசதியோ வீடுகளில் இல்லை. அங்கு ஒரு சராசரி விவசாயக் குடும்பம். தாய் தந்தையர் இருவரும் பள்ளிக்கூடம் போய்ப் படித்ததில்லை. காரணம் அவர்கள் சிறுவர்களாக இருந்த காலத்தில் அண்மையிலுள்ள பள்ளிக்கூடம் பன்னிரண்டு கிலோ மீட்டர்கள் தூரத்தில் இருந்தது. அந்தக் குடும்பத்தில் பிறந்த பிள்ளைகளில் ஒருவன் ஜகத் சிங் சௌத்ரி.

ஜகத் சிங் சௌத்ரியின் காலத்தில் பள்ளிக்கூடம் நான்கு கிலோ மீட்டர் தொலைவில் இருந்தது. சிறியளவில் விவசாயம் செய்து கொண்டிருந்த படிக்காத பெற்றோருக்கோ தங்கள் பிள்ளைகள் படிக்க வேண்டும் என்பதில் மிகவும் அக்கறை. அவர்கள் கொடுத்த உற்சாகத்தில் நான்கு கிலோ மீட்டர்கள் நடந்து பள்ளிக்கூடம் சென்றான் அந்தச் சிறுவன். அத்துடன் பெற்றோருக்கும் வயலில் உதவிகள் செய்தான். ஆனாலும் அவன் படிப்பதற்குத் தேவையானளவு நேரம் கொடுப்பதில் அவனது பெற்றோர் அக்கறை காட்டினார்கள்.

தற்போதைய நவநாகரிக வசதிகள் இல்லை என்பதால் அவனது வாழ்க்கை சோகமயமானது என்றிருக்கவில்லை. மிகவும் மகிழ்ச்சியான வாழ்க்கையையே அவன் வாழ்ந்தான். அந்தக் கிராமத்து வாழ்க்கையில் அவன் கற்றுக் கொண்டது கடின உழைப்பு, இருப்பதைச் சந்தோஷமாக ஏற்றுக் கொள்ளும் மனப்பான்மை போன்ற பிற்காலத்தில் வாழ்க்கைக்கு உதவக் கூடிய நற்குணங்கள்.

அவன் நான்காவது படிக்கும்போது தான் அவனுக்கு ஒரு காரில் ஏறி அமரும் சந்தர்ப்பம் கிடைத்தது. எட்டாவது படிக்கும் போதுதான் கிராமத்தில் மின்சாரம் வந்தது. பத்தாவது படிக்கும் போது கிராமத்தில் குடிநீர் வசதியும் வந்தது. அவனது முதலாவது ஒளிப்படம் அவன் பாடசாலைப் படிப்பு முடிந்தபோது எடுக்கப்பட்ட படம்.

சிறு வயதில் வாசிப்பதில் அதீத ஆர்வம் கொண்டவனாக இருந்தான். அத்துடன் பள்ளிக்கூடத்தில் எல்லாப் பாடங்களிலும் சிறந்து விளங்கியதால் ஆசிரியர்களின் அன்புக்கும் பாத்திரமானான். அவனது திறமைக்கு ஏற்ப அவனது எதிர்காலம் ஒளிமயமாக விளங்க வேண்டும் என்று ஆசிரியர்கள் அவனை மிகவும் உற்சாகப்படுத்தினார்கள். அவன் படிக்க வேண்டும் என்று கேட்கும் புத்தங்களை நூலகத்தில் வாங்கி வைத்தார் தலைமை ஆசிரியர். அந்தளவுக்கு அவனுக்குப் பள்ளிக்கூடத்தில் மதிப்பும் மரியாதையும் இருந்தது.

அக்காலத்தில்... ஏன், ஓரளவுக்கு இக்காலத்திலுமே, இந்திய மாணவர்கள் கல்லூரிப் படிப்புக்குத் தேர்ந்தெடுக்கும் துறைகள் முக்கியமாக இரண்டேதான். ஒன்று மருத்துவம் மற்றது பொறியியல். மருத்துவத்தில் விருப்பமில்லாதவனாதலால் பொறியியல் கற்க முடிவெடுத்தான். ஐ.ஐ.டி. என்றால் என்னவென்றே அவனுக்குத் தெரியாது. ஆனாலும் ஆசிரியர்களின் அறிவுரைப்படி அவர்களின் வழிகாட்டலில் தேர்வு எழுதிச் சித்தியடைந்தான். ஐ.ஐ.டி. வாரணாசியில் மின்னணுப் பொறியியல் துறையில் படிக்க இடம் கொடுத்தார்கள்.

இந்தியாவில் ஐ.ஐ.டி.க்குப் போகக் கனவு காணும் இளைஞர்கள் மத்தியில், ஐ.ஐ.டி.யின் மகிமையை உணராது அவன்

ஆசிரியர்களின் உந்துதலால் ஐ.ஐ.டி.க்குப் போனது ஒரு விபத்துத்தான். ஐ.ஐ.டி.க்குப் போன பின்னர்தான் அவனுக்கு இந்தியாவில் எவ்வளவு புத்திசாலி மானவர்கள் உள்ளார்கள் என்பதும், ஐ.ஐ.டி.யில் படிக்கச் சந்தர்ப்பம் கிடைத்தது எவ்வளவு பெரிய விஷயம் என்பதும் புரிந்தது.

அவன் எவ்வளவு புத்திசாலியாக இருந்தாலும் கிராமத்துப் பள்ளிக்கூடத்திலிருந்து வந்த அவனது ஆங்கிலப் புலமை மிகவும் குறைவாகவே இருந்தது. சக மாணவர்கள் கேலி செய்தார்கள். ஆனால் அவன் தளர்ந்து போகவில்லை. ஆங்கிலத்தில் புலமை வாய்ந்த நண்பர்களைச் சேர்த்துக் கொண்டான். முக்கியமாகக் கணிதத்தில் சற்றுப் பலவீனமான நண்பர்களுக்கு இவன் கணக்குச் சொல்லிக் கொடுத்து அவர்களிடமிருந்து ஆங்கிலத்தைக் கற்றுக் கொண்டான். கடின உழைப்பினைச் சிறு வயது முதலே ஆதாரமாகக் கொண்டு வளர்ந்தவனுக்கு இது ஒரு சிரமமாகத் தெரியவில்லை.

இதுவரை எங்கு போகிறோம் என்று திட்டமிடாமல் அவனது வாழ்க்கை போனது போலவே அவனது வாழ்க்கையின் அடுத்த கட்ட நகர்வும் இருந்தது. சக மாணவர்கள் எல்லோரும் அமெரிக்காவில் முதுநிலைப் படிப்புக்குப் போக முயற்சி செய்வதை அறிந்தான். நாமும் அதைச் செய்வோமே என்று அவனும் அமெரிக்கப் பல்கலைக்கழகங்களுக்கு விண்ணப்பித்தான். சில பல்கலைக்கழகங்கள் அவனுக்கு அனுமதி கொடுத்தன. அதில் சின்சினாட்டிப் பல்கலைக்கழகம் மட்டும்தான் ஸ்காலர்ஷிப் கொடுத்தார்கள்.

கிராமத்தில் விவசாயக் குடும்பத்திலிருந்து வந்தவனுக்குக் கட்டணம் செலுத்திப் படிக்க முடியுமா? அதனால் ஸ்காலர்ஷிப்புடன் அனுமதி கொடுத்த சின்சினாட்டிப் பல்கலைக்கழகத்தைத் தேர்ந்தெடுத்தான். அத்துடன் டாட்டா நிறுவனம் வழங்கும் ஸ்காலர்ஷிப் அவனது விமானப் பயணத்துக்கான செலவுக்குக் கிடைத்தது. சின்சினாட்டி நோக்கிப் பயணித்தான் அந்த இளைஞன். அன்று ஜகத்சிங் சௌத்ரி 'ஒரு காலத்தில் உலகப் பணக்காரர்களின் பட்டியலில் இடம் பிடிக்கப் போகிறேன்' என்று அமெரிக்கா நோக்கிப் பயணம் தொடங்கிய போது கனவிலும் நினைத்திருக்க

வாய்ப்பில்லை. ஜகத்சிங் சௌத்ரி இயற் பெயராக இருந்த போதிலும் அவரை இன்று அனைவரும் அறிந்திருக்கும் பெயர் ஜெய் சௌத்ரி.

படிப்பு முடிந்ததும் சின்சினாட்டி நகரிலுள்ள ஒரு சிறிய மென்பொருள் தயாரிக்கும் நிறுவனத்தில் மென்பொருள் பொறியாளராகப் பணியில் சேர்ந்தான். சிறிது காலத்திற்குள்ளேயே அந்த நிறுவனத்தின் மென்பொருளை வாங்கப் போகும் வாடிக்கையாளர்களுக்கு அவர்களது மென்பொருள் எப்படிப் பயன்படுத்த வேண்டும் என்று டெமோ 'கொடுக்கும் சந்தர்ப்பங்கள் கிடைத்தது. மென்பொருளுக்கு நிரல் எழுதுவதை விட வாடிக்கையாளர்களோடு பேசி விற்பனைக்கு உதவியாக இருப்பது மிகவும் மகிழ்ச்சி கொடுத்ததை உணர்ந்தான். அத்துடன் பொதுவாக இந்தியர்கள் தொழில்நுட்பத்தில் விற்பன்னர்களாக இருப்பார்கள் ஆனால் மேலாண்மையில் பலவீனமாக இருப்பார்கள் எனும் அபிப்ராயம் பரவலாக இருப்பதை அறிந்து கொண்டான். பகுதி நேரமாக சின்சினாட்டி பல்கலைக்கழகத்தில் எம்.பி.ஏ படிக்கத் தொடங்கினான். இறுதியில் சின்சினாட்டி பல்கலைக்கழகத்தில் எம்.பி.ஏ உட்பட மூன்று முதுநிலைப் பட்டங்களும் பின்னர் ஹார்வார்ட் பல்கலைக்கழகத்தில் மேலாண்மை, சந்தைப்படுத்துதல் துறையிலும் படிக்க வாய்ப்புக் கிடைத்தது.

ஐ.பி.எம். நிறுவனத்துக்கு விண்ணப்பித்தான். அப்போது அவனிடமிருந்த பட்டப்படிப்புத் தராதரங்களுடன், இதுவரை அவன் பெற்றுக் கொண்ட தனது பொறியியல் அனுபவம் மற்றும் வாடிக்கையாளர்களுடன் சேர்ந்து வேலை செய்யும் அனுபவம் ஆகியவற்றை விவரித்துக் கடிதம் ஒன்றும் எழுதினான். நேர்முகப்பரீட்சைக்கு அழைத்தார்கள். விற்பனைப் பொறியாளர் பதவியை ஐ.பி.எம். நிறுவனம் கொடுத்தது.

ஐ.பி.எம். நிறுவனத்தில் வியாபார, சந்தைப் படுத்தல் மற்றும் விற்பனை நுணுக்கங்கள் பல கற்றுக் கொள்ள வாய்ப்புக் கிடைத்தது. ஐ.பி.எம். நிறுவனத்தின் பின்னர் யூனிசிஸ் நிறுவனம் மற்றும் சில நிறுவனங்களில் பணிபுரிந்தார் ஜெய் சௌத்ரி. **1990**-களில் இணையத் தொழில்நுட்பம் வளரத் தொடங்கியது. ஜெய் சௌத்ரிக்கு நெட்ஸ்கேப் பிரவுசர் செய்த

ஒரு நிறுவனத்தின் வளர்ச்சி ஒரு தூண்டுகோலாக அமைய, தானும் ஏன் ஒரு நிறுவனத்தை ஆரம்பிக்கக் கூடாது எனும் எண்ணம் தோன்றியது.

அப்போது சௌத்ரி குடும்பத்தில் கணவனும் மனைவியும் நல்ல வருமானம் கொடுக்கும் பணி புரிந்து கொண்டு வசதியாக வாழ்க்கை நடத்தி வந்தார்கள். ஆனாலும் ஏதாவது ஒரு நிறுவனம் ஆரம்பிக்க வேண்டும் என்ற அவரது ஆசை மேலோங்கி இருந்ததால், அது பற்றி மனைவியார் ஜோதியுடன் அடிக்கடி பேசுவார். "சும்மா பேசிக் கொண்டிருக்காமல் ஒன்று நீங்கள் ஆசைப்படுவதைத் துணிந்து செய்யுங்கள் அல்லது அதை மறந்து விடுங்கள்" என்று ஒருநாள் அவரது மனைவி சொல்ல... களத்தில் இறங்கினார் ஜெய் சௌத்ரி.

SecureIT எனும் தகவல் தொழில்நுட்பப் பாதுகாப்புச் சம்பந்தமான நிறுவனத்தை **1996**-ல் ஆரம்பித்தார். அக்காலத்தில் அவர்கள் வாழ்ந்து கொண்டிருந்த நகரம் அட்லாண்டா. அங்கு இப்படியான புதிய தொழில் முனைவோருக்கு நிதியுதவி வழங்கும் நிறுவனங்களின் எண்ணிக்கை அப்போது குறைவு. இவருக்கு யாரும் நிதியுதவி வழங்க முன்வரவில்லை.

ஜெய் சௌத்ரியின் மனைவி நிதித்துறையில் எம்.பி.ஏ பட்டம் பெற்றவர். கணவனும் மனவியும் தங்கள் முழுநேர வேலையைக் கை விட்டதோடு மட்டுமல்லாமல் தங்களிடமிருந்த சேமிப்புகள் அனைத்தையும் முதலீடு செய்து SecureIT நிறுவனத்தை ஆரம்பித்தார்கள். இம்முயற்சியில் தோல்வி அடைந்தால் சேமிப்புகளும் இல்லாது இருவரும் வேலையுமில்லாது நிற்கும் நிலைமை வரும். ஆனாலும் அப்படியான நிலைமை வருமாயின் நம்மால் வேலை தேடியெடுக்கும் திறன் உள்ளது என்று இருவரும் நம்பியே காரியத்தில் இறங்கினார்கள்.

அவர்களது முயற்சி பெரும் வெற்றியை அளித்தது. நிறுவனம் ஆரம்பித்து இரண்டு வருடங்களுக்குள் பல பெரிய நிறுவனங்கள் இவர்களது நிறுவனத்தை வாங்க முன்வந்தன. ஆரம்பத்தில் ஆர்வம் காட்டாத போதிலும் பின்னர் வெரிசைன் நிறுவனத்திற்குத் தங்கள் நிறுவனத்தை விற்றார்கள். அதில் ஜெய் சௌத்ரிக்கு மிக மகிழ்ச்சி கொடுத்த விஷயம் என்னவென்றால்... அவர் மட்டுமல்லாது அவரது நிறுவனத்தில் வேலை செய்த பல

ஊழியர்களும் மில்லியன் டாலர்களுக்கும் மேலாக அவர்களது பங்குகளுக்காக லாபம் பெற்றார்கள்.

கையில் தற்போது நிறையப் பணம் உள்ளது. முதலில் கண்ட வெற்றிபோல் ஏன் அடுத்த முயற்சி செய்யக் கூடாது என்று சிந்தித்தார் ஜெய் சௌத்ரி. மூன்று நிறுவனங்களை சிறு இடைவெளி விட்டு ஒவ்வொன்றாக ஆரம்பித்தார். அதுவும் மனைவியாரின் துணையுடன். அவரது மனைவி இவரது முயற்சிகளில் ஆரம்பத்தில் துணை நின்று ஒருசில வருடங்களில் நிறுவனம் ஒரு சமநிலைக்கு வந்த பின் விலகி விடுவாராம்.

அந்த மூன்று நிறுவனங்களும் முதல் நிறுவனம் போலவே பெரிய நிறுவனங்களால் வாங்கப்பட்டது. மீண்டும் அடுத்து என்ன செய்யலாம் என்று சிந்தித்தார். இம்முறை நீண்டகால நோக்குக் கொண்ட ஒரு நிறுவனம் ஆரம்பிக்க வேண்டும். மூன்று நிறுவனங்களை ஒன்றாக நடத்துவதில் உள்ள சிரமங்களை அனுபவத்தின் மூலம் அறிந்து கொண்டதால் அடுத்ததாக ஒரே நிறுவனத்தில் முழுக் கவனத்தோடு இறங்க வேண்டும் என்றும் முடிவெடுத்தார்.

அந்நேரத்தில் அவருக்குத் தூண்டுதல் கொடுத்த நிறுவனம் சேல்ஸ்போர்ஸ் எனப்படும் மேகக் கணிமத்தில் செயல்படும் நிறுவனம். இம்முறை அவரது நோக்கம் புத்தம் புதிதாக ஒன்றைத் தொடங்கி கணினிப் பாதுபாப்புத் துறையில் ஒரு புரட்சிகரமான முயற்சி எடுக்க வேண்டுமென்பதே. இந்தப் புதிய முயற்சிக்கு அவர் இரண்டு உதாரணங்கள் சொல்லியிருக்கிறார். டிவிடிக்கள் இருந்த காலத்தில் நெட்பிளிக்ஸ் வந்ததும், எரிபொருட்களில் வாகனங்களில் ஓடிக் கொண்டிருந்த போது டெஸ்லா நிறுவனம் மின்சாரத்தில் இயங்கும் கார்களைக் கொண்டு வந்ததும் சிறந்த உதாரணங்கள் என்கிறார்.

அவரது சிந்தனையின் விளைவு 2008-ல் ZScaler எனும் தகவல் தொழில்நுட்பப் பாதுகாப்பினை மேகக் கணிமத்தில் வழங்கும் நிறுவனத்தை ஆரம்பித்தார். இங்கும் அவர் மனைவியார் ஆரம்பத்தில் உறுதுணையாக இருந்து முதற்கட்ட வேலைகளில் ஈடுபட்டார். இன்று பங்குச் சந்தையில் இந்த நிறுவனத்தின் மதிப்பு பல பில்லியன் டாலர்கள். இன்றுவரை ஜெய் சௌத்ரிதான் அதன் தலைமைச் செயலதிகாரியாக இருக்கிறார்.

ஒரு கிராமத்தில் கல்வி கற்காத பெற்றோர்களுக்குப் பிறந்து இன்று உலகப் பணக்காரர்கள் பட்டியலில் இடம் வகிக்குமளவு பல பில்லியன் டாலர்களைச் சம்பாதித்த ஜெய் சௌத்ரி மற்றைய பெரிய நிறுவனங்களின் தலைமைச் செயலதிகாரிகளை விட வித்தியாசமானவர். மற்றையவர்கள் ஒரு நிறுவனத்தில் சேர்ந்து அங்கு தலைமைச் செயலதிகாரியாக வளர்ந்தார்கள். இவரோ ஒரு தடவை அல்லது இரண்டு தடவைகள் அல்லாது ஐந்து தடவைகள் நிறுவனங்களை ஆரம்பித்து வெற்றி கண்ட ஒரு தலைமைச் செயலதிகாரி.

இவ்வளவு பணம் இருந்த போதிலும் அவர் தனக்குப் பணத்தில் எப்போதும் நாட்டமிருந்ததில்லை என்றே சொல்கிறார். அமெரிக்காவுக்கு வந்து சில வருடங்களுக்குப் பின்னர் மீண்டும் தனது கிராமத்துக்குப் போனாராம். தான் படித்த பள்ளிக்கூடத்துக்குப் போன போது அங்கு ஒரு மாணவன் ஒரு கேள்வி கேட்டானாம். "ஒரு சராசரி அமெரிக்கரா அல்லது ஒரு சராசரி இந்தியரா மகிழ்ச்சியாக இருக்கிறான்?" என்பதே அவனது கேள்வி.

இந்தக் கேள்வி தன்னைச் சிந்திக்க வைத்தது என்கிறார் ஜெய் சௌத்ரி. 'வசதிகள், பொருட்கள் போன்றவை சராசரி அமெரிக்கரிடம் சராசரி இந்தியரைவிட அதிகமுண்டு. ஆனால் அது அவர்களை அதிகம் மகிழ்ச்சியாக வைத்திருக்கிறது என்று சொல்ல முடியாது என்று உணர்ந்தேன்' என்கிறார். தனது சிறுவயதில் வசதிகள் இல்லாத போதும் தனது வாழ்க்கையில் மகிழ்ச்சிக்குக் குறையிருக்கவில்லை. அதேபோலத் தனது வாழ்க்கையினை எளிய முறையிலேயே வாழ்கிறேன் என்கிறார். பணத்தினை மகிழ்ச்சி தரும் பொருளாகத் தான் என்றும் நினைத்ததில்லை என்கிறார்.

முதல் தடவையாக **1996**-ல் வேலையை விட்டுச் சுயதொழில் ஆரம்பித்த போதும் அவர்களது வாழ்க்கை ஆடம்பரமான வாகனம், பெரிய வீடு போன்ற எதுவுமில்லாத எளிமையான வாழ்க்கையாக இருந்தது அந்நேரத்தில் அவர்கள் இருவரும் வேலையை விட்டதோடு சேமிப்புகளையும் முதலீடு செய்து நிறுவனத்தை ஆரம்பிப்பதற்கு உதவியாக இருந்தது என்று கருதுகிறார். எளிமையான ஆடம்பரமற்ற வாழ்க்கையைத் தக்க வைப்பதற்கு அதிகம் பணம் தேவைப்படாதல்லவா.?

ஆரம்பக் காலத்தில் விற்பனைக்குப் பத்துப் பேரிடம் போய்ப் பேசும் போது ஒன்பது பேர் நிராகரிக்க, ஒருவர் வாங்குவார். அந்த ஒன்பது பேரின் நிராகரிப்பைக் கண்டு கலங்காது தொடர்ந்து முயற்சி செய்யும்போது தான் பத்தாவதாக வருபவரிடம் விற்பனை செய்ய முடியும் என்றும் கூறுகிறார்.

இவரது நிறுவனத்துக்கு ஆள் சேர்க்கும் போது, அவர்கள் தங்கள் நிறுவனத்தின் கலாசாரத்தோடு ஒத்துப் போவார்களா என்பது மிகவும் முக்கியமானது என்கிறார். நிறுவனத்தில் அனைவரும் ஒரு குடும்பமே என்பதற்கு முன்னோடியாக இவருக்கு என்று தனி அலுவலக அறை இருப்பதில்லையாம். மற்றவர்களைப் போலவே இவருக்கும் அலுவலகத்தில் ஒரு மேசை உள்ளதாம். இது இவரது பணிவான குணத்தைக் காட்டுகிறது.

இவர் தன் அதீத வெற்றியை எப்படி அடைந்தாரென்று பார்த்தால் தெளிவாகச் சில காரணங்கள் தெரிகின்றன. சிறு வயதிலிருந்தே தொடர்ந்து கற்கும் ஆர்வம், கடின உழைப்பு, செய்யும் காரியத்தில் அதீத கவனம் செலுத்தும் பழக்கம், சவால்களைக் கண்டு கலங்காமல் தொடர்ந்து முயற்சி செய்யும் சுபாவம், நான் பெரியவன் எனும் ஆணவமற்ற பணிவான தன்மை எனும் காரணிகளைச் சுட்டிக் காட்டக்கூடியதாக இருக்கிறது.

அத்தியாயம் 12

காதலின் நாயகி

நமது பெற்றோர்கள் காலத்தில் இந்தியா மற்றும் இலங்கை போன்ற நாடுகளில் 'காதலர் தினம்' எனும் சொல்லையே யாரும் அறிந்திருக்க மாட்டார்கள். ஆனால் இணையத்தால் உலகின் பலநாடுகளும் ஒருங்கிணைந்த இன்றையக் காலகட்டத்தில் இது உலகெங்கும் கொண்டாடப்படும் ஒரு தினமாகும். சங்க காலத்திலிருந்தே காதல் இருக்கிறது. ஆனால் இருவர் சந்தித்துக் காதல் கொள்வதற்கான வாய்ப்புகள் எப்படிக் கிடைக்கின்றன என்பது காலத்துக்கேற்ப மாற்றம் அடைகிற ஒன்று.

ஆரம்பக் காலத்தில் ஒரு கிராமத்தில் வாழ்பவர்கள் கோயில் திருவிழாக்களிலோ அல்லது வேறு கொண்டாட்டங்களிலோ சந்திக்கும் வாய்ப்புகள் இருந்தன. பின்னர் பள்ளிக்கூடத்தில், கல்லூரியில், அலுவலகத்தில் என்று ஆண் பெண் இருபாலருக்கும் தமக்கேற்ற துணையைக் கண்டு காதல் வசப்படும் சந்தர்ப்பங்கள் வளர்ந்தன.

இன்று நமது வாழ்க்கையில் முக்கிய அங்கமாக இணையத்தளங்களும் திறன்பேசிச் செயலிகளும் இருக்கின்றன. சாப்பாடு ஆர்டர் பண்ணுவது, வாடகைக் கார் பிடிப்பது, பொருட்கள் வாங்குவது, வங்கிக் கணக்குகளைப் பராமரிப்பது

என்று நமது அன்றாட வாழ்க்கையின் பல காரியங்களை நாம் இன்று இணையத் தளங்கள் மற்றும் திறன்பேசிச் செயலிகள் மூலம் செய்கிறோம். காலத்துக்கேற்பக் காதலிக்கும் விதமும் முன்னேற வேண்டாமா..?

இன்று பொருத்தமான ஜோடியைத் தேர்ந்தெடுக்க உலகெங்கும் ஆன்லைன் டேட்டிங் செயலிகளும் இணையத்தளங்களும் பரவலாகப் பயன்படுத்தப்பட்டு வருகின்றன. இவற்றில் மிகவும் பிரபலமான செயலி 'டிண்டெர்' எனப்படும் செயலி. இச்செயலி உட்பட மேச்.காம், ஓகேகியூபிட், ஹிஞ்ச் போன்ற இதர ஆன்லைன் டேட்டிங் சார்ந்த பிராண்ட்கள் அனைத்தும் மேச் குரூப் எனும் நிறுவனத்திற்கே சொந்தமானது. இந்த நிறுவனத்தில் பல வருடங்கள் பல பதவிகளில் பணிபுரிந்து பின்னர் தலைமைச் செயலதிகாரியாக மார்ச் 2020-லிருந்து மே 2022 வரை இருந்தவர் ஷார் துபே என்று சுருக்கமாக அழைக்கப்படும் ஷர்ஷ்மிஸ்தா துபே எனும் இந்தியப் பெண்மணி ஆவார்.

ஜம்ஷெத்பூரில் வளர்ந்த ஷார்ஷ்மிஸ்தாவின் தந்தை ஒரு இயந்திரப் பொறியியற் துறைப் பேராசிரியர். தாயார் குடும்பத் தலைவி. அவரது திறமையின் காரணமாக ஷார் துபேக்கு ஐ.ஐ.டி. காரக்பூரில் உலோகவியல் பொறியியற் துறையில் கல்வி கற்கும் வாய்ப்புக் கிடைத்தது. இவர் ஐ.ஐ.டி.யில் படிக்கப் போகிறார் என்று அறிந்த சில உறவினர்கள், 'இவளுக்கு இனிக் கல்யாணம் செய்வதற்கு வரன் தேடுவது சிரமமான காரியம். யார்தான் அதிகம் படித்த பெண்ணைத் திருமணம் செய்வார்கள்' என்று வேறு சொன்னார்களாம். ஆனாலும் ஷாரின் தந்தையார் அவரை ஊக்கப்படுத்தி ஐ.ஐ.டி.க்கு அனுப்பிவைத்தார். உறவினர்களின் பேச்சைக் கேட்டு ஷாரின் தந்தை அவரது படிப்பை நிறுத்தியிருந்தால், இன்று அவர் ஒரு குடும்பத் தலைவியாக மட்டுமே இருந்திருப்பார். அவரது திறமைகள் எதுவும் வெளியுலகிற்குத் தெரிந்திருக்காது. இப்படி எத்தனையோ பெண்களுக்கு வாழ்க்கையின் ஆரம்பத்திலேயே முற்றுப் புள்ளி வைக்கப்படுவது நாமனைவரும் நன்கறிந்ததே.

ஐ.ஐ.டி.யில் இவரது வகுப்பில் இவர் மட்டுமே பெண் மாணவி. அது மட்டுமல்ல... இன்றைய அல்பாபெட் நிறுவனத்தின்

தலைமைச் செயலதிகாரி சுந்தர் பிச்சையும் இவரது வகுப்பு மாணவர்களில் ஒருவர். ஆண்களால் நிறைந்த பொறியியற் துறையில் ஒரே ஒரு பெண்ணாக இருப்பது சுலபமாக இருக்கவில்லை. ஆனாலும் அவர் பொருட்படுத்தாமல் படிப்பை முடித்தார். படித்து முடித்த பின்னர் அமெரிக்கா சென்று மேற்படிப்புப் படிக்க ஆசைப்பட்டார். ஆனால் விண்ணப்பங்களுக்கான செலவுக்கோ அல்லது அமெரிக்காவில் படிப்பதற்குத் தேவையான ஜி.ஆர்.இ எனப்படும் தேர்வுப் பரீட்சை எழுதுவதற்கோ அவரிடம் பணம் இருக்கவில்லை.

இரண்டு ஆண்டுகள் ஒரு எஃகு நிறுவனத்தில் வேலை செய்து தேவையான பணம் சம்பாதித்தார். அங்கு வேலை செய்யும்போதுதான் அவரது வருங்காலக் கணவர் பார்த்தாவும் அவருக்கு அறிமுகமானார். ஆனாலும் அங்கு அவர்களது உறவு ஆரம்பிக்கவில்லை. பின்னர் ஒஹையோ பல்கலைக்கழகத்தில் முதுநிலைப் படிப்புக்காக அமெரிக்கா சென்றார். அதே காலத்தில் பார்த்தாவும் அமெரிக்காவில் புளோரிடா மாநிலத்தில் உள்ள ஒரு பல்கலைக்கழகத்திற்கு மேல்படிப்புக்காகச் சென்றார். பொதுவான ஒரு நண்பர் மூலம் இருவரும் மீளறிமுகமாகித் தொலைபேசியில் பேசத் தொடங்கினார்கள். அது பின்னர் காதலாக மலர்ந்தது.

ஷாரின் சிறு உலகத்தில் காதல் என்பது சினிமாவில் மட்டுமே வருகிற ஒன்று. நிஜ வாழ்க்கையிலும் காதல் வரும் என்பதை அவர் காதலிக்கத் தொடங்கிய பின்னரே உணர்ந்தார். இருவரது காதலும் அவர்களது குடும்பத்துக்குப் பலகாலமாகத் தெரியாமல் இரகசியமானதாகவே இருந்தது. இருவரது பெற்றோர்களும் வழக்கம் போலத் தங்கள் பிள்ளைகளுக்கு வரன் தேடுவதில் மும்முரமாகச் செயல்பட்டார்கள். வரும் வரன்களை ஏதோ ஒரு விதமாகத் தட்டிக் கழித்துச் சமாளித்தார்கள். இறுதியில் தங்கள் காதலைப் பெற்றோரிடம் தெரிவித்து அவர்கள் சம்மதத்துடன் திருமணம் செய்தார்கள்.

2006-ம் ஆண்டு ஷாருடன் முன்னர் வேலை செய்த மாண்டி கின்ஸ்பேர்க் என்பவர் மேச் குரூப்பினால் தொடங்கப்படும் கெமிஸ்ட்ரி எனப்படும் புதிய ஆன்லைன் டேட்டிங் தளத்துக்கு ஆள் தேவை யாரையாவது பரிந்துரைக்க முடியுமா என்று ஷார்

துபேயிடம் தொலைபேசியில் அழைத்துக் கேட்டார். சற்றுச் சிந்தித்து விட்டு அந்த வேலைக்கு நானே விண்ணப்பிக்கிறேன் என்று ஷார் பதிலளித்தார். அவருக்கு அந்த வேலை கிடைத்தது. இதுவே அவர் ஆன்லைன் டேட்டிங் துறையில் காலடி எடுத்து வைத்த முதல் சந்தர்ப்பம். அந்த வேலைக்கு அவர் விண்ணப்பித்ததற்கான காரணம் புதிதாக ஒன்றை உருவாக்கப் போவதில் கிடைக்கப் போகும் திருப்தி. அத்துடன், 'இது தொழில்நுட்பத்துடன் மானிடவியலும் கலந்திருக்கும் ஒரு புதிய தயாரிப்பு. அதனால் அதன் மேல் அதிக ஆர்வம் கொண்டு சேர்ந்தேன்' என்கிறார் ஷார் துபே.

அதன் பின்னர் அந்த மேச் குரூப்பில் பலவிதமான பணிகளைச் செய்து படிப்படியாக முன்னேறினார் ஷார். இறுதியில் மார்ச் 2020-ல் அந்த நிறுவனத்தின் தலைமைச் செயலதிகாரியானார். பல பில்லியன் டாலர்கள் மதிப்புக் கொண்ட அந்த நிறுவனத்தின் வளர்ச்சியில் ஷாரின் பங்கு நிறையவே இருக்கிறது.

ஷார் துபே பொறுப்பேற்றவுடனேயே கோவிட் பெருந்தொற்றினால் உலகமே தலைகீழாகியது. அதனால் உலகிலுள்ள அனைத்து நிறுவனங்களுக்கும் வந்தது போல ஷாரின் நிறுவனத்துக்கும் பாதிப்பு வந்தது. ஆனாலும் ஆரம்பக் காலத்தில் மந்தமடைந்த வாடிக்கையாளர்களின் பாவனை ஒருசில மாதங்களின் பின்னர் மேச் நிறுவனத்தின் சேவைகளில் மீண்டும் புத்துயிராக மலர்ந்தது. மாற்றங்களால் அனைவரது வாழ்க்கையும் சற்றுக் குழம்பியிருந்தாலும் மானிடர்களின் அடிப்படைத் தேவைகளில் ஒன்றான துணையைத் தேடுதலை எவ்வளவு காலம்தான் ஒத்திப் போடுவது?

காலத்துக்கேற்ப அவர்களின் சேவைகளிலும் மாற்றங்களை மேச் நிறுவனமும் ஷார் துபேயின் தலைமையின் கீழ் கொண்டு வந்தார்கள். வீடியோ டேட்டிங் என்பது இவற்றில் முக்கியமான ஒன்று. இக்காலகட்டத்தில் நேரடியாகச் சந்திக்க முடியாதவர்கள் காணொளி அழைப்பின் மூலம் சந்திப்புகளை ஏற்படுத்துவதற்கு வசதியாக இருந்தது.

ஜோடிகளைச் சேர்க்கும் தொழில்நுட்பத்தில் இணையத் தளங்களும் செயலிகளும் பொருத்தம் பார்க்கும் வேலையைச் செய்கின்றன. கொடுக்கப்பட்டுள்ள தரவுகளை வைத்து

யார் யாருடன் பொருந்தக் கூடிய வாய்ப்புகள் உள்ளன என்று கணிக்கின்றன. இதுவும் ஒரு விதத்தில் இந்தியக் கலாசாரத்தில் திருமணம் பேசும் பெரியோர்கள் செய்வது போலத்தான். அவர்களும் அவர்களின் முறையில் இருவருக்கான பொருத்தத்தைப் பார்த்துத்தான் வரனைத் தெரிவு செய்ய முயல்கிறார்கள். இப்படியாக இந்தியப் பேச்சுக் கல்யாணத்துக்கும் மேற்குலகத்து ஆன்லைன் டேட்டிங் செயலிகளின் அல்கோரிதம்களுக்கும் முடிச்சுப் போடுகிறார் ஷார் துபே.

கல்வியிலும் தொழிற்துறையிலும் ஆண்களின் ஆதிக்கத்திலுள்ள இடங்களில் ஒரு பெண்ணாகக் காலடி எடுத்து வைக்கும் போது ஷார் துபே பல சவால்களைச் சந்தித்துள்ளார். முதலாவதாகக் கல்லூரியில் நூற்றுக்கும் மேற்பட்ட ஆண்களுடன் ஒரே பெண்ணாக வகுப்பில் சேர்ந்த போது பெண்களுக்கான கழிவறை இல்லாதாததால் அதற்காக அவர் ஹாஸ்டல் போய்வர வேண்டிய நிலை இருந்தது. அது மட்டுமல்லாமல் தனியாக ஒரு பெண்ணாக இருப்பதால் அவருக்கு ஆதரவும் அதிகம் இருக்கவில்லை. ஆனால் இவற்றையெல்லாம் பொருட்படுத்தாமல் தனது கல்வியில் கவனம் செலுத்தி வெற்றி பெற்றார்.

ஐ.ஐ.டி.யில் மட்டுமல்லாமல், அமெரிக்கா சென்ற போதும் அங்கும் பொறியியற் துறையில் பெண்களின் எண்ணிக்கை மிகவும் குறைவாகவே இருந்தது. அப்படிக் கூட்டத்திலிருந்து வித்தியாசமாக இருப்பதிலும் ஒரு அனுகூலம் இருந்தது. அவரது செயல்கள், வெற்றிகள் அனைத்தும் அனைவராலும் கவனிக்கப் பட்டன. அது நேர்மறையான விளைவு என்கிறார் ஷார்.

அமெரிக்காவில் அவரது முதலாவது வேலையிலும் அவர் மட்டுமே ஒரேயொரு பெண் பொறியாளர். அத்துடன் அவர் வெளி நாட்டிலிருந்து வந்த ஒரு இந்தியப் பெண் பொறியாளர். ஆனாலும் கடின உழைப்பு மற்றும் திறமையின் மூலம் அவர் தொழில்ரீதியாக அங்கு முன்னேறினார்.

அவரது முன்னேற்றத்துக்கான இன்னுமொரு காரணி 'தலைக்கனம் கொள்ளாது பணிவோடு இருத்தல்' என்கிறார். 'எப்படி நீங்கள் மற்றவர்களை நிர்வகிக்கிறீர்கள்?' என்ற

கேள்விக்கு அவர், 'நான் ஆட்களை நிர்வகிப்பதில்லை' என்று சொல்லியிருக்கிறார். 'எனது வேலை பிரச்சினைகளுக்கு முடிவு காணுதல். அத்துடன் செயல்முறைகளை நிர்வகிப்பது.'

ஒரு தலைமைச் செயலதிகாரியாக வெற்றி காண்பதற்கு யாராலும் தனியாகச் செயல்பட முடியாது. நிறுவனத்தின் ஊழியர்களை நிறுவனத்தின் நீண்டகால நோக்கோடு ஒத்துப் போகுமாறு அவர்களை வழிகாட்டி நடத்த வேண்டும். அவர்கள் நம்பிக்கையுடன் பின்பற்றுமாறு நடந்து கொள்ள வேண்டும். அனைவரும் ஒரே நோக்குடன் செயல்பட்டால் மட்டுமே நிறுவனம் வெற்றிப் பாதையில் செல்ல முடியும் என்று கூறுகிறார் ஷார் துபே.

சவால்களைக் கண்டு சோர்வடையாமல் அவற்றை எதிர்கொண்டு வெற்றி பெற்றதனால் தான் ஷார் துபேயினால் ஒரு பெண்ணாக, இன்னுமொரு நாட்டில் குடியேறி அங்கு பல பில்லியன் டாலர்கள் மதிப்புள்ள நிறுவனத்தைத் தலைமைச் செயலதிகாரியாக நடத்த முடிந்தது. மேச் குரூப்பில் இருந்து வெளியேறிய பின்னர் தற்போது ஷார் துபே ஒரு முதலீட்டு நிறுவனத்தில் பார்ட்னராகப் பணி புரிகிறார்.

ஷார் துபேயின் வாழ்க்கை இன்றைய இளைய பெண்களுக்கு ஒரு முன்னுதாரணமாக இருக்குமென்பதில் ஐயமில்லை.

அத்தியாயம் 13

சமத்துவத் தலைவர்

இருபத்தைந்து வயதுள்ள யோகநாதன் ரதீசன், அவரது நெருங்கிய இரு நண்பர்களுடன் நோர்வே நாட்டுக்குச் சென்றுவிட்டுத் திரும்பி வரும்போது பேர்கன் விமான நிலையம் நோக்கிப் பயணிக்கிறார்கள். வரும் வழியில் நோர்வே நாட்டின் தொலைத்தொடர்பு நிறுவனமான டெலிநோர் எனும் நிறுவனத்தின் பிரமாண்டமான கட்டடத்தைக் காண்கிறார்கள். இப்படியொரு பெரிய நிறுவனத்தை நாமும் உருவாக்கினால் எப்படி இருக்கும் என்று ஆசைப்படுகிறார்கள். அன்றே விமான நிலையத்திலிருந்தே ஒரு திட்டமும் போடுகிறார்கள். வயது இருபதுகளிலேயே உள்ள அந்த இளைஞர்களுக்கு இதுவரை ஒரு நிறுவனத்தை நடத்திய அனுபவம் ஏதுமில்லை. அதிகமாகப் பணமும் இருக்கவில்லை. ஆனாலும் வாழ்க்கையில் சாதிக்க வேண்டுமென்னும் ஒரு கனவு இருந்தது.

அந்த மூன்று தமிழ் இளைஞர்களின் பெயர்கள் லியோன், பாஸ்கரன், ரதீசன். ஆங்கிலத்தில் அவர்கள் மூவரின் பெயர்களின் முதலிரு எழுத்துகளைக் கொண்டு லிபாரா என்று அவர்கள் உருவாக்கப் போகும் நிறுவனத்துக்குப் பெயரிடுகிறார்கள். இது நடந்தது 2001-ம் ஆண்டில்.

கனவு காண்பது சுலபம் ஆனால் அதை நனவாக்குவது எவ்வளவு கடினம் என்பது அவர்களுக்கு விரைவிலேயே புரிந்து கொள்ளக் கூடியதாக இருந்தது. நிறுவனத்தை உத்தியோக பூர்வமாக நிறுவுவதற்கே ரதீசன் தனது சகோதரனின் கடன் அட்டையில்தான் பணம் செலுத்தி நிறுவ வேண்டி வந்தது. ஆரம்பத்தில் அவர்கள் வெளிநாடுகளுக்கு அழைப்பை ஏற்படுத்துவதற்கான தொலைபேசி அட்டைகளை வாங்கி விற்றுத்தான் அவர்களது நிறுவனத்தை ஆரம்பித்தார்கள். ஆனால் அவர்களை நம்பித் தொலைபேசி அட்டைகளைக் கொடுக்கப் பல நிறுவனங்கள் தயாராக இருக்கவில்லை. தோல்விகளைக் கண்டு மனம் தளராத அந்த இளைஞர்களின் விடாமுயற்சி இறுதியில் பயனளிக்கிறது. ஒரு நிறுவனம் ஐம்பதாயிரம் யூரோக்களுக்கு மேல் பெறுமதியுள்ள அட்டைகளை அவர்களுக்குக் கொடுக்கிறது. மூன்றே நாட்களில் அவற்றை விற்று அவர்களது வெற்றியின் முதல் படியில் ஏறினார்கள். இவர்களது இந்த முதலாவது தொலைபேசி அட்டைகள் வியாபாரம் தொடங்கியது நெதர்லாந்து நாட்டில்.

தொலைபேசி அட்டைகள் பற்றி ஒரு விளக்கம்... அக்காலத்தில் ஐரோப்பிய நாடுகளில் வீட்டிலிருக்கும் தொலைபேசிகளில் இருந்து வெளிநாடுகளுக்கு அழைப்பு ஏற்படுத்துவதற்கான செலவு மிகவும் அதிகம். அதனால் வெளிநாடுகளிலிருந்து வந்து குடியேறியவர்களுக்குத் தங்கள் ஊருக்கு அழைத்து உறவினர்களோடு பேசுவது மிகவும் சிரமமானதாக இருந்தது. இத்தேவையைப் பூர்த்தி செய்ய இந்தத் தொலைபேசி அட்டைகள் விற்கும் நிறுவனங்கள் அவர்களுக்கு ஒரு சேவையை வழங்கின. அந்த அட்டையிலுள்ள ஒரு உள்ளூர் இலக்கத்திற்கு அழைப்பு ஏற்படுத்திப் பின்னர் அதில் அந்த அட்டையிலுள்ள உங்கள் பிரத்தியேக எண்களை அழுத்திப் பின்னர் வெளிநாட்டு இலக்கத்தை அழுத்தித் தொடர்பு கொள்ளலாம். இதற்கான மொத்தச் செலவு நேரடியாக அழைப்பு ஏற்படுத்துவதற்கான செலவோடு ஒப்பிடும் போது மிகவும் குறைவானதாகும். இந்த அட்டைகளின் பாவனையாளர்கள் முக்கியமாக வெளிநாடுகளிருந்து வந்து குடியேறியவர்களே. இது ஐரோப்பிய நாடுகள் அனைத்திலும் பொதுவாக இருந்த நடைமுறை.

மூன்று நண்பர்களும் ஒன்றாகச் சேர்ந்து மூன்றில் ஒரு பங்குடன் லிபாரா நிறுவனத்தை ஆரம்பித்தார்கள். ரதீசனைத் தலைமைச் செயலதிகாரியாக நியமித்த மற்ற இரு நண்பர்களும் விற்பனை மற்றும் சந்தைப்படுத்தல் பொறுப்புகளை ஏற்றுக் கொண்டார்கள். இந்த மூவரின் கூட்டணியின் வெற்றிக்கு முக்கிய காரணம் என்னவென்றால் நான் பெரிது நீ பெரிது என்று ஆணவமற்று அவரவருக்கான பொறுப்பைச் செவ்வனே செய்வதே. அதன் மூலம் மூவரும் கருத்து வேறுபாடுகள் இல்லாமல் ஒன்றாக இயங்கி நிறுவனத்தை வளர்க்கக் கூடியதாக இருந்தது.

அவர்களது கூட்டணியின் வெற்றிக்கு உதாரணமாக இரண்டு கதைகளும் ரதீசன் சொல்லியுள்ளார். சிறு வயதில் அவரது தாயாரிடமிருந்து கற்ற கதை ஒன்று. ஒரு சிறு தடியை உடைப்பது சுலபம், ஆனால் இரண்டு மூன்று தடிகளைச் சேர்த்து உடைப்பது சிரமம். அதுபோலச் சகோதரர்கள் ஒற்றுமையாக இருந்தால் அவர்களது பலம் அதிகம் என்பது ரதீசனின் தாயார் சொல்லிக் கொடுத்த பாடம். மேலும் குர்ஆனில் இருந்து வந்த நீதிக் கதை ஒன்றையும் அவர் அறிந்ததாகச் சொன்னார். அதில் இரு புறாக்களைப் பிடித்து அவற்றின் கால்களை ஒன்றாகக் கட்டி விட்டுப் பறக்கச் சொன்னால் அந்தப் புறாக்களால் ஒழுங்காகப் பறக்க முடியாது. ஆனால் இரண்டையும் சுதந்திரமாகப் பறக்க விட்டால் இரண்டு பறவைகளாலும் உச்சத்தை எட்ட முடியும் என்பதே அக்கதையின் சாராம்சம். அதே போல் நண்பர்கள் மூவரும் ஒற்றுமையாக இருந்தது மட்டுமல்லாமல் அவரவர் பணியை மற்றவரின் தலையீடில்லாமல் சுதந்திரமாகச் செய்ததன் மூலம் அனைவரும் உயர்ந்து செல்லக் கூடியதாக இருந்தது.

தொலைபேசி அட்டைகளுடன் ஆரம்பித்த வியாபாரம் பின்னர் அலைபேசிக்கு சிம் கார்டு கொடுக்கும் நிறுவனமாக மாற்றம் எடுத்தது. இங்கும் இவர்களது முக்கிய வாடிக்கையாளர்கள் வெளிநாடுகளுக்கு அழைப்புகளை ஏற்படுத்துபவர்களே. அலைபேசிகளின் பாவனை அதிகரிக்கத் தொடங்கியதால் இவர்கள் தொலைபேசி அட்டைகளுக்குப் பதிலாக அலைபேசி சிம்கார்டுகளுக்கு முன்னேறினார்கள்.

இவர்களிடம் எந்தவிதத் தொழில்நுட்ப உள்கட்டமைப்புகளும் இல்லாமல் வேறொரு நிறுவனத்தின் கட்டமைப்புகளைப் பயன்படுத்தித் தங்கள் சேவையை ஒரு மெய்நிகர் அலைபேசிச் சேவையாக உருவாக்கினார்கள். இதுவும் நெதர்லாந்து நாட்டிலேயேதான் ஆரம்பித்தது. அதன் பின்னர் மற்றைய ஐரோப்பிய நாடுகள், ஆஸ்திரேலியா என்று அவர்களது சேவை பல நாடுகளிலும் வளர்ச்சி பெறத்தொடங்கி லிபாரா நிறுவனம் ஒரு பன்னாட்டு நிறுவனமாக மாறியது.

பொதுவாகப் பெரிய நிறுவனங்கள் வளரும்போது பெரியளவில் நிதி முதலீடுகளையோ அல்லது கடன்களையோ பெறுவது வழக்கமானதொன்றாகும். ஆனலும் லிபாரா நிறுவனம் தன் வளர்ச்சிக்கு வேறு யாரிடமுமிருந்தும் நிதி முதலீடோ அல்லது பாரிய வங்கிக் கடன்களோ பெறவில்லை. அவர்களது வளர்ச்சி படிப்படியாக ஆனால் வேகமாக முன்னேறிய ஒரு வளர்ச்சி.

லிபாரா நிறுவனம் பல நூறு மில்லியன் பவுண்ட்ஸ்கள் பெறுமதியான நிறுவனமாகியது மட்டுமல்லாமல் அதன் நிறுவனர்களையும் பெரும் செலவந்தர்களாக்கியது. அதன் தலைமைச் செயலதிகாரி ரதீசன் டைம்ஸ் பத்திரிகை தயாரிக்கும் பிரிட்டனிலுள்ள முதல் ஆயிரம் செல்வந்தர்கள் பட்டியலில் இடம் பெறுமளவுக்கு அவரது சொத்துக்களின் பெறுமதி வளர்ச்சியடைந்தது.

இருபத்தைந்து வயதில் நண்பர்களோடு கூட்டுச் சேர்ந்து ஒரு நிறுவனத்தை நிறுவித் தலமைச் செயலதிகாரியாகப் பொறுப்பேற்ற ரதீசனின் வாழ்க்கைப் பயணம் சுமூகமானதாக இருந்திருக்கவில்லை. யோகநாதன் ரதீசன் பிறந்தது இலங்கையின் வடபகுதியிலுள்ள பருத்தித்துறை எனும் ஊரில். சிறு வயதிலேயே அவர் இந்தியாவுக்கு வர வேண்டி நேர்ந்தது. பதினைந்து வயது வரை அவரது வாழ்க்கையும் ஆரம்பக் கல்வியும் இந்தியாவில்தான். பதினைந்து வயதில் அவர் இங்கிலாந்துக்கு வந்து சேர்ந்தார்.

இங்கிலாந்தில் அவரது ஆரம்ப வாழ்க்கை கொஞ்சம் கடினமாகவே இருந்தது. அவரது படிப்பு சம்பந்தமாக யாரிடமாவது சந்தேகம் கேட்க வேண்டுமானால் முழுமையாக ஆங்கிலத்தில் பேசக்கூடிய அவரது உறவினர் ஒருவரிடம்

மட்டுமே பேசக் கூடியதாக இருந்தது. அவர் ஒரு வங்கியில் வேலை பார்ப்பவர். அவர் வீட்டுக்கு வந்தபின்னர் இரவில்தான் அவரிடம் பேச முடியும். இரவு எட்டு மணி வரையும் காத்திருந்து அவரைத் தொலைபேசியில் அழைத்துத் தனது சந்தேகங்களைக் கேட்பாராம்.

ரதீசனின் தந்தையார் ஒரு தொழிற்சாலையில் வேலை பார்த்தார். அவர் தனது மகன் நன்றாகப் படிக்க வேண்டும் என்று ஆசைப்பட்டார். ரதீசனும் லண்டனிலுள்ள கிங்ஸ்டன் பல்கலைக்கழகத்தில் வானூர்திப் பொறியியலில் (Aeronautical Engineering) பட்டம் பெற்றார். படித்து முடித்த பின்னர் முதுநிலைப் பட்டத்துக்குப் படிக்க வேண்டும் எனும் ஆர்வம் இருந்தது. ஆனால் அதற்கான கட்டணம் கட்டப் பணம் தேவைப்பட்டது. அதைச் சேர்ப்பதற்காக பகலில் ஒரு கடையிலும் இரவில் ஒரு பாரிலும் இரு வேலைகள் செய்தார். கடையில் வேலை செய்யும் போது ஐ.சி.எஸ். நிறுவனத்தின் தொலைபேசி அட்டைகள் விற்கும்போது அதிலுள்ள ஒரு தவறினைச் சுட்டிக் காட்டினார். அதன் விளைவாக அவரைத் தலைமை அலுவலகத்தில் வேலை செய்ய அழைத்தார்கள். அங்குதான் அவருக்கு லியோன், பாஸ்கரன் ஆகிய நண்பர்களின் அறிமுகம் ஏற்பட்டது.

யோகநாதன் ரதீசனின் தலைமைத்துவம் எப்படியானது என்று பார்ப்போம். இவர் ஒரு சமத்துவவாதி. தன்னோடு நிறுவனத்தை ஆரம்பித்த நண்பர்களிடம் மட்டும் அவர் சமத்துவம் பேணவில்லை. அனைத்து ஊழியர்களுடனும் சமத்துவம் பேணினார். அலுவலகத்தில் உள்ள அனைவருக்கும் ஒரே மாதிரியான வசதிகள் கொடுக்க வேண்டும் என்பதில் கவனம் செலுத்தினார். அத்துடன் நிறுவனத்தின் விற்பனை பற்றிய அறிவு அனைவருக்கும் இருக்க வேண்டும். அதற்காக அனைத்து ஊழியர்களும் ஒரு சில வாரங்களுக்கு ஒரு தடவை ஒருநாள் சிம் கார்டு கடையில் விற்பனை செய்யச் செலவிட வேண்டும் என்பது அவரது கொள்கைகளில் ஒன்றாக இருந்தது.

இவரது தலைமையின் கீழ் லண்டன் மாநகரில் இருந்த வாடிக்கையாளர்களின் அழைப்புகளை ஏற்கும் பகுதியில் ஐம்பதுக்கும் மேற்பட்ட நாடுகளிலிருந்து இருபத்தைந்துக்கும்

மேற்பட்ட மொழிகள் பேசும் ஊழியர்கள் வேலை பார்த்தார்கள். இவர்களது வாடிக்கையாளர்கள் வெளிநாடுகளிருந்து குடியேறியவர்களே அதிகமானோர் என்பதால் இந்தப் பன்மொழி பேசும் பன்னாட்டு ஊழியர்களின் தேவையிருந்ததில் ஆச்சரியமில்லை.

2012-ம் ஆண்டில் ஓராண்டு தலைமைச் செயலதிகாரி பதவியிலிருந்து விலகியிருந்தார் பின்னர் மீண்டும் 2013-ல் தலைமைச் செயலதிகாரிப் பதவிக்கு வந்தார். லிபாரா நிறுவனம் அலைபேசி சிம்கார்டுகளிலிருந்து தமிழில் நெட்ஃபிளிக்ஸ் சேவை போன்ற லிபாரா பிளே சேவை ஒன்றையும் ஆரம்பித்தார்கள்.

அத்துடன் இந்தியாவிலும் மற்றைய நாடுகளிலும் பல தொண்டு நிறுவனச் சேவைகளிலும் ஈடுபட்டார்கள். வணிகத்தில் பணம் சம்பாதிப்பது மட்டுமல்லாமல் தேவையானவர்களுக்கு உதவி செய்ய வேண்டும் எனும் ஆர்வம் ரதீசனுக்கும் அவரது நண்பர்களுக்கும் இருந்ததை இந்தத் தொண்டு நிறுவனத்தின் சேவைகள் எடுத்துக் காட்டுகின்றன.

கிளாஸ்டோர் எனும் நிறுவனம் ஆண்டுதோறும் பிரிட்டனில் உள்ள நிறுவனங்களின் ஊழியர்களிடம் அவர்கள் வேலை செய்யும் நிறுவனத்தின் தலைமைச் செயலதிகாரி பற்றி வாக்கெடுப்பு நடத்துவார்கள். 2015-ம் ஆண்டில் நடைபெற்ற அந்த வாக்கெடுப்பில் பிரிட்டனில் முதல் இருபத்தைந்து சிறந்த தலமைச் செயலதிகாரிகள் பட்டியலில் லிபாரா நிறுவனத்தின் 'தல' யோகநாதன் ரதீசனும் இடம் பெற்றார். இது அவரது தலைமைத்துவத்திற்காக அவரது நிறுவன ஊழியர்களால் கொடுக்கப்பட்ட அங்கீகாரம்.

2017-ம் ஆண்டில் லிபாரா நிறுவனத்தை சுவிற்சர்லாந்தைச் சேர்ந்த ஒரு முதலீட்டு நிறுவனத்துக்கு விற்றதன் மூலம் இந்த நிறுவனத்தை ஆரம்பித்த மூன்று நண்பர்களும் ஆரம்பித்துப் பதினாறு ஆண்டுகளின் பின்னர் இந்நிறுவனத்தின் பணியிலிருந்து விலகிக் கொண்டார்கள். இது தனியார் நிறுவனம் ஒன்றை இன்னுமொரு தனியார் நிறுவனம் வாங்கியதால் அவர்கள் விற்ற தொகை பகிரங்கமாக அறிவிக்கப்படவில்லை. ஆனாலும் பல நூறு மில்லியன் பவுண்ட்ஸ்களுக்கு விற்கப்பட்டிருக்கலாம் என எதிர்வு கூறப்பட்டது. இன்றும் இந்த நிறுவனம் சிறந்த

அலைபேசி சிம்கார்டுகள் விற்கும் மெய்நிகர் அலைபேசி நிறுவனமாக இயங்கி வருகிறது.

யோகநாதன் ரதீசனினதும் அவரது நண்பர்களதுமான இந்த வெற்றிகரமான வணிகத்தின் அடிப்படைக் காரணிகள் பற்றி ரதீசன் என்ன சொல்லியிருக்கிறார் என்று பார்ப்போம். மனிதர்களாகிய நாம் அனைவரும் ஒரு சிலவற்றில் திறமையுள்ளவராகவும் சிலவற்றில் திறமை குறைந்தவர்களாகவும் இருப்போம். நாம் நம்மிடம் இல்லாத திறன்கள் பற்றிக் கவலைப்படாது, நமக்குள்ள திறமையில் அதிகக் கவனம் செலுத்தி அதனை மெருகேற்றி வளர்ப்பதன் மூலம் அத்துறையில் வெற்றி காணலாம் என்பது ரதீசனின் கருத்து. அத்துடன் தொடர்ந்து நம்மைச் சுற்றி என்ன நடக்கிறது? என்ன புதிய தொழில்நுட்பங்கள் சந்தைக்கு வருகின்றன? என்பதையும் அறிந்து கொள்ள வேண்டும் என்கிறார். அதற்குத் தொடர்ச்சியான வாசிப்பு அவசியம் என்கிறார். ரதீசன் நம்பிக்கை, நாணயம் போன்ற அடிப்படையான குணங்கள் மிகவும் முக்கியமானது எனக் கருதுபவர். அவரது வணிகத்திலும் அவற்றை அமல்படுத்தினார். அத்துடன் தங்கள் இலக்கை அடைவதற்காக விடாமுயற்சியுடன் உழைக்கும் பண்பையும் அவரிடம் அவதானிக்கக் கூடியதாக இருக்கிறது.

இளையவர்களுக்கு அவர் கொடுக்கும் அறிவுரை- நீங்கள் எதில் அதீத ஆர்வம் காட்டுகிறீர்களோ அதில் மிகச் சிறந்தவராக வருவதற்கு முயற்சி செய்யுங்கள். பணத்தைத் தேடி ஓடாதீர்கள். நீங்கள் உங்கள் ஆர்வமுள்ள துறையில் மிகச் சிறந்தவராக வரும்போது பணம் தானாக உங்களைத் தேடி வரும். மற்றவர்களின் விருப்பத்துக்காக இல்லாமல் உங்கள் பாதையை நீங்களே தேர்ந்தெடுங்கள் என்பதே ரதீசன் கொடுக்கும் அறிவுரை.

அத்தியாயம் 14

அன்பினால் ஆளும் தலைவி

ஒகிள்வி என்பது உலகில் மிகவும் பிரபலமான ஒரு விளம்பர ஏஜென்சி. இதனை 1948-ம் ஆண்டு டேவிட் ஒகிள்வி என்பவர் ஆரம்பித்தார். எழுபத்தைந்து ஆண்டுகளாக இயங்கும் இந்நிறுவனம் தற்போது தொண்ணூற்று மூன்று நாடுகளில் நூற்று முப்பத்தொரு அலுவலகங்களைக் கொண்டதொரு பெரிய பன்னாட்டு விளம்பர நிறுவனம். இந்நிறுவனத்தின் தலைமைச் செயலகம் அமெரிக்காவில் நியூயார்க் நகரில் உள்ளது. இந்நிறுவனத்தின் உலகளாவிய தலைமைச் செயலதிகாரியாக தேவிகா புல்சந்தானி செப்டம்பர் 2022-ல் பதவியேற்றார். தேவிகா இந்தியாவில் பிறந்து வளர்ந்து அமெரிக்காவில் குடியேறியவர்.

அம்ரித்சரில் ஒரு கூட்டுக் குடும்பம். சகோதரர்களின் வீடுகள் ஒன்றுக்கொன்று அருகாமையில் உள்ள இந்தியக் கலாசாரப்படி வாழும் ஒரு குடும்பம். அவர்களது குடும்பக் கட்டமைப்பு ஒன்றும் அசாதாரணமானதல்ல. அப்படியான ஒரு குடும்பத்தில் பிறந்தவர்தான் தேவிகா புல்சந்தானி. அவருக்கு மூத்த சகோதரர்கள் இருவர் மற்றும் இளைய சகோதரி ஒருவர். சிறுவயதிலேயே தேவிகாவுக்குக் கட்டுப்பாடுகள் பிடிக்காது. முக்கியமாக ஒரு சிலருக்கு மட்டுமே இருக்கும் கட்டுப்பாடுகள்

பிடிக்காது. 'ஏன் இந்தக் கட்டுப்பாடு தேவை?' என்று கேள்வி கேட்டுச் சிந்திக்கும் குணம் கொண்ட சிறுமி. சிறுவயதிலேயே அந்தச் சிறுமி ஒரு சராசரி இந்தியப் பெண்ணாக வளரப் போகும் ஒருத்தியில்லை என்பதற்கான அறிகுறிகள் தெளிவாகத் தெரிந்தன.

இந்தியாவின் எப்பகுதியிலும் நிலவும் பொதுவான ஆண் பெண் வேற்றுமைகள் அந்தச் சிறுமிக்குப் புரியவில்லை. பெண் பிள்ளை ஒரு காரியத்தைச் செய்யக் கூடாது என்று தடுக்கும் பெரியோர்கள் ஆண் பிள்ளை அதே காரியத்தைச் செய்தால் கண்டுகொள்வதில்லை. அண்ணன் மரத்தில் ஏறலாம் என்றால் நான் ஏன் ஏறக் கூடாது..? அவனுக்கும் எனக்கும் என்ன வித்தியாசம்,,? என்று பால் சார்ந்த பாகுபாடுகள் பற்றிச் சிந்திக்கத் தொடங்கும்போது தேவிகாவுக்கு ஐந்து அல்லது ஆறு வயதிருக்கலாம்.

அண்ணன்மாருடன் ஒப்பிடும்போது நான் வித்தியாசமாக இருப்பது அவர்களைப் போல நான் நின்றபடி சிறுநீர் கழிப்பதில்லை. ஆகவே நானும் அப்படிச் செய்ய முடியுமானால் என்னைப் பெரியவர்கள் பெண்பிள்ளை நீ என்று சொல்லும் கட்டுப்பாடுகளை நீக்குவார்களா எனும் எண்ணம் தோன்றியது. அதுவே தேவிகா ஒரு பிரச்சினை வரும்போது வித்தியாசமான் கோணத்தில் அதை அணுகும் திறமையை இயற்கையாகவே கொண்டவர் எனச் சுட்டிக் காட்டுகிறது.

குடும்பப் பெரியவர்கள் பெண் பிள்ளை என்று கட்டுப்பாடுகள் போட்ட போதிலும் தேவிகா அவற்றுக்குக் கட்டுப்படவில்லை. தனது சகோதரர்கள் போலவே சிறு வயதில் ஆண்பிள்ளைகளைப் போல மரத்தில் ஏறி விளையாடுதல், தன்னை விடப் பெரிய சைக்கிளை ஓட்டுதல் போன்ற காரியங்களைச் செய்து தான், தனது சகோதரர்களுக்குச் சளைத்தவரல்ல என்று காட்டினார். அதனால் விழுந்தெழும்பி அவர் சில வீரத் தழும்புகளையும் சம்பாதித்திருக்கிறார். ஆனால் அவற்றை அவர் ஒரு பெருமையாகவே கருதினார்.

தேவிகா மும்பை புனித சேவியர் கல்லூரியில் ஆங்கிலம் மற்றும் உளவியல் பாடங்களில் பட்டம் பெற்றுப் பின்னர் அமெரிக்காவில் சதர்ன் கலிபோர்னியா பல்கலைக்கழகத்தில்

முதுநிலைப் பட்டமும் பெற்றவர். அதன் பின்னர் அவர் இந்தியா திரும்பினார். திருமணம் செய்த பின்னர் கணவருடன் மீண்டும் அமெரிக்காவிற்கு நியூயார்க் நகருக்குச் சென்றார். அங்கு அவர் வேலை தேடிய போது அவருக்கு விளம்பர நிறுவனம் ஒன்றில் வேலை கிடைத்தது. இந்த விளம்பரத்துறையை அவர் தேர்வு செய்தது ஒரு தற்செயலான செயலே. ஆனாலும் அத்துறை அவருக்கு மிகவும் பிடித்ததாகி விட்டது.

தேவிகா விளம்பரத்துறையில் சேர்ந்தபோது அது ஆண்கள், அதுவும் அதிகமாக வெள்ளையின ஆண்கள், அதிகம் பேர் பணிபுரியும் துறையாகவே இருந்தது. அத்துடன் தேவிகா புல்சந்தானிக்கு அமெரிக்கக் கலாசாரம் பற்றிய அறிவும் குறைவு. விளம்பரம் என்பது கலாசாரத்தோடு ஐக்கியமாகும் ஒரு துறை. அதனால் ஆரம்ப காலத்தில் தேவிகாவிற்கு அதில் முழுமையாகப் பங்கெடுக்கும் உணர்வு ஏற்படவில்லை. அதற்கான காரணம் அவரின் இந்தியப் பின்னணியே. என்னதான் கட்டுப்பாடுகளை உடைத்தெறியும் பெண்ணாக இருந்த போதிலும் அவரது வளர்ப்பு முற்று முழுதாக இந்தியக் கலாசாரத்தில் ஆழமாக வேரூன்றியிருந்தது. அதில் பெருமையும் இருந்தது. நான் எனது கலாசாரத்தில் மட்டும் பெருமை கொள்ளாமல் மற்றைய கலாசாரங்களையும் திறந்த மனத்தோடு அணுக வேண்டும் என்று அவர் உணர்ந்த தருணமே தனது தொழிற்துறை வளர்ச்சியில் ஒரு முக்கிய திருப்பு முனையாகும் என்கிறார் தேவிகா.

மக்கான் எனும் நிறுவனத்தில் பல ஆண்டுகள் தேவிகா பணி புரிந்தார். அங்கு பணி புரியும்போது தனது திறமையை அடையாளம் கண்டு அதனை வளர்த்த பெருமை அந்த நிறுவனத்தில் பணிபுரிந்த இரண்டு ஆண் மேலாளர்களுக்கே சாரும் என்கிறார் தேவிகா. அத்துடன் படைப்பாற்றல் பகுதிக்குப் பொறுப்பாக இருந்த நீனா டி சூசா எனும் பெண் அவருக்கு முன்மாதிரியாக இருந்தாராம். நீனாவின் அணுகுமுறைகளில் மற்றைய ஆண் தலைவர்களைப் போலல்லாது ஒரு பெண்மைத்தனம் இருந்ததை நன்கு அவதானித்தாராம்.

2017-ம் ஆண்டு நியூயார்க் நகரத்தில் பெண்கள் தினத்தைக் கொண்டாடுவதற்காக நிறுவப்பட்ட பயமற்ற சிறுமி (Fearless

Girl) சிலை உருவாக்கும் திட்டத்தில் மக்கான் நிறுவனத்தின் ஊழியராகத் தேவிகா முக்கிய பங்கு வகித்தார். தற்காலிகமாக நிறுவப்பட்ட சிலை பலரின் வேண்டுகோளுக்கிணங்க நிரந்தரமாக்கப்பட்டது.

நடந்து முடிந்தவற்றைப் பற்றிக் கவலைப்படுவதே இல்லை தேவிகா. நடந்தது நடந்து விட்டது. அடுத்து என்ன செய்யலாம்..? எனும் கேள்வி கேட்கும் தன்மை கொண்டவர். ஒரு தடவை அவரது மகன் தனது பள்ளிக்கூட வீட்டு வேலை செய்த தாளை பணிப்பெண் குப்பையில் போட்டு விட்டாள். அந்தக் குப்பை வெளியில் கொண்டு செல்லப்பட்டு விட்டது என்று குறை சொன்னானாம். அதற்கு அவர், 'சரி போய் விட்டது. அதைச் சொல்லிக் கொண்டிருக்காமல் நீ அது இன்னும் வெளியே இருக்கும் குப்பை வாளிக்குள் இருக்கிறதா என்று பார்த்தாயா..?' என்று பதில் கேள்வி கேட்டாராம். ஐயோ, இப்படி ஆகி விட்டதே என்று ஒப்பாரி வைக்காமல், தற்போதைய நிலையில் என்ன செய்யலாம் என்று கவலைப்படாமல் சிந்திக்கும் திறமை பொதுவாகப் பலருக்கு இருப்பதில்லை. தேவிகாவின் ஆளுமைத் திறன்களில் இதுவும் ஒன்று என்று சொல்லலாம்.

தேவிகா புல்சந்தானியின் தலைமைத்துவம் பொதுவான அதிகாரம் செலுத்தும் தலைமைத்துவத்திலிருந்து முற்றிலும் மாறுபட்டது. அவர் தலைமைச் செயலதிகாரியாக வந்ததும் அவரது அலுவலக அறையின் கண்ணாடி வெளியிலிருந்து உள்ளே தெளிவாகப் பார்க்க முடியாதபடியான கண்ணாடியாக இருந்தது. அவர் முதலில் அதைத் தெளிவாகத் தெரியும் கண்ணாடியாக மாற்றினாராம். நான் அலுவலக அறையில் கதவை மூடிவிட்டு இருப்பது நான் தொலைபேசி அழைப்புகளில் மற்றவர்களுடன் பேசிக் கொண்டிருப்பதால், ஆனாலும் நான் அனைவர் கண்ணுக்கும் தெரியும்படியாக இருப்பதன் மூலம் நான் ஒரு அதிகாரியல்ல, உங்களில் ஒருத்தி என்று காட்டுவதே இம்மாற்றத்துக்கான காரணம். அது மட்டுமல்லாமல் தனது அலுவலகத்தில் அவர் அமரும் மேசை மற்றும் நாற்காலி போன்றவை கூட அதிகாரத்தைக் குறிக்கும் பொருட்களாக இருக்கக் கூடாது என்பதில் அவர் அக்கறை காட்டுகிறார்.

அதிகாரம் செலுத்தாது அன்பு மட்டுமே செலுத்துவதே தேவிகா புல்சந்தானியின் தலைமைத்துவப் பண்பாடு. நாம் வீட்டில் நடந்து கொள்வதற்கும் அலுவலகத்தில் நடந்து கொள்வதற்கும் வேறுபாடுகள் எதற்காக..? என்னும் கேள்வியை எழுப்புகிறார். சில வேளைகளில் மனிதர்களாகிய நாம் உணர்ச்சிவசப்பட்டுக் கண்ணீர் சிந்துவது உண்டு. அப்படியான உணர்ச்சியை அலுவலகத்தில் மட்டும் ஏன் கட்டுப்படுத்த வேண்டும்..? என்பதும் அவர் எழுப்பும் ஒரு கேள்வி. வீட்டில் வாழும் குடும்பத்தினர் போலவே அலுவலகத்தில் பணிபுரியும் சக ஊழியர்களும் மனிதர்களே. அதனால் நான் எங்கு இருந்தாலும் என்னைச் சுற்றி இருப்பவர்கள் மீது அன்பும் அக்கறையும் கொண்டிருப்பதே சரியானது என்பதே தேவிகாவின் கொள்கை.

ஒக்ளிவி போன்ற விளம்பர நிறுவனங்கள் பொருட்களைத் தயாரிப்பதில்லை. ஊழியர்களின் படைப்பாற்றலே அவர்களின் வியாபாரப் பொருள். அதனால் ஊழியர்கள் மேல் உண்மையான அக்கறை காட்டுவது தனது துறையில் மிகவும் முக்கியமானது என்கிறார் தேவிகா. மனிதர்களின் உளவியல் தேவைகளைப் பூர்த்தி செய்து அவர்களை உற்சாகப்படுத்துவதன் மூலம் யாரிடமிருந்தும் அதீதப் பங்களிப்பைப் பெற்றுக் கொள்ளலாம். மரியாதையும் பொறுப்பும் கொடுக்கப்படும்போது ஒவ்வொருவரும் தங்களால் முடிந்தளவு முயற்சியைக் கொடுப்பார்கள்.

ஒரு வீடியோ அழைப்பில் இருக்கும் போது ஒரு சிறுவன் அம்மாவிடம் ஓடி வர, அந்தத் தாய் அழைப்பிலிருந்த அனைவரிடமும் தடங்கலுக்கு மன்னிப்புக் கோரினாராம். தேவிகாவோ “ஏன் மன்னிப்புக் கேட்கிறீர்கள்..? அந்தச் சிறுவனை எங்கள் அனைவருக்கும் ஒரு ஹாய் சொல்லச் சொல்லுங்க” என்று சொன்னாராம். அந்தச் சிறுவனைப் பொறுத்தவரை வீட்டுக்கு வந்ததும் அம்மா மட்டுமே கண்ணுக்குத் தெரிகிறாள். அவன் அம்மாவிடம் வந்ததற்கு, அம்மா மற்றவர்களிடம் மன்னிப்புக் கேட்டால் அந்தச் சிறுவனின் மனதில் என்ன விதமான எண்ணங்கள் தோன்றும் என்று ஆழமாகச் சிந்திப்பது மட்டுமல்லாமல் அந்தச் சிறுவனின் நலன் மீது உண்மையான அக்கறையையும் காட்டுகிறார் தேவிகா. இச்சம்பவம் அவரது

அன்பும் அக்கறையும் காட்டும் தலைமைத்துவத்துவப் பண்புக்கு ஒரு சிறந்த எடுத்துக்காட்டாகும்.

தேவிகாவின் பொழுதுபோக்கில் ஒன்று சமையல் கலை. முக்கியமாக தாய்லாந்து உணவு வகைகளில் அவருக்கு ஆர்வம் உண்டு. இருபதுக்கும் மேற்பட்ட தாய்லாந்து உணவு வகைகளைச் சமைக்கும் திறன் கொண்டவர்.

தேவிகா புல்சந்தானியின் அடுத்த தலைமுறைக்கான அறிவுரை மிகவும் சுருக்கமானது. யாராவது உன்னால் முடியாது அல்லது உனக்கு அதைப் பெற்றுக் கொள்ளும் தகுதியில்லை என்று சொன்னால் ஏற்றுக் கொள்ளாதீர்கள். என்னால் முடியும் என்று அச்சமின்றி முயற்சி செய்யுங்கள். அத்துடன் எதைச் செய்தாலும் அதை முழுமனதுடன் உங்கள் திறமையை முழுமையாகக் காட்டிச் செய்யுங்கள்.

சிறுவயதிலும் சரி, பின்னர் அமெரிக்காவில் குடியேறித் தொழில் ரீதியாகவும் சரி... என்னால் முடியும் என்று தன்னம்பிக்கையுடன் பயமற்ற பெண்ணாகச் செயல்படும் தேவிகா புல்சந்தானி பலருக்கு முன்மாதிரியாகத் திகழும் தலைவர்களில் ஒருவர் என்றே சொல்லலாம்.

அத்தியாயம் 15

இரட்டைத் தலைவர்கள்

இரட்டையர்கள் என்றால் பல ஒற்றுமைகள் இருக்கும். அவற்றில் முக்கியமானது உருவ ஒற்றுமை. மற்றபடி அவர்களுக்குள் பல வேறுபாடுகள் இருக்கும். இரட்டையர்களில் தொழில் ரீதியாக ஒரே துறையைத் தேர்ந்தெடுப்பவர்களும் மிகக் குறைவே. அப்படியே தேர்ந்தெடுத்தாலும் இருவரும் அத்துறையில் மிகவும் சிறந்து விளங்குவதென்பது மிகமிகக் குறைவு. எல்லாவற்றுக்கும் விதிவிலக்கு என ஒன்று உள்ளதல்லவா..? அதுபோல விதிவிலக்காக தொழில்நுட்பத் துறையில் வெற்றி கண்டவர்கள் இரட்டையர்கள் ஜோர்ஜ் குரியன் மற்றும் தோமஸ் குரியன் ஆகிய இரட்டைச் சகோதரர்கள்.

கேரளாவில் கோட்டயம் மாவட்டத்தில் பிறந்த குரியன் குடும்பத்து இரட்டைச் சகோதரர்கள் ஒரு விசேடமான இரட்டைச் சகோதரர்கள் என்றே சொல்லலாம். ஜோர்ஜ் குரியன் தற்போது நெட்அப் எனும் Cloud Storage நிறுவனத்தின் தலைமைச் செயலதிகாரி. தோமஸ் குரியன் கூகுள் நிறுவனத்தில் Google Cloud பகுதிக்குத் தலைமைப் பதவி வகிப்பவர்.

இவர்களது தந்தையார் ஒரு இராசயனப் பொறியாளர். விவசாயக் குடும்பப் பின்னணியிலிருந்து வந்தவர். தாயார் ஒரு ஆசிரியர். தாயாரின் பெற்றோர்கள் இலங்கையில் வாழ்ந்த

இந்தியர்கள். கல்லூரிப் படிப்புக்காக அவர் இந்தியா வந்தார். அவரது காலத்தில் பெண்கள் படிப்பதே பெரிய விடயம். அதனால் அவர் அன்றைய காலக்கட்டத்தில் சமூகத்தின் பொதுவான போக்கில் போகாது முற்போக்குச் சிந்தனையுடன் செயற்பட்டவர் என்று ஜோர்ஜ் பல இடங்களில் கூறியுள்ளார்.

இரட்டையர்களினதும் அவர்களது மூத்த சகோதரர்களுடைய வெற்றிகரமான வாழ்வுக்கு அவர்களது பெற்றோர்களே காரணம் என்கிறார் ஜோர்ஜ். அவர்களது பெற்றோர்கள் வசதியான குடும்பங்களிலிருந்து வரவில்லை. தங்களது உழைப்பினால் முன்னேறியவர்கள். பிள்ளைகளின் வளர்ச்சிக்குப் பக்கபலமாக இருந்ததோடு மட்டுமல்லாமல் அவர்களின் முயற்சிகளுக்கு ஊக்கமுமளித்தார்கள். அத்துடன் இந்தியாவில் அவர்கள் பெற்றோர்கள் மூலம் தங்களுக்குக் கிடைத்த வசதிகளும் சந்தர்ப்பங்களும் பலருக்குக் கிடைக்கவில்லை என்பதை அறிந்திருப்பதால் கிடைத்த சந்தர்ப்பங்களை முழுமையாகப் பயன்படுத்த வேண்டும் எனும் ஒரு உத்வேகம் தனக்குள் இருந்ததாகக் கூறுகிறார் ஜோர்ஜ் குரியன்.

இவர்களது தாயார் கண்டிப்பானவர். இரட்டையர்களுக்கு இரு மூத்த சகோதரர்கள் இருந்தார்கள். நான்கு ஆண்பிள்ளைகளையும் வீட்டில் அனைத்து வேலைகளையும் மாறி மாறிச் செய்யப் பழக்கினாராம். இது பெண் பிள்ளைகளுக்கான வேலை என்று சொல்வதற்குப் பெண் பிள்ளைகள் வீட்டிலிருக்கவில்லை அத்துடன் முற்போக்குச் சிந்தனையுள்ள தாயார் அப்படியாக பெண் பிள்ளைகளுக்கான வேலை ஆண்பிள்ளைகளுக்கான வேலை என்று சிந்திப்பவருமல்ல.

அந்தந்த நேரத்துக்குக் காரியங்களைச் செய்ய வேண்டும் என்பதிலும் கண்டிப்பாக இருந்தாராம். தெருவில் கிரிக்கெட் விளையாடிக் கொண்டிருந்தாலும் சரியாக ஆறு மணிக்கு வீட்டுக்குள் வந்து விட வேண்டும். அதனால் நேரம் என்பது விலைமதிப்பற்ற ஒரு செல்வம் என்பதை ஜோர்ஜ் உணர்ந்து கொண்டார் என்று சொல்கிறார். அதனால் நான் இருக்கும் நேரத்துக்குள் எதற்கு முக்கியத்துவம் கொடுக்க வேண்டும் என்று முடிவெடுக்கும் பழக்கம் உள்ளவனாக இருக்கிறேன் என்கிறார்.

இரட்டையர்கள் இருவரும் ஐ.ஐ.டி. சென்னையில் தங்கள் படிப்பை ஆரம்பித்தார்கள். ஆனால் ஆறு மாதத்திலேயே அதைக் கைவிட்டு விட்டு அமெரிக்காவில் பிரின்ஸ்டன் பல்கலைக்கழகத்துக்கு இருவருமே ஸ்காலர்ஷிப்புடனும், பெற்றோர்களின் உதவியுடனும் போனார்கள். அங்கு தோமஸ் முதன்மை மாணவனாக Summa Cum Laude விருதுடன் எலெக்டிரிகல் எஞ்சினியரிங் அண்ட் கம்பியூட்டர் சயன்ஸ் துறையில் பட்டம் பெறுகிறார். ஜோர்ஜும் எலெக்டிரிகல் எஞ்சினியரிங் துறையில் பட்டம் பெறுகிறார். சில வருடங்களுக்குப் பின்னர் இருவரும் ஸ்ரான்ஃபர்ட் பல்கலைக்கழகத்தில் முதலில் தோமஸும் பின்னர் ஜோர்ஜும் எம்.பி.ஏ. பட்டமும் பெறுகிறார்கள். படித்துப் பட்டம் பெறுவதிலும் காலத்தில் இரட்டையர்களுக்கிடையில் வித்தியாசங்கள் அதிகமில்லை.

கல்லூரியில் படிக்கும் காலத்தில் செலவுக்குப் பணம், உழைப்பதற்காகப் பிட்சா கடை, கஃபே, பார் போன்ற பல இடங்களில் பலவிதமான வேலைகளைச் செய்தார்கள் இரட்டையர்கள். இப்படியான வேலை செய்வது மிகவும் சிறந்த அனுபவத்தைத் தந்தது என்கிறார் ஜோர்ஜ். ஒரு நிறுவனம் செயற்படப் பலவிதமான ஊழியர்களின் பங்கு தேவை என்பதை இவ்வேலைகளின் அனுபவத்தின் மூலம் உணர்ந்து கொண்டார் ஜோர்ஜ்.

படித்து முடித்ததும் ஜோர்ஜ் ஒரக்கிள் நிறுவனத்திலும், தோமஸ் மக்கென்சி நிறுவனத்திலும் வேலைக்குச் சேர்ந்தார்கள். சில வருடங்களுக்குப் பின்னர் ஜோர்ஜ் மக்கென்சிக்கும், தோமஸ் ஒரக்கிளுக்கும் மாறினார்கள். தோமஸ் ஒரக்கிள் நிறுவனத்தில் நீண்ட காலம் பணி புரிந்தார். நீண்ட காலமாக ஒரக்கிள் நிறுவனத்தில் வளர்ச்சி பெற்ற தோமஸ் இரண்டாயிரத்துப் பதினெட்டாம் ஆண்டு நவம்பரில் கூகுள் நிறுவனத்தில் கூகுள் கிளவுட் பகுதியின் தலைமைச் செயலதிகாரியாகப் பதவியேற்றார்.

ஜோர்ஜ் சிஸ்கோ உட்பட வேறு நிறுவனங்களில் பணிபுரிந்து விட்டு நெட்அப் நிறுவனத்தில் சேர்ந்தார். இரண்டாயிரத்துப் பதினோராம் ஆண்டு நெட்அப் நிறுவனத்தில் சேர்ந்த ஜோர்ஜ் இரண்டாயிரத்துப் பதினைந்தில் அந்நிறுவனத்தின் தலைமைச்

செயலதிகாரியாகப் பொறுப்பேற்றார். நெட்அப் நிறுவனம் **1992**-ம் ஆண்டில் ஆரம்பிக்கப்பட்ட நிறுவனம். அதன் தற்போதைய மதிப்பு பதினான்கு பில்லியன் டாலர்களளவில் உள்ளது.

ஜோர்ஜ் ஒரு பெரிய நிறுவனத்தில் தலைமைச் செயலதிகாரியாகப் பொறுப்பான பதவியில் இருந்த போதும் அவரது தாயாரின் மேல் அவரது மதிப்புக் குறையவில்லை. அடிக்கடி 'நீங்கள் வீட்டில் நல்ல கணவனாக, நல்ல தகப்பனாக இருக்கிறீர்களா?' என்று பிள்ளைகளிடம் தாயார் கேட்பதுண்டு. தாயாரின் இந்தக் கேள்வி தன்னைப் பணிவானவராக இருப்பதற்கு நினைவூட்டுகிறது என்கிறார் ஜோர்ஜ். அது மட்டுமல்லாது தனது இரட்டைச் சகோதரர் தோமஸிடம் தான் அவ்வப்போது தேவைப்படும் சமயம் ஆலோசனை கேட்பேன் என்கிறார் ஜோர்ஜ். இவை ஜோர்ஜ் குடும்பப் பற்றுள்ளவர் என்பதைக் காட்டுகிறது.

ஜோர்ஜின் வாழ்க்கையில் பெரும் பாதிப்பை ஏற்படுத்திய புத்தகம் அவருக்கு எட்டு வயதாக இருக்கும் போது தாயார் வாங்கிக் கொடுத்த ஏபிரஹாம் லிங்கன் பற்றிய புத்தகம் என்கிறார். அதை அவர் சிறு வயதில் பலமுறை படித்துள்ளார். தன்னம்பிக்கை, மற்றவர்களின் பிரச்சினைகளை அறிந்து கொள்ளுதல் மற்றும் மற்றவர்களிடமிருந்து கற்றுக் கொள்ளுதல் போன்ற குணாதியசங்கள் பற்றிப் படித்தது இப்போதும் நினைவிலிருப்பதாகக் கூறுகிறார் ஜோர்ஜ்.

ஒரு தலைவனுக்கு இருக்க வேண்டிய திறமைகள் பற்றிய ஜோர்ஜ் குரியனின் கருத்துகள் என்னவென்று பார்ப்போம்.

மாற்றம் என்பது தவிர்க்க முடியாதது. அதுவும் தொடர்ந்து வேகமாக வளர்ந்து கொண்டிருக்கும் கணினித் துறையில் மாற்றங்கள் தொடர்ச்சியானது. மாற்றங்களை நிறுவனத்திற்குள் கொண்டு வரும்போது ஊழியர்களுக்குப் புரியும் படியாக ஏன் இந்த மாற்றம் தேவையென்பதைச் சொல்ல வேண்டிய திறமை தலைமைச் செயலதிகாரிக்கு முக்கியமானதொன்றாகும்.

எவ்வளவுதான் திறமையுள்ளவராக இருந்தாலும் அதிக அனுபவம் பெற்றிருந்தாலும் எந்த ஒருவராலும் எல்லாத்

துறைகளிலும் விற்பன்னராக இருக்க முடியாது. அதனால் நான் என்னைச் சுற்றி ஒவ்வொரு துறையிலும் திறமை வாய்ந்தவர்களை எனது அணியில் வைத்திருக்கிறேன். அவர்களின் ஆதரவோடு நிறுவனத்தைச் சரியான பாதையில் கொண்டு செல்லக் கூடியதாக இருக்கிறது என்கிறார் ஜோர்ஜ்.

தலைமைப் பதவியிலிருந்தாலும் பணிவு முக்கியமானதென்பதைச் சிறு வயதிலிருந்தே தனது தாயாரிடம் கற்றுக் கொண்டார் ஜோர்ஜ். 'மற்றவர்களின் கருத்துகளைக் கேட்க வேண்டியது ஒரு தலைவனுக்குத் தேவையான திறன்' என்கிறார்.

ஒரு தலைமைச் செயலதிகாரிக்கு நிச்சயமற்ற தன்மையை ஏற்றுக் கொண்டு முடிவுகள் எடுக்கும் திறன் இருக்க வேண்டும். நிச்சயமான நிலைமை வரும்வரை காத்திருக்க முடியாது. முடிவுகள் எடுத்த பின்னர் அவ்வப்போது தேவைக்கேற்ப சில மாற்றங்களைச் செய்ய வேண்டும். ஆனால் முடிவே எடுக்காமல் காத்திருக்க முடியாது. இன்றைய வணிக உலகில் வெற்றி பெறுவதற்கு வேகம் முக்கியமானது.

ஒரு காரியம் செய்யும் போது ஜோர்ஜ் வேறு தடங்கல்களை விரும்பாதவர். அதனால் கைத் தொலைபேசி போன்றவற்றினால் ஏற்படும் தடங்கல்களைக் கட்டுப்படுத்தி வைத்திருக்கிறார். செய்யும் காரியத்தில் முழுமையோடு ஈடுபடும் அவரது தன்மையை இது காட்டுகிறது.

அத்தியாயம் 16

கோடீஸ்வரி

ஜெய்ஸ்ரீ பிறந்தது லண்டன் மாநகரில். அவரது தந்தை ஒரு இயற்பியல் நிபுணர். ஐந்து வயதளவில் பெற்றோருடன் இந்தியா சென்று டெல்லியிலேயே வளர்ந்தார். ஒரு கத்தோலிக்கப் பெண்கள் பாடசாலையிலேயே அவரது பள்ளிப்படிப்பு. கணிதத்திலும் அறிவியலிலும் ஆர்வம் மிக்கவராக வளர்ந்தார். தந்தைக்கு வேலை நிமித்தம் அமெரிக்காவுக்கு மாற்றம் கிடைக்க அதன் காரணமாக ஜெய்ஸ்ரீ பல்கலைக்கழகப் படிப்புக்கு அமெரிக்கா சென்றார். சான்ஃபிரான்சிஸ்கோ ஸ்டேட் பல்கலைக்கழகத்தில் எலெக்டிரிகல் எஞ்சினியரிங் துறையில் பட்டம் பெற்றார். பின்னர் சாண்டா கிளாரா பல்கலைக்கழகத்தில் பொறியியல் மேலாண்மையில் முதுநிலைப் பட்டமும் பெற்றார்.

ஆரம்பத்தில் அவரது தொழில்ரீதியான வாழ்க்கை ஏ.எம்.டி. நிறுவனத்தில் பொறியாளராகவே ஆரம்பித்தது. ஆனாலும் அப்படியே பொறியியலோடு நிற்காமல் சந்தைப்படுத்தலையும் கற்றுக் கொண்டார். அடிப்படையில் பொறியாளராக இருந்த போதிலும் வாடிக்கையாளர்களின் பிரச்சினைகளுக்குத் தீர்வு

காண்பதில் அதிக நாட்டம் கொண்டதால் அதில் அதிகம் கவனம் செலுத்தினார். அவர் தனது பொறியாளர் திறனைவிடப் பொறியியல் தயாரிப்புகளை வாடிக்கையாளரிடம் கொண்டு செல்வதே தனது முக்கியத் திறன் என அடையாளம் காண்கிறார். அதன் பின்னர் ஓரிரு நிறுவனங்களில் பணி புரிந்த பின்னர் ஒரு தொடக்க நிலை நிறுவனமான கிரசெண்டோ எனும் நிறுவனத்தில் சேர்ந்தார். கிரசெண்டோ நிறுவனத்தில் அவர் பணி புரிந்து கொண்டிருந்த போது சிஸ்கோ நிறுவனம் அந்நிறுவனத்தை வாங்கியது. அதனால் சிஸ்கோ நிறுவன ஊழியரானார். இரண்டு வருட காண்ட்ராக்டோடு ஆரம்பித்த சிஸ்கோ வாழ்க்கை பதினைந்து வருடங்கள் நீடித்தது மட்டுமல்லாமல் அந்நிறுவனத்தில் ஒரு உயர்பதவியில் பணிபுரிபவராக வளர்ச்சியுமடைந்தார்.

பெரிய பன்னாட்டு நிறுவனத்தில் உயர் பதவியிலிருந்தவர் ஒரு சிறிய தொடக்க நிறுவனத்திற்கு மாறினார். அரிஸ்டா நெட்வேர்க்ஸ் (Arista Networks) நிறுவனம் 2004-ல் நிறுவப்பட்ட ஒரு கணினி நெட்வொர்க் நிறுவனம். அது ஆரம்பிக்கப்பட்டு நான்கு வருடங்களின் பின்னர் அவர்களின் முதலாவது தயாரிப்பு சந்தைக்கு வந்த நேரத்தில் 2008-ம் ஆண்டு அந்த நிறுவனத்தின் தலைமைச் செயலதிகாரியாக ஜெய்ஸ்ரீ உல்லால் நியமிக்கப்பட்டார்.

ஜெய்ஸ்ரீ பதவியேற்கும் போது அந்த நிறுவனத்தில் ஐம்பது ஊழியர்களே இருந்தார்கள். அது தொடக்க நிலையிலுள்ள நிறுவனம். ஜெய்ஸ்ரீ சிஸ்கோ நிறுவனத்தில் பத்துப் பில்லியன் டாலர் விற்பனை செய்யும் ஒரு பகுதிக்குப் பொறுப்பாக இருந்தவர். ஒரு பெரிய பன்னாட்டு நிறுவனத்திலிருந்து ஒரு தொடக்க நிறுவனத்துக்கு வருவது என்பது சாதாரண விஷயமல்ல. ஜெய்ஸ்ரீ நீண்ட சிந்தனையின் பின்னரே இந்தப் பதவியை ஏற்றார். காரணம், அவர், தான் ஒரு தொழில்முனைவாளர் என அடையாளம் கண்டு கொண்டதால். தொடக்க நிலையில் உள்ள ஒரு நிறுவனத்தைக் கட்டியெழுப்புவது அவருக்கு அதிக சந்தோஷத்தைக் கொடுக்கும் எனும் நம்பிக்கையிலேயே இந்த மாற்றத்தை எடுத்துக் கொண்டார். மற்றவர்களின் பார்வைக்கு இது ஒரு தவறான முடிவாகப் படும் என்றிருந்தாலும் துணிவுடன் தனது விருப்பப்படி செயற்படுபவரென்பதால்

ஜெய்ஸ்ரீ உல்லால் இந்தப் பதவியை ஒரு சவாலாக ஏற்றுக் கொண்டார்.

அந்தச் சிறு நிறுவனம் 2014-ம் ஆண்டு நியூயார்க் பங்குச்சந்தையில் பொதுநிறுவனமாகப் பட்டியலிடப்பட்டபோது இரண்டு பில்லியன் டாலர்களுக்கு மேல் மதிப்பிடப்பட்டது. தற்போது இந்நிறுவனத்தின் சந்தை மதிப்பீடு நாற்பது பில்லியன் டாலர்களுக்கும் மேலாக இருக்கிறது.

இந்நிறுவனத்தின் இந்த அதீத வளர்ச்சிக்கு ஜெய்ஸ்ரீ உல்லாலின் தலமைத்துவம் ஒரு மிக முக்கியமான காரணி. நிறுவனத்தின் வளர்ச்சியோடு அவரும் தனிப்பட்ட முறையில் இரண்டு பில்லியன் டாலர்களுக்கு மேல் மதிப்புள்ள சொத்துகள் உடையவரானார். அத்துடன் ஃபோர்ப்ஸ் நிறுவனம் வெளியிடும் சொந்த முயற்சியில் பணக்காரரர்கள் ஆனவர்கள் பட்டியலிலும் இவர் இடம் பிடித்துக் கொண்டார்.

அது மட்டுமல்லாது அரிஸ்டோ நெட்வொர்க்ஸ் நிறுவனம் ஜெய்ஸ்ரீ உல்லாலின் முன்னாள் நிறுவனமான சிஸ்கோ நிறுவனத்திடமிருந்து பல பெரிய வாடிக்கையாளர்களைக் கைப்பற்றிக் கொண்டதானால் சிஸ்கோ நிறுவனத்தால் ஒரு பெரும் போட்டியாளராகக் கருதப்பட்டது. சிஸ்கோ நிறுவனம் அரிஸ்டோ நெட்வொர்க்ஸ் நிறுவனத்தின் மீது காப்புரிமை மீறல் வழக்குகள் சிலவற்றைப் பதிவு செய்தது. அனைத்து வழக்குகளும் சில வருடங்களில் சுமூகமாக முடிவுக்கு வந்தன. சிஸ்கோ நிறுவனத் தலைமைச் செயலதிகாரி ஜெய்ஸ்ரீ உல்லாலுடன் தனிப்பட்ட முறையில் நட்பிலிருந்த போதும் தொழில் ரீதியான போட்டியில் நீதிமன்றம் செல்லத் தயங்கவில்லை.

ஒரு சாதாரண நடுத்தரக் குடும்பத்தில் பிறந்தவர் ஒரு பெரிய நிறுவனத்தை வழிநடத்தும் தலைவராக வருவதற்குத் தன்னைச் சுற்றியுள்ளவர்களே காரணமென்கிறார் ஜெய்ஸ்ரீ. தனது வளர்ச்சியில் பெற்றோர்கள், ஆசிரியர்கள், கணவர் மற்றும் தன்னுடன் வேலை செய்யும் ஊழியர்கள் அனைவருக்கும் பங்கு உண்டு. மிகவும் பணிவோடு தனது வெற்றிக்கு மற்றவர்களின் பங்களிப்பினைப் பகிரங்கமாக ஏற்றுக் கொள்கிறார். நான் தான் தல எனும் அகங்காரம் இல்லாத ஒரு பணிவான ‘தல’ இவர் என்பதை இது காட்டுகிறது.

பள்ளிக்கூடத்தில் ஜெய்ஸ்ரீ உல்லால் முன்னணி மாணவிகளில் ஒருத்தியாக இருந்த போதிலும் ஒருபோதும் முதல் மாணவியாக இருக்கவில்லை. கட்டுப்பாடுகள் கொண்ட பெண்களுக்கான கத்தோலிக்கப் பாடசாலையில் படித்ததில் அவரைப் பொறுத்தவரை நன்மைகள் பல இருந்தன. ஆண் பெண் பேதமிருக்கவில்லை. அத்துடன் தேவையற்ற இடையூறுகளோ பதின்ம வயதில் ஏற்படக் கூடிய கவனச் சிதறல்களோ இருக்கும் வாய்ப்புகளுமிருக்கவில்லை. அதனால் படிப்பில் முழுக்கவனம் செலுத்தக் கூடியதாக இருந்தது ஜெய்ஸ்ரீ உல்லாலுக்கு.

பாடசாலையில் படிக்கும் போது ஜெய்ஸ்ரீக்கு மேடைப் பேச்சுத் திறமை இருக்கவில்லை. ஆனாலும் அவரை நாடகங்கள் போன்றவற்றில் பங்குபெற வைத்து மேடைகளில் மற்றவர்கள் முன்னால் நிற்கக் கூடிய திறனை வெளிக்கொணர வைத்த பெருமை அவரது ஆசிரியை ஒருவருக்கே சேரும்.

குடும்பம், தொழில் எனும் இரண்டுக்குமிடையில் ஒரு சமநிலை காண்பது மிகவும் கடினமான காரியம். சில வேளைகளில் சிலவற்றை விட்டுக் கொடுப்பதன் மூலமே அந்தச் சமநிலையை அடைய முடியும். அதற்குக் குடும்பத்தில் கணவரதும் பெற்றோரதும் ஆதரவு மிக முக்கியம். அந்த ஆதரவு இருந்ததனால்தான் அவரால் தொழில்துறையிலும் வெற்றி காணக்கூடியதாக இருந்தது என்பது அவரது கருத்து. ஒரு சில மாதங்கள் விடுப்பு எடுத்து முழுநேரத் தாயாகவும் இருந்து பார்த்திருக்கிறார் ஜெய்ஸ்ரீ. எதையும் பரிசோதனையாக முயற்சி செய்து பார்க்கும் தன்மை இவரிடம் இயற்கையாகவே இருந்திருக்கிறது.

அவர் தன்னை இந்தியராகப் பார்க்கிறாரா எனும் கேள்விக்குப் பதிலளிக்கையில், உணவு கலாசாரம் போன்றவற்றில் நான் இந்தியராக இருந்தாலும் எனது வணிகரீதியான சிந்தனைகளும் கொள்கைகளும் உலகளாவியவராகவே இருக்கிறேன் எனப் பதிலளித்தார்.

வாழ்க்கையில் எதையும் துணிந்து செய்ய வேண்டுமென்பது ஜெய்ஸ்ரீ உல்லாலின் கருத்து. ஒரு பெண்ணாக அமெரிக்காவில் எலெக்டிரிகல் எஞ்சினியரிங் படித்த போது அவர் வகுப்பில் அவருடன் சேர்த்து இரண்டு மாணவிகள் தானிருந்தார்கள்.

பொறியியற் துறையில் பெண்களின் எண்ணிக்கை வளர்ந்த நாடாகிய அமெரிக்காவிலேயே அவர் படித்த காலத்தில் மிகவும் குறைவாக இருந்ததென்பதை இது காட்டுகிறது. அவருக்குப் பொறியியலில் விருப்பம் என்பதால் அத்துறையில் பெண்கள் அதிகம் ஈடுபடுவதில்லை என்று தெரிந்த போதும் அதுபற்றிக் கவலைப்படாமல் தனக்குப் பிடித்ததைச் செய்யும் துணிகரத் தன்மை அவருக்கு இளம் வயதிலேயே இருந்தது என்பது குறிப்பிடத்தக்கது.

ஒரு துறையில் இருந்தாலும் குறுகிய மனதோடு அத்துறையில் மட்டுமே கவனம் செலுத்தாது அதற்கான அயல் துறைகளைப் பற்றியும் கற்றுக் கொள்வது முக்கியம் என்கிறார் ஜெய்ஸ்ரீ உல்லால். அத்துடன் உங்கள் துறைக்கும் மற்றைய துறைக்குமான தொடர்பினை அறிந்து அவற்றை இணைப்பது வெற்றிக்கு வழிவகுக்கும் என்பது ஜெய்ஸ்ரீயின் கருத்து. ஜெய்ஸ்ரீ தனது பொறியியல் துறையில் மட்டுமே கவனம் செலுத்தியிருந்தால் ஒரு சிறந்த பொறியாளராக மட்டுமே வந்திருக்க முடியும். ஆனாலும் ஒரு தலைமைச் செயலதிகாரியாக வந்திருப்பாரா என்பது சந்தேகமே.

வாழ்க்கையில் வெற்றியென்பது மகிழ்ச்சியைக் கொடுத்தாலும் தோல்விகள் பல பாடங்களைக் கற்றுக் கொடுக்கும். ஆகையால் தோல்விகளைக் கண்டு கலங்காது அந்த அனுபவத்தின் மூலம் கற்றுக் கொள்ள வேண்டும் என்கிறார் ஜெய்ஸ்ரீ உல்லால். ஒரு தடவை அவர்களது தயாரிப்பில் ஒரு பெரிய பிரச்சினை வந்தபோது அவற்றை மீள்பெற வேண்டிய நிலைமை வந்தது. அதனால் நிறுவனம் திவாலாகப் போகும் வாய்ப்புகளும் இருந்தது. ஆனாலும் வாடிக்கையாளர்களின் நம்பிக்கைக்குப் பாத்திரமாக இருந்ததன் மூலம் வாடிக்கையாளர்களின் ஆதரவோடு அந்தப் பெரும் சிக்கலுக்கு முடிவு கண்டு மீண்டும் வெற்றிப் பாதையில் செல்லக் கூடியதாக இருந்தது என்கிறார் ஜெய்ஸ்ரீ உல்லால்.

ஜெய்ஸ்ரீயின் கருத்துப்படி ஒரு நிறுவனத்தின் வெற்றி என்பது அதன் தலைமைச் செயலதிகாரியின் தூரநோக்குப் பார்வையில் இருக்கிறது. குறுகியகால லாபத்தை மட்டும் பார்த்தால் நிறுவனத்தினால் நீண்ட நாட்கள் நிலைத்து

நிற்க முடியாது. சந்தையில் ஏற்படும் மாற்றங்களுக்கேற்ப நிறுவனம் தனது பாதையினை மாற்றிக் கொள்ளத் தயாராக இருக்க வேண்டும். அப்படியான மாற்றங்கள் கடினமானவை. ஆனாலும் தேவையானவை. தற்போது முன்னிலையில் இருக்கிறோம் என்று கவனமில்லாமல் தலைமைச் செயலதிகாரி இருந்தால் அவர் விழித்தெழும்போது காலதாமதமாகி விடும். தொழில்நுட்பத்திலும் மற்றைய சந்தை மாற்றங்களையும் அவதானமாகக் கவனித்துத் தேவைக்கேற்ப நிறுவனத்தில் மாற்றங்களை கொண்டு வருவதுதான் ஒரு நிறுவனம் நிலைத்து நிற்பதற்கு உதவும்.

வருங்கால இளையோருக்காக அவர் கொடுக்கும் அறிவுரைகள் என்னவென்று பார்ப்போம். முதலில் உங்கள் திறமை எது என்பதை அடையாளம் கண்டு கொள்வது முக்கியம். உங்கள் திறமையும் அத்துடன் உங்களுக்கு ஆர்வமுமுள்ள துறையைத் தேர்ந்தெடுக்க வேண்டும். அடுத்ததாக, உங்கள் துறையோடு மட்டும் நிற்காமல் மற்றையத் துறைகள் பற்றிய அறிவையும் ஓரளவு வளர்த்துக் கொள்ளுங்கள். தொழில் முனைப்பாளாராக இருப்போர் தலைமைத்துவத்தில் திறனற்றவர்களாக இருக்க வேண்டுமென்றில்லை. உங்கள் தொழில் திறமையுடன் முன்னின்று வழி காட்டுவதன் மூலம் தலைமைத்துவத்திலும் சிறந்து விளங்கலாம் என்பதே ஜெய்ஸ்ரீ வழங்கும் அறிவுரை.

அத்தியாயம் 17

தேடலின் தலைவன்

வீட்டிற்குத் தொலைபேசி இணைப்பு வந்த போது அந்தச் சிறுவனுக்குப் பன்னிரண்டு வயது இருக்கும். அவனது தந்தை இணைப்புக்குப் பதிவு செய்து ஐந்து ஆண்டுகளுக்குப் பின்னரே தொலைபேசி இணைப்புக் கிடைத்தது. ஒவ்வொரு இலக்கத்தையும் சுழற்றி அழைப்பை ஏற்படுத்துகிற, ஆங்கிலத்தில் rotary telephone என அழைக்கப்படுகிற அந்தத் தொலைபேசி அவனுக்கு மகிழ்ச்சியைக் கொடுத்தது. தாத்தா பாட்டியின் இரத்தப் பரிசோதனையின் முடிவுகள் அறிய வைத்தியசாலைக்குப் போய் இன்னும் பரிசோதனையின் முடிவுகள் வரவில்லை என்று சொல்லப்படும் போது இதற்காக ஒரு மணி நேரம் பயணத்தில் செலவிட்டோமே எனும் ஆதங்கம் இனியிருக்காது என உணர்ந்தான் அந்தச் சிறுவன். ஒரு தொலைபேசி அழைப்பின் மூலம் முடிவுகள் தயாராக இருக்கின்றனவா என்பதைத் தெரிந்து கொள்ளலாம். முடிவு வந்தபின்னர் போனால் போதும். வீணாக அலையத் தேவையில்லை. அனுபவத்தால் அவன் கண்டறிந்த இந்த ஒரு உதாரணமே தொழில்நுட்பத்தினால் கிடைக்கும் பயன் என்னவென்பதை தெளிவாகப் புரிய வைத்தது மட்டுமல்லாமல் அதன்மீதான அவனது ஆர்வத்தையும் அதிகரித்தது.

அந்தச் சிறுவன்தான் இன்றைய அல்பாபெட் நிறுவனத்தின் 'தல' சுந்தர் பிச்சை. அவரது தந்தையார் ஒரு மின் பொறியாளர். அவர்கள் வாழ்க்கை ஒரு சாதாரண நடுத்தர வர்க்கத்து வாழ்க்கை. பணக்காரரர் என்று சொல்வதற்கு அதிகளவு வசதிகள் இருக்கவில்லை. ஆனால் அதற்காகப் பரம ஏழைகள் என்பதுமில்லை. பள்ளிப்படிப்பு முடிய, ஐ.ஐ.டி. கரக்பூரில் சுந்தருக்கு உலோகவியல் பொறியியல் துறையில் படிக்க அனுமதி கிடைத்தது. சென்னையிலிருந்து நீண்டதூர ரயில் பயணத்தோடு சுந்தரின் வாழ்க்கையின் அடுத்தக் கட்டம் ஆரம்பித்தது. ஐ.ஐ.டி.யில் சிறந்த பெறுபேறுகளோடு பட்டப் படிப்பை முடிக்க, அமெரிக்காவில் ஸ்டான்ஃபர்ட் பல்கலைக்கழகத்தில் மேற்படிப்புக்கு ஸ்காலர்ஷிப் கிடைத்தது. அங்கு போவதற்கான விமானப் பயணச்சீட்டின் விலை கிட்டத்தட்ட அவரது தந்தையாரின் ஓராண்டு வருமானம்.

முதுநிலைப் படிப்பை முடித்த பின்னர் முனைவர் பட்டம் பெறுவதே அடுத்த நோக்கம். அதற்காக மாணவனாகப் பதிவு செய்து ஆய்விலும் இறங்கினார். ஆனாலும் நிதித்தேவை மற்றும் கல்வித்துறைக்கு வெளியே தொழில்துறையில் அனுபவம் பெறவேண்டும் எனும் ஆர்வம் காரணமாக சுந்தர் பிச்சை முனைவர் பட்டம் நோக்கிய பயணத்தைக் கைவிட்டு ஒரு நிறுவனத்தில் வேலைக்குச் சேர்ந்தார். முனைவர் பட்டம் பெறவில்லையென்பது அவரது தந்தையாருக்குச் சற்று ஏமாற்றத்தைக் கொடுத்தது. ஆனாலும் அதற்கும் மேலாக, சுந்தர் பிச்சை வாழ்க்கையில் சாதித்துக் காட்டினார்.

அதன் பின்னர் எம்.பி.ஏ பட்டத்தை பென்சில்வேனியா பல்கலைக் கழகத்தின் வார்ட்டன் பிசினஸ் ஸ்கூலில் பெற்றார். மக்கின்சி நிறுவனத்தில் குறுகிய காலம் பணிபுரிந்து விட்டு இரண்டாயிரத்து நான்காம் ஆண்டு கூகுள் நிறுவனத்தில் தயாரிப்பு மேலாளராகச் (Product Manager) சேர்ந்தார். அடுத்த பதினோராண்டுகளில் கூகுள் நிறுவனத்தின் தலைமைச் செயலதிகாரியாகப் பதவியேற்குமளவு அந்நிறுவனத்துக்குள் வெகுவேகமாக வளர்ச்சியடைந்தார். இந்த அதீத வளர்ச்சிக்குச் சுந்தர் பிச்சையின் கடின உழைப்பும் பன்முகத் திறமைகளும் உதவி புரிந்தன.

கூகுள் தனியாக ஒரு பிரவுசர் உருவாக்க வேண்டுமென்று சுந்தர் விரும்பினார். ஆனாலும் அவரது ஆலோசனையை அன்றைய தலைமைச் செயலதிகாரி ஏற்றுக் கொள்ளவில்லை. காரணம் அவரது முன்னனுபவமாக இருக்கலாம். அக்காலத்தில் மைக்ரோசாஃப்டின் இண்டர்நெட் எக்ஸ்ப்ளோரர் பிரவுசர்தான் ஆதிக்கம் செலுத்தியது. நெட்ஸ்கேப் அதனுடன் போட்டி போட முயற்சி செய்து கொண்டிருந்தது. ஆனாலும் சுந்தர் தனது பிரவுசர் உருவாக்க வேண்டும் எனும் ஆர்வத்தைக் கை விடவில்லை. அவரும் அவரது குழுவிலுள்ளோரும் ஒரு பகுதிநேர வேலையாகப் பிரவுசர் உருவாக்குவதில் ஈடுபட்டார்கள். அது ஓரளவு தயாரான பின்னரே அதை மீண்டும் மேலிடத்திடம் காட்டி உத்தியோகபூர்வமாக குரோம் பிரவுசர் ப்ராஜெக்ட் ஆரம்பித்தார்கள்.

அன்றைய தலைமைச் செயலதிகாரியான எரிக் ஷ்மிட் ‘வேண்டாம்’ என்று சொல்லும் போது அனேகமானவர்கள் அந்த எண்ணத்தைக் கை விட்டிருப்பார்கள். ஆனால் சுந்தர் பிச்சை அப்படியிருக்கவில்லை. தனது யோசனை நிச்சயம் வெற்றிகரமானதாக அமையும் எனும் தன்னம்பிக்கை காரணமாகத் தடைகளையும் மீறி முயற்சி செய்தார். வேண்டாம் என்று சொன்னவரையே அவரது முடிவினை மீள் பரிசோதனை செய்ய வைத்தார். அதன் விளைவு இன்று உலகில் அதிகமானவர்களால் பயன்படுத்தப்படும் பிரவுசரான கூகுள் குரோம் பிரவுசரை உருவாக்கியவர் எனும் பெருமைக்குரியவராகினார். அதுவே பின்னர் கூகுள் குரோம்புக் எனப்படும் கணினியின் ஆபரேட்டிங் சிஸ்டம் Chrome OS-இன் அடித்தளமுமாகும். கூகுள் நிறுவனத்தின் முக்கிய மென்பொருட்களாகிய கூகுள் மேப், ஆண்ட்ராய்ட், கூகுள் டிரைவ் போன்றவை அனைத்திலும் சுந்தர் பிச்சையின் பங்கு ஓரளவுக்கு உண்டு.

சுந்தர் பிச்சையின் குணாதிசயங்களாக அதிகம் பேசப்படுபவை அவரது பணிவும் தன்னடக்கமும். உலகளவில் பெரிய நிறுவனமொன்றின் தலைமைச் செயலதிகாரி எனும் ஆணவம் அவரிடம் கடுகளவும் கிடையாது. ஜஸ்டின் பரிசோ எனும் ஒருவர் அவரை நேர்காணல் செய்வதற்காக அப்பாயிண்ட்மெண்ட்

கேட்டிருக்கிறார். அது கொடுக்கப்பட்டது. ஆனாலும் அவர்கள் கொடுத்த நேரத்தில் ஜஸ்டினுக்கு முக்கியமான ஒரு தனிப்பட்ட காரியம் இருந்தது. ஒரு பதினைந்து நிமிடம் தள்ளிப்போட்டால் சரியாக இருக்கும். அப்படிக் கேட்டால் தனக்குக் கிடைத்த சந்தர்ப்பமும் இல்லாமல் போய்விடுமோ எனத் தயங்கினார். ஜஸ்டினின் மனைவி, 'கேட்டுப் பாருங்கள் மறுத்தால் என்ன செய்வது என்று யோசிக்கலாம்' என்று ஆலோசனை கூறியுள்ளார். அவரும் கேட்க அவரது வேண்டுகோள் ஏற்கப்பட்டுப் புதிய அப்பாயிண்ட்மெண்ட் எந்தவிதமான ஆர்ப்பாட்டமுமின்றி வழங்கப்பட்டது. இச்சம்பவம், ஜஸ்டின் தனது கட்டுரையில் சுந்தர் பிச்சையின் தன்னடக்கத்தைப் புகழ்ந்து எழுத வைத்தது.

அண்மையில் மெட்ராஸ்பேப்பர் தகவல் தொழில்நுட்ப ஆலோசகர் செல்வமுரளிக்கு சுந்தர் பிச்சையைச் சந்திக்கும் வாய்ப்பு அவர் எதிர்ப்பார்க்காமலே கிடைத்தது. செல்வ முரளியுடன் அவர் தமிழில் பேசியது மட்டுமல்லாமல் அவரது அக்ரிசக்தி செயலியை எப்படிப் பிற மொழிகளிலும் கொண்டு செல்லலாம் என்று ஆலோசனையையும் வழங்கினார். இந்தச் சந்திப்பின் போது ஒரு பெரிய பன்னாட்டு நிறுவனத்தின் தலைமைச் செயலதிகாரி என்பது போலல்லாமல் சாதாரணமாகவே உரையாடினார் என்பது மேற்குறிப்பிட்ட ஜஸ்டின் பரிசோவின் அனுபவத்தோடு ஒத்துப் போகிறது.

தலைமைச் செயலதிகாரியின் பொறுப்பு மற்றவர்களால் முடிவெடுக்க முடியாமல் திண்டாடும் பிரச்சினைக்கு அதன் சமநிலையை உடைத்து எந்தப் பாதையில் போகவேண்டும் எனும் முடிவெடுப்பதே என்கிறார் சுந்தர் பிச்சை. இதனை ஆங்கிலத்தில் tie breaking என்பார்கள். அவரது வழிகாட்டியான பில் காம்பல் என்பவர் எப்போதும் சுந்தர் பிச்சையிடம் கேட்பது இந்த வாரம் எத்தனை 'டை பிரேக்கிங்' முடிவுகள் எடுத்தாய் என்பதே. ஒரு தலைவனுக்குத் தேவையான முக்கியத் திறன் இது என்பதை பில் காம்பல், சுந்தர் பிச்சைக்கு ஆரம்ப காலங்களிலேயே சொல்லிக் கொடுத்திருக்கிறார்.

ஒரு தலைமைச் செயலதிகாரி எடுக்கும் முடிவுகள் தவறாக இருந்தால் அவை நிறுவனத்துக்குப் பாரதூரமான விளைவுகளை ஏற்படுத்தலாம். ஆய்ந்து அன்றைய தரவுகளின்படி சரியான

முடிவு எடுப்பது தலைமையிலிருப்பவரின் கடமை. ஆனாலும் ஒரு நிறுவனத்தை முன்னோக்கிச் செல்ல வைப்பது படிப்படியாக எடுக்கும் முடிவுகள்தான் என்பது சுந்தர் பிச்சையின் கருத்து. அதாவது தேவைக்கேற்ப முடிவுகளில் சிறிய மாற்றங்கள் செய்து சரியான பாதையில் நிறுவனத்தைக் கொண்டு செல்ல வேண்டும் என்கிறார். கூகுள் போன்ற நிறுவனத்தின் தலைமைப் பதவியிலிருப்பது ஒரு நீண்ட பயணம். அப்பயணத்தில் எப்போதும் திட்டமிட்டபடி போக முடியுமென்றில்லை. அவ்வப்போது சில மாற்றங்கள் செய்ய வேண்டியது அவசியமே என்று நிறுவனத்தின் தலைமைத்துவத்தை ஒரு பயணத்தோடு ஒப்பிடுகிறார் சுந்தர்.

சுந்தர் பிச்சையின் தலைமைத்துவ முறைகளில் அனைவரின் குரல்களையும் கேட்க வேண்டும் என்பதும் அடங்கும். எல்லோரும் தங்கள் அபிப்ராயங்களை வெளிப்படையாகத் தானாக முன்வந்து சொல்ல மாட்டார்கள். அதனால் சுந்தர் பிச்சை கூட்டங்களில் ஒவ்வொருவரிடமும் தனித்தனியாக அவர்கள் கருத்தைச் சொல்லும்படி கேட்பதுண்டு. நேரடியாகக் கேட்கப்படும்போது எவரும் தனது கருத்தைச் சொல்லாமல் விட முடியாது. அதனால் அதிகம் பேசுபவர்களின் கருத்துகளை மட்டுமே கேட்காமல், அமைதியாக இருப்பவர்களின் கருத்துகளையும் கேட்கும் வாய்ப்பினை உருவாக்குகிறார் சுந்தர் பிச்சை. அது மட்டுமல்லாமல் அவரைச் சுற்றியிருப்பவர்கள் மீது உண்மையான அக்கறையுடன் அவர்களது நலனில் அக்கறை கொண்டவராகவே உள்ளார்.

சுந்தர் பிச்சையின் தலைமைத்துவத்தில் மோதலுக்கு இடமில்லை. அனைவராலும் விரும்பப்படுவதற்கும் அனைவரது மதிப்புக்குரியவராக இருப்பதற்கும் இது ஒரு காரணம். மோதலைவிட ஒத்துழைப்பையே சுந்தர் பிச்சை விரும்புகிறார். அனைவரையும் ஒன்று சேர்த்து ஒரே திசையில் பயணிக்க வைப்பது சுந்தரின் திறமைகளில் ஒன்றாகக் கருதப்படுகிறது.

சிக்கலான விஷயங்களை மற்றவர்களுக்குப் புரியும்படியாகச் சொல்வதில் சுந்தர் திறமைசாலி. கூகுளின் ஆரம்பகால நிறுவனர்களில் ஒருவரான லாரி பேஜின் கருத்துக்களை மற்றவர்களுக்குப் புரியும்படியாக எடுத்துச் சொன்னதன் மூலம் லாரி பேஜின் நம்பிக்கையைச் சம்பாதித்தவர் சுந்தர்.

சுந்தர் பிச்சையின் தனிப்பட்ட வாழ்க்கையினைப் பார்த்தால் அவர் ஐ.ஐ.டி. கரக்பூரில் படிக்கும் போது சமகாலத்தில் இராசயனப் பொறியியல் கற்ற அஞ்சலியைக் காதலித்தார். சுந்தர் அமெரிக்கா வந்தபோது அன்றைய காலத்தில் இன்று போல் தொழில்நுட்பங்கள் இல்லாததால் அவர்களது தொலைத்தொடர்புக் காதலை வளர்ப்பது கடினமாக இருந்தது. ஆனாலும் அவர்களது காதல் விரைவிலேயே திருமணத்தில் முடிந்தது. அவர்களுக்கு இரு பிள்ளைகள் உள்ளனர்.

2022ஆம் ஆண்டில் இந்திய அரசு சுந்தர் பிச்சைக்கு பத்மபூஷன் விருது வழங்கிக் கௌரவித்தது.

சுந்தர் பிச்சையின் வளர்ச்சி இந்திய இளைஞர்களுக்கு மட்டுமல்லாது வளரும் நாடுகளில் பெரிய சாதனை படைக்க வேண்டுமென்னும் கனவுடன் இருக்கும் அனைத்து இளையவர்களுக்குமே ஒரு முன்மாதிரியாக இருக்கிறது என்பதில் ஐயமில்லை.

அத்தியாயம் 18

குடும்பத் தலைவன்

கணினியைப் பயன்படுத்திய அனைவரும், எந்தத் தலைமுறையைச் சேர்ந்தவராயினும், அந்த நிறுவனத்தின் தயாரிப்புகளில் ஒன்றையாவது பயன்படுத்தியிருப்பார்கள் என்றே சொல்லலாம். அந்தளவுக்கு உலகப் பிரசித்தி பெற்ற நிறுவனத்தின் தலைமைச் செயலதிகாரி வீட்டுக்குள் வரும்போது அவரது தொழில்ரீதியான அனைத்தையும் வெளியே விட்டுவிட்டு அவரது பிள்ளைகளின் அப்பாவாகவும் அவரது மனைவியின் கணவராகவும் மட்டுமே உள்ளே வருவார். எந்த இடத்தில் இருக்கிறோமோ அவ்விடத்தில் நாம் முழுமையோடு இருக்க வேண்டும் என்பது உலகிலேயே மிகப் பெரிய நிறுவனங்களில் ஒன்றான மைக்ரோசாஃப்ட் நிறுவனத்தின் தலைமைச் செயலதிகாரியாகப் பணிபுரியும் சத்தியா நடெல்லாவின் கொள்கைகளில் ஒன்று.

அவரது முழுப்பெயர் சத்தியநாராயண நடெல்லா. ஹைதராபாத் நகரமே அவர் பிறந்து வளர்ந்த ஊர். அவரது தந்தையார் ஒரு ஐ.ஏ.எஸ். அதிகாரி. தாயார் சமஸ்கிருத விரிவுரையாளர். மங்களூர் பல்கலைக்கழகத்தில் மின் பொறியியலில் பட்டம் பெற்று மேற்படிப்புக்காக அமெரிக்கா சென்றவர். விஸ்கான்சின்-

மிலுவாக்கி பல்கலைக்கழகத்தில் கணினி அறிவியல் துறையில் முதுநிலைப் பட்டம் பெற்றபின் அவரது தொழில்நுட்ப வாழ்க்கை சன் மைக்ரோ சிஸ்டம் நிறுவனத்தில் ஆரம்பித்தது. பின்னர் சிகாகொ பல்கலைக்கழகத்தில் எம்.பி.ஏ. பட்டமும் பெற்றார்.

1975-ஆம் ஆண்டு இரு நண்பர்களாகிய பில் கேட்ஸ் மற்றும் போல் அலென் ஆகியோரால் ஆரம்பிக்கப்பட்டது மைக்ரோசாஃப்ட் நிறுவனம். எண்பதுகளின் ஆரம்பத்தில் ஐபிஎம் நிறுவனத்தின் தனிப்பட்ட கணினிகளின் ஆபரேட்டிங் சிஸ்டமாக MS DOS 1.0 எனும் மென்பொருளோடு கணினித்துறையில் உலகை ஆளும் நிறுவனமாகக் காலடி எடுத்து வைத்தது. MS DOS பல பரிமாணங்கள் எடுத்துப் பின்னர் MS Windows ஆகி அதுவும் பலபரிமாணங்கள் எடுத்தது. அத்துடன் MS Office செயலிகள் பயன்படுத்தாதோர் இல்லையெனுமளவு உலகின் அனைத்து மூலைகளிலுமுள்ள அலுவலகங்களிலும் வீடுகளும் இன்றுவரை அனேகமானோரால் பயன்படுத்தப்படும் தொழில்நுட்பங்களை உருவாக்கும் நிறுவனமாக விளங்கும் ஒரு மிகப்பெரிய நிறுவனம் மைக்ரோசாஃப்ட். சத்தியா நடெல்லா மைக்ரோசாஃப்ட் நிறுவனத்தில் பொறியாளராக இணைந்தது 1992-ஆம் ஆண்டில். படிப்படியாக அந்நிறுவனத்தில் முன்னேறி 2014 பெப்ரவரி மாதத்தில் அந்நிறுவனத்தின் தலைமைச் செயலதிகாரியாகப் பொறுப்பேற்றார்.

சத்தியா நடெல்லாவின் தலைமையின் கீழ் மைக்ரோசாஃப்ட் நிறுவனம் வணிகப் போட்டியாளர்களுடன் தேவைக்கேற்ப இணைந்து செயல்படும் நிறுவனமாக மாற்றம் கண்டது. உதாரணமாக ஆப்பிள் நிறுவனத்தின் மேக்புக் கணினிகளிலும் தொலைபேசிகளிலும் ஐபேட் போன்ற கருவிகளிலும் மைக்ரோசாஃப்ட் ஆபிஸ் செயலிகள் பயன்படுத்தலாம். மைக்ரோசாஃப்ட் நிறுவனத்தின் மேகக்கணிமமாகிய Azure Cloudஇல் இலவசமாகக் கிடைக்கும் லினக்ஸ் ஆப்பரேட்டிங் சிஸ்டம் பயன்படுத்தலாம்.

சத்தியா நடெல்லா மனித உணர்வுகளுக்கு முக்கியம் கொடுப்பவர். அதற்கு அவரது மனைவி அனுபமா ஒரு காரணம் என்று சொல்லியிருக்கிறார். சத்தியா நடெல்லா -

அனுபமா தம்பதிக்கு மூன்று பிள்ளைகள். மூத்த மகன் ஸெயின் பிறக்கும்போது செரிபரல் பல்ஸியினால் பாதிக்கப்பட்ட ஒரு சிறப்புக் குழந்தை. மகன் சிறப்புக் குழந்தையாகப் பிறந்த போது 'இது ஏன் எங்களுக்கு நடந்தது?' எனும் கேள்வி கேட்காமல் எப்படி எமது மகனின் வாழ்க்கைத் தரத்தைச் சிறப்பாக அமைக்கலாம் என்றுதான் சிந்தித்தார் அனுபமா. இதன் மூலம் மனித உணர்வுகளுக்கு மதிப்புக் கொடுக்க வேண்டுமென்பதற்கு முன்னோடியாகத் தனது மனைவியிருந்தார் என்கிறார் சத்தியா. ஸெயினது வாழ்க்கை இருபத்தாறு வயதில் முடிவுக்கு வந்தது. அப்படி ஒரு மகனைப் பெற்றதன் மூலம் மாற்றுத் திறனாளிகள் பற்றியும் மற்றவர்களின் தேவைகளைப் புரிந்தும் மதித்தும் நடக்க வேண்டிய பண்புகளையும் தனிப்பட்ட வாழ்க்கை அனுபவத்தின் மூலம் வளர்த்துக் கொண்டார் சத்தியா நடெல்லா.

சத்தியா நடெல்லாவின் தந்தை தனது தொழிலை ஒரு தொழிலாகக் கருதாமல் ஒரு சேவையாகக் கருதிப் பணியாற்றியவர். அது சத்தியாவிற்கு இளமைக்காலத்தில் ஒரு வழிகாட்டியாக அமைந்தது. கடமைக்காகப் பணிபுரியாமல் எதைச் செய்தாலும் முழுமையான ஈடுபாட்டுடன் செய்ய வேண்டும் என்பதைத் தந்தையிடமிருந்து கற்றுக் கொண்டார் சத்தியா. அதேபோல் தொழில் ரீதியாக எவ்வளவுதான் நேரமின்மை இருந்தாலும் குடும்பத்தின் மேலும் தவறாமல் கவனம் செலுத்த வேண்டுமென்பதைத் தாயாரிடம் கற்றுக் கொண்டார். அவரது தாயார் கல்லூரியில் விரிவுரையாளராகப் பணி புரிந்த போதும் தொழில் ரீதியாக அவர் செலுத்திய கவனத்துக்குச் சற்றும் குறையாமல் குடும்பத்திலும் அவரது கவனம் இருந்தது. அதன் மூலம் தொழில், குடும்பம் இரண்டையும் ஒன்றாகப் பேணிக்காக்க வேண்டிய அவசியத்தையும் முறையையும் கற்றுக் கொள்வதற்கு அவரது தாயார் முன்னோடியாக இருந்துள்ளார். பெற்றோரிடம் கற்றுக் கொண்டவற்றை அவரது வாழ்க்கை முறையில் இன்றுவரை கடைப்பிடிப்பதைக் காணக்கூடியதாக இருக்கிறது.

அலுவலகத்தில் முழுமையாகத் தன்னை நிறுவனத்தின் தலைமைச் செயலதிகாரியாக அர்ப்பணிக்கும் சத்தியா நடெல்லா வீட்டிற்குள் வந்ததும் முழுமையாகத் தந்தை,

கணவன் என்று குடும்பஸ்தனாகாவே மாறி விடுகிறார். வீட்டில் பிள்ளைகளின் பள்ளிக்கூட வீட்டு வேலையிலிருந்து எவ்வளவு நேரம் அவர்கள் இன்றைய நவீனக் கருவிகளில் அவர்களது நேரத்தைச் செலவிடுகிறார்கள் என்பதைக் கட்டுப்படுத்துவது வரை அவர் வீட்டில் ஒரு தந்தையின் கடமையிலிருந்து தவறுவதில்லை. 'நான் எவ்வளவு நேரம் பிள்ளைகளோடு செலவழிக்கிறேன் என்று கணக்குப் பார்ப்பதில்லை ஆனால் நான் செலவழிக்கும் நேரத்தில் வேறு எந்த விதமான கவனச் சிதறல்களுமற்று முழுமையாக அவர்களுடன் அந்நேரத்தை செலவிடுகிறேன்' என்கிறார் சத்தியா.

சத்தியா நடெல்லாவின் நாள் ஏழு மணியளவில் காலையில் எழும்போது ஆரம்பிக்கிறது. எட்டு மணி நேரத் தூக்கம் அவசியமானது என்று கருதுபவர். அதனால் இரவு பதினொரு மணியளவில் படுக்கைக்குப் போகும் அவர் ஏழு மணிவரை எழுந்திருப்பதில்லை. காலையில் எழுந்ததும் அவர் முதலில் செய்வது இன்றைய நாளில் நான் எதற்கு நன்றி சொல்ல வேண்டும் என்று சிந்தித்து நன்றி சொல்லிக் கொள்ளுவது. இது ஒரு உளவியல் சார்ந்த நற்செயலாகும். ஒருவர் தனது வாழ்க்கையில் என்னிடம் எது இல்லை என்று அங்கலாய்க்காமல் என்னிடம் எது இருக்கிறது என்று சிந்தித்து அதற்கு நன்றி செலுத்தும்போது அவரது உள்ளத்தில் ஒரு திருப்தியும் நேர்மறையான எண்ணமும் தோன்றும். சத்தியாவின் அடுத்த செயல் உடற்பயிற்சி. அதன் பின் காபியுடன் காலை உணவு. இந்தக் காலை நேரத்துப் பழக்கம் அவருக்கு உளம், உடல் இரண்டுக்கும் புத்துணர்ச்சி கொடுக்கும் செயல்களாக அமைகிறது.

அடுத்து வேலை என்று ஆரம்பிக்கும்போது அனைத்துத் தலைமைச் செயலதிகாரிகள் போல அவரது நாள் மீட்டிங்குகளோடு ஆரம்பிக்கும். சத்தியா நடெல்லாவுக்கு நீண்ட கூட்டங்களில் நம்பிக்கையில்லை. குறுகிய நேரத்தில் தேவையானவற்றை மட்டும் பேசப்பட்டு நடத்தப்படும் கூட்டங்களே அவரது பாணி. அவர் ஒரு கூட்டத்தில் கலந்து கொள்ளும்போது கருத்தில் கொள்ளும் விஷயங்கள் மூன்று. முதலில் மற்றவர்கள் சொல்வதை அதீதக் கவனத்துடன் கேட்பது. இரண்டவதாக அதிகம் பேசாமல் தேவையானளவு

மட்டுமே பேசுவது. மூன்றாவதாக முடிவுகள் எடுக்கும்போது நேர விரயம் செய்யாமல் தேவையான முடிவுகளை எடுப்பது.

பன்னாட்டு நிறுவனங்களில் உயர் பதவியிலிருக்கும் அனைவருக்கும் அடுத்தடுத்துக் கூட்டங்கள் இருப்பது என்பது தவிர்க்க முடியாத ஒன்று. ஆனாலும் சத்தியா நடெல்லா இடையில் சிறு இடைவெளிகளை உருவாக்கிக் கொள்வதில் கவனம் செலுத்துவார். ஒரு பெரிய நிறுவனத்தின் தலைமைச் செயலதிகாரியாகத தொலைநோக்குப் பார்வையுடன் செயல்படுவது மிகவும் அவசியம். அந்நிறுவனத்தின் அடுத்த ஐந்து வருடத்துக்கான பாதை எப்படியிருக்க வேண்டும் என்பது அவரது சிந்தனையில் இருக்கும்.

மனித உணர்வுகளுக்கு முக்கியம் கொடுப்பவரென்பதால் சக ஊழியர்களுடன் தன்னால் முடிந்தளவு நேரடியாகத் தொடர்பிலிருக்க முயற்சி செய்பவர். அவரது தலைமைத்துவத்துக்கு ஊழியர்கள் மேலிருக்கும் பெரு மதிப்பு, கிளாஸ்டோர் போன்ற நிறுவனங்களில் ஊழியர்களால் கொடுக்கப்படும் கூடிய மதிப்பீடுகள் மூலம் அறிந்து கொள்ளக் கூடியதாக இருக்கிறது.

மற்றவர்களின் உணர்வுகளைப் புரிந்து கொள்வதில் அக்கறை காட்டுவது சத்தியா நடெல்லாவின் சிறந்த பண்பு என்பதை ஏற்கனவே பார்த்து விட்டோம். அதைவிட வேறென்ன தலைமைத்துவப் பண்புகள் ஒரு தலைமைச் செயலதிகாரிக்குத் தேவை என்று சத்தியா நடெல்லா கருதுகிறார் என்று பார்ப்போம்.

தெளிவு இல்லாத இடத்தில் தெளிவைக் கொண்டு வரவேண்டியது தலைவரின் முக்கியக் கடமைகளில் ஒன்று என்பது சத்தியாவின் கருத்து. இவ்வுலகம் தடைகள் நிறைந்த உலகம். ஒரு நிறுவனம் எதிர்கொள்ளும் எல்லாத் தடைகளையும் ஒரு தலைமைச் செயலதிகாரியால் நீக்கிவிட முடியாது. ஆனாலும் அத்தடைகளுக்கூடாக வெற்றிகரமாக முன்னோக்கிச் செல்வதற்கான வழி வகுக்க வேண்டியது தலைமைப் பதவியிலுள்ளவரின் கடமை. தன்னைச் சுற்றியுள்ளவர்களிடம் உந்துசக்தியை (energy) உருவாக்கக் கூடிய திறன் ஒரு தலைவருக்குத் தேவை.

சத்தியா நடெல்லா இளைய தலைமுறைக்குச் சொல்லும் அறிவுரைகள் என்னவென்று பார்ப்போம். வாழ்நாள் முழுவதும் ஒரு மாணவனாகக் கற்றுக் கொள்ளும் ஆர்வம் மிகவும் முக்கியம். தொடர்ந்து கற்றுக் கொள்வதன் மூலம்தான் தேக்கமடையாமல் தொடர்ந்து முன்னேற முடியும்.

எது செய்தாலும் அதில் ஒரு நோக்கம் காண வேண்டும். நோக்கமில்லாமல் ஒரு வேலையைச் செய்தால் அதில் மனத்திருப்தி இருக்காது. ஆகவே நீங்கள் செய்யும் தொழிலில் ஒரு உயரிய நோக்கத்தைக் காணுங்கள் என்கிறார் சத்தியா நடெல்லா. நோக்கம் மட்டுமல்லாமல் ஒவ்வொருவரும் செய்யும் தொழிலில் அவர்களுக்கு ஆர்வமுமிருக்க வேண்டும். ஆகவே ஒருவர் தனக்கு ஆர்வமதிகமுள்ள ஒரு துறையைத் தேர்ந்தெடுக்க வேண்டியது அவசியமானது.

வாழ்க்கையில் வெற்றியடைவதற்குத் தன்னம்பிக்கை அவசியம். அனைவருக்கும் அவரது திறமை மேல் நம்பிக்கை கட்டாயம் இருக்க வேண்டும். தடைகளைச் சந்திக்கும் போது அவற்றைத் தாண்டிச் செல்வதற்கு நம்பிக்கையே முக்கியமாக உதவுகிறது.

ஒரு தலைவராக வருபவருக்கு நீண்டகாலச் சிந்தனையும் குறுகிய காலச் சிந்தனையும் இருக்க வேண்டும். நீண்டகாலச் சிந்தனையற்ற நிறுவனங்களால் நீடித்து நிற்க முடியாது. அதே நேரத்தில் தற்போதைய நிலைகளுக்கு ஏற்ப குறுகிய காலத்தில் நிறுவனம் அடைய வேண்டிய இலக்குகள் என்பதும் முக்கியமானவை.

எந்த நிலையிலும் ஒவ்வொருவரும் தனது தனிப்பட்ட வாழ்க்கைக்கும் தொழில்ரீதியான வாழ்க்கைக்குமிடையில் ஒரு சமநிலை காண்பது அவசியமானது என்கிறார் சத்தியா நடெல்லா. வீட்டுக்குள் போகும்போது நான் ஒரு பெரிய நிறுவனத்தின் தலைமைச் செயலதிகாரியாகச் செல்லாமல் ஒரு தகப்பனாக ஒரு கணவனாகச் செல்கிறேன் என்று அவர் சொன்னதிலிருந்து அவர் இந்த வாழ்க்கைச் சமநிலையினை எப்படித் தனது வாழ்க்கையில் அமல்படுத்துகிறார் என்பது தெளிவாகத் தெரிகிறது. இந்தியாவில் பிறந்து வளர்ந்து இன்னுமொரு நாட்டில் குடிபுகுந்து அங்கு உலகளவில்

பிரமாண்டமான ஒரு நிறுவனமாகிய மைக்ரோசாஃப்ட் நிறுவனத்தின் தலைமைச் செயலதிகாரியாகச் செயல்படும் சத்தியா நடெல்லா இளைய தலைமுறையினருக்கு ஒரு முன்னோடியாகத் தென்படுகிறார் என்பதில் ஐயமில்லை. மிகவும் அழுத்தம் கொடுக்கக்கூடிய பதவியிலிருந்த போதிலும் தனது குடும்ப வாழ்க்கைக்கும் சமமான முக்கியத்துவம் கொடுத்து எல்லாவற்றிலும் சிறந்து விளங்குகிறார். தனது அனுபவங்களை Hit Refresh எனும் தலைப்பில் ஒரு புத்தகமாக வெளியிட்டு எழுத்தாளராகவும் பரிமாணம் எடுத்துள்ளார் சத்தியா நடெல்லா.

அத்தியாயம் 19

எது முக்கியம்?

Fable என்பது வாசிப்புக்கான ஒரு சமூக வலைத்தளம். இச்செயலியின் மூலம் புத்தக வாசிப்புக் குழுக்களை உருவாக்கலாம். மற்றைய சமூகவலைத் தளங்களைப் போலப் பல விஷயங்களைப் பகிர்ந்து கொள்ளலாம். இந்நிறுவனம் ஆரம்பிக்கப்பட்டது 2019-ஆம் ஆண்டில். இதன் நிறுவனராகவும் தலைமைச் செயலதிகாரியாகவும் இருப்பவர் பத்மஸ்ரீ வாரியர். இவரது பின்புலம் பொதுவான ஒரு புது நிறுவனத்தை ஆரம்பிப்பவர்களோடு ஒப்பிடும்போது சற்று வித்தியாசமானது. வழக்கமாகச் சிறிதாக ஆரம்பித்துப் பெரிய நிறுவனமாக அது வளரும்போது நிறுவனரும் பெரிய பன்னாட்டு நிறுவனத்தின் தலைவராக வளருவார். ஆனால் பத்மாவின் தொழில்ரீதியான வரலாறு இதற்கு முற்றிலும் எதிரானது.

படித்தது இரசாயனப் பொறியியல். பின்னர் மூன்று தசாப்தங்களுக்கு மேலாகப் பணி புரிந்தது மிகப் பெரிய பன்னாட்டுத் தொழில்நுட்ப நிறுவனங்களான மோட்டரோலா, சிஸ்கோ போன்ற நிறுவனங்களில். இந்நிறுவனங்களில் தலைமைத் தொழில்நுட்ப அதிகாரியாகப் பணிபுரியும் போது இருபத்தாறாயிரம் பேருக்கு மேல் அவருடைய

தலைமைத்துவத்தின் கீழ் பணிபுரிந்தார்கள். அதன் பின்னர் நியோ என்னும் எலெக்ட்ரிக் கார் உற்பத்தி செய்யும் நிறுவனத்தின் தலைமைச் செயலதிகாரி. இப்படிப் பல பெரிய நிறுவனங்களில் தலைமைத்துவப் பணிகளிலிருந்து விட்டு ஒரு புதிய நிறுவனம் ஆரம்பிக்கும் தொழில்முனைவோராகப் புதிய பரிமாணம் எடுத்துள்ளார்.

பத்மஸ்ரீ பிறந்து வளர்ந்தது ஆந்திரப் பிரதேசத்தில் விஜயவாடா என்னுமிடத்தில். இவரது பட்டப்படிப்பு ஐ.ஐ.டி., புது டெல்லியில். அங்கு இரசாயனப் பொறியியல் துறையில் கல்வி கற்றார். இருநூற்றைம்பது மாணவர்களில் பத்மஸ்ரீயுடன் சேர்த்து ஐந்து பேர்களே பெண்கள். ஐ.ஐ.டி.யில் படிப்பு முடிந்ததும் அமெரிக்காவில் நியூயார்க்கிலுள்ள கோர்னெல் பல்கலைக்கழகத்தில் முதுநிலைப் பட்டப்படிப்புக்குச் சந்தர்ப்பம் கிடைத்தது. அங்கும் போய் இரசாயனப் பொறியியல் துறையே கற்றார். முதுநிலைப் பட்டமும் பெற்றார். பின்னர் அவரது நோக்கம் முனைவர் பட்டம் பெறுவது. அதற்கான அனுமதியும் பெற்றுக் கொண்டார். வாழ்க்கையில் நாம் நினைப்பது போல் எல்லாம் நடப்பதில்லையல்லவா..? பத்மஸ்ரீயின் வாழ்க்கையும் அதற்கு விதிவிலக்கல்ல.

அவருடைய தோழியொருத்தி முனைவர் பட்டப்படிப்பு முடிக்கும் நிலையிலிருந்தார். அந்தத் தோழி தனது அடுத்த கட்டமாக வேலை தேடும் நோக்கில் பல நிறுவனங்கள் புதிய பட்டதாரிகளைத் தங்கள் நிறுவனத்தில் சேர்க்கும் நோக்கத்தில் நடத்தும் ஒரு நிகழ்ச்சிக்குப் போனார். அதற்குப் பத்மஸ்ரீயைத் துணையாக வரும்படிக் கேட்டார். அங்கு சென்ற பத்மஸ்ரீக்கு மோட்டரோலா நிறுவனம் வேலை வாய்ப்பளித்தது. இது ஒரு திட்டமிடாத தற்செயல் நிகழ்வு. பல்கலைக்கழகத்தில் தனது முனைவர் பட்டப்படிப்புக்கான ஆய்வு மேலாளராகத் தெரிவு செய்திருந்த பேராசிரியரிடம் பத்மா தனக்கு வேலை கிடைத்ததைச் சொன்னார். 'ஒரு வருடம் வேலை செய்து கொஞ்சம் அனுபவம் எடுத்து விட்டு மீண்டும் இங்கு வரலாமா?' எனக் கேட்டார். பேராசிரியரும், 'நீ வேலைக்குப் போய் விட்டு மீண்டும் வரலாம்' என்று சொல்லி வாழ்த்தி அனுப்பினார். ஆனால் பத்மஸ்ரீ வாரியர் மீண்டும் திரும்பப்

பல்கலைக்கழகத்துக்கு வரவில்லை. பன்னிரண்டு மாதங்கள் வேலை செய்யப் போகிறேன் என்று போனவர் அந்நிறுவனத்தில் இருபத்திமூன்று ஆண்டுகள் பணி புரிந்தார்.

ஆரம்ப காலத்தில் அவர் ஒரு சிறந்த பொறியாளராகப் பிரச்சினைகளுக்குத் தீர்வு காணும் திறன் கொண்டவராக இருந்தார். அதனால் விரைவிலேயே பதவி உயர்வும் கிடைத்தது. ஆனால் அடுத்த கட்டமாக ஒரு குழுவுக்குத் தலைமை தாங்கும் போது மற்றவர்கள் மூலம் பிரச்சினைகளுக்குத் தீர்வு காணும் திறன் தேவை என்பதை இவர் அந்த இளவயதில் அறிந்திருக்கவில்லை. இதைக் கடினமான முறையிலேயே கற்றுக் கொண்டேன் என்கிறார் பத்மஸ்ரீ.

பதவி உயர்வுக்குப் பின்னரும் அவர் ஒரு தலைவராக மாறாமல் பொறியாளராக இருந்ததுபோல அனைத்துப் பிரச்சினைகளுக்கும் தானே தீர்வு காண்பதில் கவனம் செலுத்தினார். அதன் பின்னர் தனது குழுவிலுள்ளவர்கள் ஏன் ஒரு முயற்சியும் எடுக்காமல் ஏன் நான் சொல்வதை மட்டுமே செய்து கொண்டிருக்கிறார்கள்? என்று சிந்தித்த போதுதான் அவருக்குப் புரிந்தது தனது தலைமைத்துவத்திலுள்ள குறை.

பிரச்சினைகளை மற்றவர்கள் கையில் கொடுத்து அவர்களிடம் தீர்வு காணச் சொல்லிப் பொறுப்பைக் கொடுக்கும்போது அவர்கள் தங்கள் பங்களிப்பை உற்சாகமாகக் கொடுப்பதைக் கண்டுகொண்டார். இப்படி அனுபவம் மூலமே அவர் தனது முதலாவது தலைமைத்துவப் பாடத்தைக் கற்றுக் கொண்டது.

மோட்டரோலா நிறுவனத்தில் பத்மஸ்ரீ படிப்படியாக முன்னேறித் தலைமைத் தொழில்நுட்ப அதிகாரியாகினார். அதன் பின்னர் அவர் சிஸ்கோ நிறுவனத்திற்குச் சென்றார். அங்கும் முதலில் தொழில்நுட்பத்துக்குப் பொறுப்பாக இருந்தவர் பின்னர் அத்துடன் தொலைநோக்குத் திட்டமிடலுக்கும் பொறுப்பான அதிகாரியாக இருந்தார். இந்தப் பதவி வகிக்கும் போதுதான் அவருக்குப் புதிதாக ஆரம்பிக்கப்பட்டு வளர்ந்து வரும் நிறுவனங்கள் பலவற்றுடன் பணிபுரியும் சந்தர்ப்பங்கள் கிடைத்தன. இப்படியான சில நிறுவனங்களில் சிஸ்கோ நிறுவனம் முதலீடு செய்தது. சிலவற்றை முழுதாக வாங்கிக் கொண்டது. இந்த அனுபவத்தினால் பத்மா பல புதிய தொழில்

முனைவோருடன் பழகும் சந்தர்ப்பங்கள் கிடைத்தபோது, நாமும் ஒரு நாள் இப்படி ஒரு புதிய நிறுவனம் ஆரம்பிக்கலாமே எனும் எண்ணம் தோன்றியது. ஆனாலும் அதை அவர் உடனடியாக அமல்படுத்தவில்லை.

சிஸ்கோ நிறுவனத்தில் ஏழாண்டுகளுக்கு மேல் பணிபுரிந்தவர், அடுத்ததாக நியோ எனப்படும் சீன நிறுவனத்தின் அமெரிக்கக் கிளைக்குத் தலைமைச் செயலதிகாரியாகச் சென்றார். இந்த நிறுவனம் எலெக்ட்ரிக் கார்களை உற்பத்தி செய்யும் புதிய நிறுவனம். ஒருவிதத்தில் இந்த மாற்றம் புதிதாக ஒரு நிறுவனம் ஆரம்பிக்கும் அவரது ஆவலை நோக்கிச் செல்கின்ற அடுத்த படியாக அமைந்தது என்றே சொல்லலாம். ஆரம்பநிலை நிறுவனமாக இருந்த நியோ நிறுவனம் மூன்று ஆண்டுகளில் நியூயார்க் பங்குச்சந்தையில் பட்டியலிடப்பட்ட நிறுவனமாக பத்மஸ்ரீ வாரியர் தலைமையில் வளர்ச்சியடைந்தது. 2018-ஆம் ஆண்டின் முடிவில் பத்மஸ்ரீ, நியோ நிறுவனத்தை விட்டு விலகினார்.

கிட்டத்தட்ட ஓராண்டு காலம் அவர் ஆரம்பிக்கப் போகும் புதிய நிறுவனத்துக்கான ஆய்வுகள் மற்றும் முன்னேற்பாடுகளைச் செய்து 2019 செப்டம்பரில் Fable நிறுவனத்தை ஆரம்பித்தார்.

பல்லாயிரக்கணக்கானோருக்குத் தலைமை வகித்த ஒருவருக்குத் தனியாக ஒரு நிறுவனத்தை ஆரம்பிப்பதில் அவரது நடைமுறையில் பாரிய மாற்றங்கள் தேவைப்பட்டன. பெரிய நிறுவனத்தின் தலைமைப் பதவிகள் வகிப்போருக்கு அவர்களின் நிர்வாக வேலைகளைச் செய்வதற்குப் பலர் இருப்பார்கள். ஆனால் புதிய ஆரம்ப நிலை நிறுவனத்தில் அப்படியான உதவிகள் இருக்காது. எல்லா வேலைகளும் அவரே செய்ய வேண்டும்.

அதுமட்டுமல்லாது Fable நிறுவனத்துக்கு ஒரு அலுவலகம் கிடையாது. அத்துடன் பணிபுரிபவர்கள் பல்வேறு இடங்களில் இருந்தார்கள். இது போதாதென்று கோவிட் பெருந்தொற்றும் ஆரம்பித்தது. இதனால் தனது சொந்த நிறுவனத்தை நடத்துவதற்கான தலைமைத்துவத்தில் இத்தனைக் காலமாகக் கடைப்பிடித்த முறைகளை விடச் சற்று வித்தியாசமான அணுகுமுறையைக் கடைப்பிடிக்கும் கட்டாயமும் இருந்தது பத்மஸ்ரீக்கு.

இன்றையக் காலகட்டத்தில் பரவலாகப் பேசப்படும் தலைப்பு வேலைக்கும் வாழ்க்கைக்குமிடையிலான சமநிலையைப் பேணல். அதிக நேரம் வேலை செய்வதால் குடும்பத்தில் கணவனாக, மனைவியாக, தாயாக, தந்தையாகச் செய்ய வேண்டிய கடமைகளைச் சரியாகச் செய்ய முடியாமலிருப்பது ஒரு பிரச்சினை. அத்துடன் தகவல் தொழில்நுட்ப முன்னேற்றத்தால் வாரத்தில் ஏழு நாட்களும் தொடர்பிலிருக்கக்கூடிய வசதிகளால் விடுமுறை நாட்களில் கூட ஓய்வெடுக்காமல் மின்னஞ்சல்களுக்குப் பதில் போடும் பழக்கம் பலரிடம் உண்டு. இதனால் வருகின்ற மன உலைச்சல்கள் மன அழுத்தம் போன்றவைகளின் பாதிப்புப் பலருக்கு உண்டு.

இந்தச் சமநிலை பற்றிப் பேசும்போது பத்மஸ்ரீ தனக்கு இதனைச் சமநிலை பேணுதல் என்பதைவிட வேலையையும் வாழ்க்கையையும் ஒன்றிணைத்தல் என்பதே சரியான அணுகுமுறை என்கிறார். சில வேளைகளில் வேலையில் அதிக நேரம் செலவிட வேண்டி வரலாம் அதில் தவறில்லை. அதேபோலச் சில வேளைகளில் குடும்ப மற்றும் பிற விஷயங்களில் அதிக நேரம் செலவிட வேண்டி வரலாம். அதிலும் தவறில்லை. எது எப்போது முக்கியம் என்று கருத்தில் கொண்டு வேலைக்கும் தனிப்பட்ட வாழ்க்கைக்கும் தேவையான அளவு முக்கியத்துவம் வழங்கி ஒன்றிணைக்க வேண்டும் என்பதே அவரது கருத்து.

தலைமைத்துவம் என்பது வெறும் தொழில்ரீதியான உறவாக மட்டுமே இருக்காமல் சக ஊழியர்களைப் பற்றிய வாழ்க்கை மற்றும் அவர்களது பொழுதுபோக்கு போன்ற விஷயங்களிலும் ஆர்வம் காட்டுவது பத்மஸ்ரீயின் வழக்கம். இதற்காகத் தற்போதைய நிறுவனத்தில் அவர் வாராவாரம் நடத்தும் சடங்கு ஒன்று உண்டு. இது சுவீடன் நாட்டின் Fika என அழைக்கப்படும் ஒரு சடங்கு. சுவீடன் நாட்டில் இது ஒரு காபியும் கேக்கும் கொண்டுவரும் சடங்கு, இதில் கொண்டுவரும் உணவுப் பொருட்கள் அல்ல முக்கியம்... உணவும் உரையாடலும் பகிர்ந்து கொள்ளுதல் என்பதே முக்கியமானது. இது ஒரு சமூகப் பிணைப்பை உருவாக்கும் நோக்கம் கொண்டது.

பத்மஸ்ரீயின் Fable நிறுவனத்தில் இது அவர்களுக்கு ஏற்ற சிறு மாற்றங்களோடு வாராவாரம் நடத்தப்படும் சடங்கு. சிறிய நிறுவனமாக இருப்பதால் ஒவ்வொரு வாரமும் ஒரு ஊழியர் தலைமை தாங்குவார். அவர் கொடுக்கும் தலைப்பில் மற்றவர்கள் அந்தத் தலைப்பு சம்பந்தமான தங்கள் வாழ்க்கை அனுபவத்தைப் பகிர்ந்து கொள்ள வேண்டும். உதாரணமாக "நீங்கள் வீச வேண்டிய பொருளான போதிலும் பத்திரமாகப் பாதுகாக்கும் பொருள் என்ன? அதைப் பாதுகாப்பதன் காரணம் என்ன?" என்பது ஒரு தலைப்பாக இருக்கலாம். தலைப்புத் தேர்வு வேலை சார்ந்த தலைப்பாக இருக்கக் கூடாது என்பது மட்டுமே கட்டுப்பாடு. தொழில் ரீதியாக இல்லாமல் ஒரு சமூக ஒன்று கூடலாக இது அமைகிறது. அதன் மூலம் ஊழியர்களுக்கிடையில் உளரீதியாக ஒரு பிணைப்பையும் உருவாக்குகிறது.

இதற்கு முன்னர் சிஸ்கோ நிறுவனத்தில் பல்லாயிரக் கணக்கானவர்களோடு வேலை செய்யும் போது மாதாந்தம் அந்த மாதத்தில் பிறந்த நாள் வருபவர்களை ஒன்று சேர்த்து ஒரு நிகழ்வு நடத்துவாராம். இது பத்மஸ்ரீயின் மனிதத்துவப் பண்பைக் காட்டுகிறது. சக ஊழியர்களின் தனிப்பட்ட வாழ்க்கை பற்றி அறிய வேண்டும். அவர்களையும் ஒரு குடும்பத்தினர் போல நடத்த வேண்டும் போன்ற தனிமனித அக்கறையை இச்செயல்கள் வலியுறுத்துகின்றன. இது அவரது தலைமைத்துவப் பண்புகளில் ஒன்றாகும்.

ஒரு நிறுவனத்தின் கலாசாரம் முக்கியம். ஆகையால் ஒருவர் ஒரு நிறுவனத்தில் வேலைக்குப் போகுமுன்னர் அந்த நிறுவனத்தின் கலாசாரம் பற்றி அறிந்து கொள்ள வேண்டும். அது உங்களுக்குப் பொருந்துமானால் மட்டுமே அங்கு வேலைக்குச் சேர வேண்டும் என்பது இளையவர்களுக்கு பத்மஸ்ரீ வழங்கும் அறிவுரை.

வருங்காலத்தில் தலைமைத்துவப் பதவிகளில் வரும் இலட்சியம் கொண்டோருக்குப் பத்மஸ்ரீ வாரியரின் அறிவுரைகள் என்னவென்று பார்ப்போம். எவ்வளவுதான் அனுபவம் பெற்றிருந்தாலும் உங்களுக்கு அனைத்தும் தெரியாது எனும் பணிவு கட்டாயம் இருக்க வேண்டும். அத்துடன் தொடர்ந்து கற்றுக் கொள்ளும் ஆர்வமும் இருக்க வேண்டும்.

ஒவ்வொருவரும் அவரது தனித்தன்மையை விட்டுக் கொடுக்கக் கூடாது. பிரவுன் நிறத் தோலுடன் பதவியில் வெள்ளைக்காரரைப் போல நடந்து கொள்ள வேண்டுமெனும் சந்தர்ப்பங்கள் தனக்கு வந்திருக்கிறது என்கிறார். ஏன் அப்படி என்னும் கேள்வி அவருக்குள் எழுந்திருக்கிறது. நான் நானாகவே இருப்பேன். எனது திறன்களுக்கு மட்டுமல்லாமல் என்னை நான் வேலை பார்க்கும் நிறுவனம் முழுமையாக ஏற்றுக் கொள்ள வேண்டும் என்னும் கொள்கை கொண்டவர். அக்கொள்கையை நிலைநாட்டுவதில் வெற்றியும் கண்டிருக்கிறார். ஒருவர் வேலைத்தளத்தில் தன்னை மாற்றிக் கொள்ள வேண்டுமாயின் அவரால் அந்த இடத்தில் முழுமையான ஈடுபாட்டோடு பணிபுரிய முடியாது என்பது அவரது கருத்து. அதனால் நீங்கள் நீங்களாகவே இருக்க வேண்டும் என்பது அவரது அறிவுரைகளில் ஒன்று.

புதிய பதவிக்கு மாறும் போது உங்களுக்கு அந்தப் பதவிக்குத் தேவையான அனைத்துத் திறன்களும் இருக்க வேண்டுமென்றில்லை. புதிதாகக் கற்றுக் கொள்ள வேண்டியவையும் இருக்க வேண்டும் அப்போதுதான் நீங்கள் உங்களுக்குப் பரிச்சயமானவற்றிலிருந்து அடுத்த கட்டமாகப் புதியனவற்றைக் கற்றுக் கொண்டு முன்னேறுவீர்கள். சந்தர்ப்பங்கள் வரும்போது என்னால் முடியுமா என்று தயங்காமல் நான் கற்றுக் கொண்டு செய்வேன் எனும் துணிவுடன் இறங்க வேண்டுமென்கிறார் பத்மஸ்ரீ. இது அவருக்கு இயற்கையாக அமைந்த திறமையென்பது அவர் தற்செயலாகக் கிடைத்த சந்தர்ப்பத்தைப் பயன்படுத்தி முதல் வேலையில் சேர்ந்தார் என்பதிலிருந்தே தெரிகிறது.

முழுநேரமும் வேலை வேலை என்று இருக்காமல் ஓய்வு எடுக்க வேண்டியதும் அவசியம் என்கிறார். சிஸ்கோ நிறுவனத்தில் இருந்த போதே வாரத்தில் ஒரு நாள் முழுதாக அனைத்துத் தொழில்நுட்பக் கருவிகளுக்கும் ஓய்வு கொடுப்பாராம். முழுமையாக வேலைசார்ந்த கவனச் சிதறல்கள் வராமல் அந்த நாளை ஓய்வு நாளாக்கி இருப்பது அவரது வழக்கம்.

பல காரியங்கள் செய்ய வேண்டியிருக்கும் போது சில நாட்களில் எல்லாவற்றையும் செய்ய முடியாது. ஆகவே

எது முக்கியமானது என்று முடிவெடுத்து அந்த முக்கியத்துவ வரிசையில் காரியங்களை நிறைவேற்றுவது அவசியம் என்பதும் அவரது அறிவுரை.

பத்மஸ்ரீ STEM தொழில்துறைகளில் பெண்கள் அதிகம் பங்கேற்க வேண்டும் என்பதில் அக்கறையுள்ளவர். அவர் நிச்சயமாகப் பெண்களுக்கு மட்டுமல்லாது அனைத்து இளைஞர்களுக்கும் ஒரு முன்னோடியாகத் திகழ்கிறார் என்றே சொல்ல வேண்டும்.

அத்தியாயம் 20

விடா முயற்சி

பதினெட்டு வயது இளைஞன். பிலானியிலுள்ள பிர்லா இன்ஸ்டிடியூட் ஆஃப் டெக்னோலஜி அண்ட் சயன்ஸ் பல்கலக்கழகத்தில் (BITS, Pilani) இரண்டு ஆண்டுகள் படித்து முடித்து விட்டார். அமெரிக்காவில்தான் தனது பட்டப்படிப்பை முடிக்க வேண்டும் எனும் ஆர்வத்துடன் மிகுதிப் படிப்பை அமெரிக்காவில் படிக்க மாற்றத்துக்குச் சில பல்கலைக்கழகங்களுக்கு விண்ணப்பித்தார். உண்மையில் அவர் பிலானியைத் தனது பொறியியல் கல்விக்குத் தேர்ந்தெடுத்தற்கு முக்கியக் காரணமே அந்த நிறுவனத்திற்குப் பல அமெரிக்கப் பல்கலைக்கழகங்களுடனான நெருங்கிய தொடர்பிருப்பதே என்றும் கூறலாம்.

அந்த இளைஞனின் தந்தையார் அவனது கல்வியில் அதீத ஆர்வம் காட்டினார். அவரது ஆசையே மகனின் ஆசையாகவும் இருந்தது.

மூன்று பல்கலைக்கழகங்கள் அவருக்கு அனுமதி வழங்கின. முதலாவது பல்கலைக்கழக அனுமதியுடன் அமெரிக்கத் தூதரகம் சென்றார். விசா கொடுக்கப்படவில்லை. அவரது விண்ணப்பம் நிராகரிக்கப்பட்டது. இரண்டாவது பல்கலைக்கழக அனுமதிக்

கடிதம் வர மீண்டும் அமெரிக்கத் தூதரகம் சென்றார். மீண்டும் விசா நிராகரிக்கப்பட்டது.

மூன்றாவதாக கலிஃபோர்னியா மாநிலப் பல்கலைக்கழகமாகிய பேர்க்கெலியின் அனுமதிக் கடிதத்துடன் மீண்டும் மனம் தளராத விக்கிரமன் போல அமெரிக்கத் தூதரகம் சென்றார். மீண்டும் நிராகரிப்பு. அவரது தந்தையாருக்குக் கடும் கோபம் வந்தது. அமெரிக்கத் தூதரகப் பிரதிநிதியைச் சந்திக்க வேண்டும் என்று கேட்டார். ஆனால் அவரைச் சந்திக்க முடியாது என்று சொல்லி விட்டார்கள். எப்படியோ அந்தத் தூதரகப் பிரதிநிதி மதிய உணவுக்குச் சென்று விட்டார், மீண்டும் வருவார் எனும் தவலை அறிந்து கொண்ட தந்தை, அவர் வரும்வரை காத்திருப்போம் என்றார்.

தூதரகப் பிரதிநிதி வர, தனது மகனின் வாழ்க்கையில் கிடைத்த அரிய சந்தர்ப்பத்தை வீணாக்குகிறீர்கள் என்று தூதரகப் பிரதிநிதியோடு வாதாடினார். ஆரம்பத்தில் இவரது கோரிக்கையை நிராகரித்த தூதரகப் பிரதிநிதி பின்னர் இருபது நிமிடங்களாகத் தன் மகனுக்காக வாதாடும் தந்தையின் கோரிக்கையில் நியாயம் இருப்பதை ஏற்றுக் கொண்டார். அந்த இளைஞனுக்கு விசா கொடுக்கும்படி பணித்தார். இப்படித்தான் சஞ்சய் மெஹ்ரோத்ராவின் அமெரிக்கப் பயணம் ஆரம்பித்தது. அன்று அந்தத் தூதரகப் பிரதிநிதிக்குத் தெரிந்திருக்காத விபரம் என்னவென்றால் சஞ்சய்க்கு விசா வழங்கியதன் மூலம் வருங்காலத்தில் எழுபதிற்கும் மேற்பட்ட காப்புரிமைகளில் பெயர் பதிக்கப் போகும் ஒருவரின் வாழ்க்கையின் முதல்படியில் காலடி எடுத்து வைக்க உதவினார் என்பது.

அப்பாவின் விடாமுயற்சியினால் தனக்குக் கிடைக்க வேண்டியது கிடைக்கப் பெற்ற சஞ்சய் அதனைத் தனது வாழ்க்கைப் பாடங்களில் ஒன்றாகவும் கற்றுக் கொண்டார். தோல்வி கண்டு மனம் துவளாது மீண்டும் மீண்டும் முயற்சி செய்வதன் மூலம் வெற்றியை அடையலாம் எனும் பாடத்தைக் கற்றுக் கொண்ட சஞ்சய் பேர்க்கெலி பல்கலைக்கழகத்துக்குப் போனவுடனேயே அந்தப் பாடத்தை நினைவில் கொண்டு நடைமுறைப்படுத்தும் சந்தர்ப்பமும் கிடைத்தது.

கடைசி நேரத்தில் போனதால் ஹாஸ்டலில் சஞ்சய்க்கு இடம் கிடைக்கவில்லை. ஒரு நண்பனின் வீட்டில் தற்காலிகமாகத் தங்கியிருக்க வேண்டி வந்தது. தனக்கான இடம் தேடிக் கொண்டிருக்கையில் தினமும் ஹாஸ்டல் இடஒதுக்கீடு செய்யும் அலுவலகத்திற்குச் செல்வாராம். தினமும் இடமில்லை என்று பதில் கிடைக்குமாம். ஆனாலும் சில நாட்களில் ஒரு மாணவன் ஏதோ ஒரு காரணத்துக்காக வரமுடியாமல் போனதால் இவருக்கு அந்த இடத்தைக் கொடுத்தார்கள். ஹாஸ்டலில் போய்ச் சேர்ந்து கொண்டார். அப்பா அமெரிக்கத் தூதரகத்தில் காட்டிய விடாமுயற்சியை மகன் ஹாஸ்டல் அலுவலகத்தில் நடைமுறைப்படுத்தி வெற்றி கண்டார்.

இப்படிப் பெரும்பாடுடன் தனது எலெக்டிரிகல் எஞ் சினியரிங் அண்ட் கம்பியூட்டர் சயன்ஸ் பட்டப்படிப்பினை அமெரிக்கவில் ஆரம்பித்த சஞ்சய் மெஹ்ரோத்ரா பேர்க்கெலி பல்கலைக்கழகத்தில் பட்டப்படிப்பும் அதைத் தொடர்ந்து முதுநிலைப் படிப்பும் முடித்தார். இருபது வயதிலேயே எம்.எஸ். பட்டத்துடன் வேலைதேட ஆரம்பித்த சஞ்சய்க்கு அவரது முதுநிலைப் படிப்புக்கான ஆய்வுக்கு மேலாளராக இருந்த பேராசிரியர் வழிகாட்டியாக இருந்தார்.

உலகின் கணினிகளின் மூளையாக இயங்கும் சிப்ஸ்களைத் தயாரிக்கும் பிரமாண்டமான நிறுவனம் இண்டெல் நிறுவனம். அந்த இண்டெல் கார்ப்பரேஷனில்தான் சஞ்சயின் முதல் பணி. அங்கு ஜோர்ஜ் பெர்லிகோஸ் என்பவரின் கீழ் வேலை செய்தார். அத்துடன் அங்குதான் எலி ஹராரி என்பவரையும் சந்திக்கும் வாய்ப்புக் கிடைத்தது. இண்டெலுக்குப் பின்னர் மேலும் சில நிறுவனங்களில் பணி புரிந்தபின்னர் எலி ஹராரி, சஞ் சய் மெஹ்ரோத்ராவையும் ஜாக் யுவான் என்பவரையும் புது நிறுவனம் ஒன்றை உருவாக்க அழைத்தார். இஸ்ரேல் நாட்டில் பிறந்த எலி ஹராரியின் தலைமையில் தைவானில் பிறந்த ஜாக் யுவானும், இந்தியாவில் பிறந்த சஞ்சய் மெஹ்ரோத்ராவும் கூட்டுச் சேர்ந்து சண்டிஸ்க் எனும் பெயரில் ஒரு நிறுவனத்தினை ஆரம்பித்தார்கள். பின்னர் இந்த நிறுவனத்தின் பெயர் சான்டிஸ்க் என மாற்றப்பட்டது. இப்படி மூன்று நாடுகளிலிருந்து வந்து அமெரிக்காவில் குடியேறிய மூவரால் ஆரம்பிக்கப்பட்ட அந்த நிறுவனம் கணினிகளில் பயன்படுத்தப்டும் தகவல்

சேமிப்பகங்களில் ஒரு புரட்சியை ஏற்படுத்தும் என எவரும் அன்று எதிர்வு கூறியிருக்க மாட்டார்கள்.

இன்று கணினி மற்றும் டிஜிட்டல் கேமராக்கள் பயன்படுத்துகிற அனைவரும் சான்டிஸ்க் நிறுவனத்தின் மெமரி கார்ட் அல்லது எஸ்எஸ்டி என அழைக்கப்படும் சேமிப்பகங்களைத் தெரிந்தோ தெரியாமலோ பயன்படுத்தியிருப்பார்கள். இந்தத் தொழில்நுட்பத்துக்கான கண்டுபிடிப்புகளின் காப்புரிமைகளில் பலவற்றில் சஞ்சய் மெஹ்ரோத்ராவின் பெயர் பொறிக்கப்பட்டுள்ளது.

சஞ்சய் மெஹ்ரோத்ராவிற்கு இரண்டு மூத்த சகோதரிகள் மற்றும் ஒரு மூத்த சகோதரன் இருந்தனர். அண்ணனும் ஒரு அக்காவும் பொறியியல் துறையில் படித்ததால் சஞ்சய்க்கும் பொறியியல் படிக்க வேண்டும் எனும் ஆர்வம் வந்தது. அத்துடன் அவரது தந்தைக்கு சஞ்சயும் அமெரிக்காவில் போய் படிக்க வேண்டும் எனும் ஆசையும் இருந்தது. நடுத்தர வகுப்பில் இந்தியாவில் வாழும் குடும்பமாக இருந்த அவர்களுக்கு அமெரிக்காவுக்குச் சொந்தச் செலவில் படிக்க அனுப்புமளவு வசதியிருக்கவில்லை. ஆனாலும் தந்தையின் ஆசை மகனுக்கும் தொற்றிக் கொண்டது. வாழ்க்கையில் ஒரு இலக்கை அடைய வேண்டும் எனும் ஆர்வம் நிறைய இருந்தால் அதை எப்படியும் அடைந்து விடலாம் என்பதற்கு சஞ்சய் மெஹ்ரோத்ராவின் அமெரிக்கப் பயணம் ஒரு உதாரணம்.

சஞ்சய் அமெரிக்கா சென்றபோது அவருக்கு ஒரு ஸ்காலர்ஷிப்பும் கிடைக்கவில்லை. அவரது மூத்த சகோதரன் ஏற்கனவே சிகாகோவில் பணிபுரிந்து கொண்டிருந்தபடியால் அவரது புண்ணியத்திலேதான் சஞ்சய் மெஹ்ரோத்ராவின் முதல் காலாண்டுக்கான பண உதவி கிடைத்தது. முதல் காலாண்டில் சிறந்த மதிப்பெண்களைப் பெற்ற சஞ்சய்க்கு பேர்க்கெலி பல்கலைக்கழகம் பின்னர் நிதி உதவி வழங்கியது. இந்த நிதி உதவியுடன் பகுதி நேரமாகப் பல்கலைக்கழகத்திற்குள் வேலைகளும் செய்து தனது படிப்பிற்கான செலவுகளுக்காக அதற்கு மேலும் அண்ணனிடம் தங்கியிராமல் தன்னைத்தானே கவனித்துக் கொண்டார் சஞ்சய். ஆரம்பத்தில் உதவி தேவைப்பட்டாலும் அந்தச் சிறு வயதிலேயே தன் காலில் நிற்க

வேண்டும் எனும் எண்ணமும் முயற்சியும் கொண்டிருந்தார் சஞ்சய்.

சான்டிஸ்க் நிறுவனத்தில் பல முக்கிய பொறுப்புள்ள பதவிகளிலிருந்த சஞ்சய் மெஹ்ரோத்ரா, எலி ஹராரிக்குப் பின்னர் சான்டிஸ்க் நிறுவனத்தின் தலைமைச் செயலதிகாரியாக இரண்டாயிரத்துப் பத்தாம் ஆண்டு பதவியேற்றார். இரண்டாயிரத்துப் பதினாறாம் ஆண்டில் சான்டிஸ்க் நிறுவனத்தை வெஸ்டேர்ன் டிஜிட்டல் நிறுவனம் பல பில்லியன் டாலர்களுக்கு வாங்கியது.

ஒரு நிறுவனத்தின் ஆரம்ப நிறுவனர்களில் ஒருவராக இருந்து பல பில்லியன் டாலர்களுக்கு விற்குமளவு வளர்த்து விற்று ஒரு சாதனை செய்து விட்டேன். இனி ஓய்வு எடுப்போம் என்று நினைத்திருந்தார். ஆனாலும் அவ்வளவு திறமையுள்ள ஒருவரை ஓய்வெடுக்க விடுவதற்கு மற்றவர்களுக்கு விருப்பமில்லை போலும். அவரை மைக்ரோன் நிறுவனம் தலைமைச் செயலதிகாரியாக வரும்படி அழைப்பு விடுத்தபோது அவரால் நிராகரிக்க முடியவில்லை. தற்போது முப்பத்தையாயிரத்துக்கும் அதிகமான ஊழியர்களைக் கொண்ட மைக்ரோன் நிறுவனத்தின் தலைமைச் செயலதிகாரியாகப் பணியாற்றுகிறார்.

திறமை உள்ளவர்கள் அனைவரையும் ஊக்குவிக்க வேண்டும் என்பதில் சஞ்சய் அக்கறையுள்ளவர். இரண்டாயிரத்து இருப்பத்தோராம் ஆண்டில் மைக்ரோன் நிறுவனம் Valuable 500 எனப்படும் பன்முகத்தினரையும் உள்ளடக்கும் நிறுவனங்களுடன் சஞ்சய் மெஹ்ரோத்ரா தலைமையில் இணைந்து கொண்டது. இந்த Valuable 500 அமைப்பு ஐந்நூறு பெரிய நிறுவனங்கள் ஒன்று சேர்ந்து தங்கள் நிறுவனங்களில் மாற்றுத் திறனாளிகளின் பங்களிப்பை எப்படிச் சேர்த்துக் கொள்ளலாம். அதன் மூலம் மாற்றுத்திறனாளிகளை உள்ளடக்குவது பற்றி ஒரு வழிகாட்டியாக இருக்கலாம் எனும் நோக்கத்துடன் ஆரம்பிக்கப் பட்ட அமைப்பாகும்.

அண்மையில் SheGoverns அமைப்பினால் மைக்ரோன் நிறுவனம் ஐம்பது சதவீதம் நிர்வாகக் குழு அங்கத்தினராகப் பெண்கள் பதவி வகிக்கும் நிறுவனமாக மைக்ரோன் நிறுவனத்தை அங்கீகரித்துள்ளது. இது சஞ்சய் மெஹ்ரோத்ராவின்

அனைவரையும் உள்ளடக்கும் தலைமைத்துவத்துக்கு இன்னுமொரு சான்றாகும்.

சஞ்சயின் தலைமைத்துவத் திறமைகளையும் அடுத்த தலைமுறையினர் அவரது வாழ்க்கைப் பயணத்திலிருந்து என்ன கற்றுக் கொள்ளலாமென்பதையும் பார்ப்போம்.

சஞ்சய் தனது தந்தை விடாப்பிடியாக நின்று மூன்று முறை நிராகரிக்கப்பட்ட அமெரிக்க விசாவினைப் பெற்றுக் கொடுத்ததன் மூலம் என்ன கற்றுக் கொண்டார் என்பதை ஏற்கனவே பார்த்துள்ளோம். உறுதியான மனப்பான்மையோடு தோல்விகளைக் கண்டு மனம் தளராமல் முயற்சி செய்வது முக்கியமானதொன்றாகும். எப்பொழுதும் புதிதாகக் கற்றுக் கொள்வதில் ஆர்வமிருக்க வேண்டும். தெரியாத விஷயங்களைப் பற்றிக் கேள்வி கேட்டுத் தெரிந்து கொள்வதில் வெட்கப்படக் கூடாது. அறிவை வளர்க்கும் ஆர்வத்துடன் இருப்பது முக்கியமென்று தனது மகள்களுக்கு அறிவுரையாகச் சொல்லியிருக்கிறாராம் சஞ்சய் மெஹ்ரோத்ரா.

ஒன்றாகப் பணியாற்றும் அணியில் ஒருவருக்கொருவர் தங்களது திறன்களை ஒன்றுகூட்டிச் செயல்படுதல் அந்த அணியின் வளர்ச்சிக்கு வழிவகுக்கும். சான்டிஸ்க் நிறுவனத்தை ஆரம்பித்த மூவரும் தங்கள் திறமைகளின் ஒன்றுகூடலாக அந்த நிறுவனத்தை வளர்த்தெடுக்க உதவியது என்று கூறலாம்.

புதிய முறைகளை உருவாக்கும் போதோ அல்லது ஒருவருக்கு அதிகம் பரிச்சயமில்லாத ஒன்றில் இறங்கும்போதோ அவை தோல்வியடைவதற்கான வாய்ப்புகள் உண்டு. ஆனாலும் அதற்காக முழுக்க முழுக்கப் பரிச்சயமான சூழலிலேயே இருந்தால் அந்தச் சூழலிலிருந்து வெளியேற முடியாது. ஆகவே ஓரளவு கணக்கெடுத்துப் புதியவற்றை முயற்சி செய்ய வேண்டும் என்பது சஞ்சயின் கருத்து. பன்முகத்தன்மை கொண்டவர்களின் அணிகளில் புதுமையான கருத்துக்களும் கண்டுபிடிப்புகளும் இடம் பெறுமென்கிறார் சஞ்சய்.

ஒரு தலைவராக இருப்பவருக்கு அவருடன் பணிபுரிபவர்களின் திறமை மேல் நம்பிக்கை இருக்க வேண்டும். ஆங்கிலத்தில் micro management எனச் சொல்லப்படும் ஒவ்வொரு சிறு

காரியத்தையும் எப்படிச் செய்ய வேண்டும் என்று சொல்லிக் கொடுத்துக் கெடுக்கும் தலைமைத்துவம் கூடாது. ஆகவே அவர்கள் சுதந்திரமாக இயங்க வழிகாட்ட வேண்டியது அவசியம் என்பது சஞ்சயின் தலைமைத்துவப் பாணி.

சஞ்சயின் சக ஊழியர்கள் அவரைப் பற்றி விவரிக்கும் போது அவர் ஒரு பணிவான மற்றும் உற்சாகமூட்டும் தலைவரெனச் சொல்கிறார்கள். எந்த ஒரு பெரும் தலைவருக்கும் பணிவு அவசியம் என்பது முக்கியம். நானே எல்லாம் தெரிந்தவர் எனும் அகந்தையுடன் இருக்கும் தலைவர்களால் சக ஊழியர்களின் மதிப்பினைச் சம்பாதிக்க முடியாது.

சஞ்சய் மெஹ்ரோத்ரா ஆரம்பகாலத்தில் தடைகளைக் கண்டு மனம் தளராது தனது வாழ்க்கைப் பாதையை வெற்றிப் பாதையாக மாற்றிக் கொண்டவர். கிடைத்த சந்தர்ப்பங்களைச் சரியாகப் பயன்படுத்திக் கொண்டவர். இவரது வாழ்க்கைப் பயணம் இனி வரும் இளைஞர்களுக்கு ஒரு உற்சாகமூட்டும் வழிகாட்டியாக இருக்கிறது.

அத்தியாயம் 21

துணிவின் தலைமகன்

வேலை தேடி நாநூறுக்கும் மேற்பட்ட விண்ணப்பங்கள். ஒரேஒரு நிறுவனம்தான் பதிலளித்தது. மற்றைய நிறுவனங்கள் அனைத்தும் அவரது வேலைக்கான விண்ணப்பத்தை நிராகரித்தன. இத்தனைக்கும் இவரது கல்வித் தகைமைகளில் ஐ.ஐ.டி. வாரணாசியில் மின் பொறியியல் பட்டம். பின்னர் அமெரிக்காவின் நோர்த் ஈஸ்டர்ன் பல்கலைக்கழகத்தில் சந்தைப்படுத்தல் துறையில் எம்.பி.ஏ பட்டம். இப்படித்தான் அமெரிக்காவில் முதலாவது வேலை தேடும் படலம் ஆரம்பித்தது நிகேஷ் அரோராவிற்கு.

அவரை ஏற்றுக் கொண்ட நிறுவனத்தின் பெயர் ஃபிடெலிட்டி இன்வெஸ்ட்மெண்ட்ஸ். ஆய்வாளராக வேலை. வேலை கிடைத்து விட்டது என்று அத்துடன் அவர் நிற்கவில்லை. முழுநேரமாக வேலை செய்து கொண்டு பகுதி நேரமாக பொஸ்ரன் கல்லூரியில் நிதித் துறையில் எம்.எஸ்.சி படித்துப் பட்டமும் பெற்றார். அத்துடன் Chartered Financial Analyst எனும் தகுதியும் பெற்றுக் கொண்டார்.

நிகேஷ் அரோரா பிறந்தது உத்தரப் பிரதேசத்தில் காஸியாபாத் எனும் இடத்தில். அவரது தந்தை இந்திய விமானப்படை அதிகாரி. அவரது பள்ளிப் படிப்பு டெல்லியில் பின்னர்

பட்டப்படிப்பு ஐ.ஐ.டி. வாரணாசியில். படித்து முடிந்ததும் விப்ரோ நிறுவனத்தில் அரச அலுவலகங்களுக்குக் கணினிகள் விற்கும் வேலையைச் சில மாதங்கள் செய்தார். அதன் பின் அமெரிக்கா நோக்கி எம்.பி.ஏ படிக்கப் பயணமானார்.

அப்பா கொடுத்த மூவாயிரம் டாலர்களுடன் அமெரிக்கா வந்தடைந்தார் நோர்த் ஈஸ்டேர்ன் பல்கலைக்கழகத்து மாணவனாக. படிப்பு முடிந்ததும் முதலாவதாகக் கிடைத்த வேலை ஃபிடெலிட்டி இன்வெஸ்ட்மெண்ட்ஸ் நிறுவனத்தில். பின்னர் இன்னும் சில நிறுவனங்களின் பின்னர் ஜேர்மனியின் டொச் டெலிகொம் நிறுவனத்தில் சேர்ந்து ஐரோப்பா நோக்கிப் பயணம் செய்தார். பின்னர் ரீ-மோஷன் எனும் நிறுவனத்தை ஆரம்பித்தார். அது ரீ-மோபைல் நிறுவனத்துடன் இணைத்துக் கொள்ளப்பட்டது. நிகேஷ் அரோரா ரீ-மோபைல் நிறுவனத்தின் தலைமைச் சந்தைப்படுத்தல் அதிகாரியாக (Chief Marketing Officer) லண்டனில் பணிபுரிந்து கொண்டிருந்தார்.

இரண்டாயிரத்து நான்காம் ஆண்டில் அமெரிக்க நிறுவனம் ஒன்று ஐரோப்பாவில் தனது சேவைகளை விரிவடையச் செய்வதற்குத் தலைமை தாங்க ஒருவரைத் தேடுவதாக நிகேஷ் அரோராவை அணுகினார்கள். அந்த நிறுவனம் கூகுள் நிறுவனம். இன்று உலகில் மாபெரும் நிறுவனமாக இருந்தாலும் இரண்டாயிரத்து நான்காம் ஆண்டில் கூகுள் ஒரு பெரிய நிறுவனமல்ல. அதனால் நிகேஷைப் பொறுத்தவரை ரீ-மோபைல் போன்ற ஒரு பெரிய நிறுவனத்தை விட்டுச் சிறிய நிறுவனத்துக்குப் போவது ஒரு பெரும் மாற்றமே. அதைப் பின்னோக்கிச் செல்வதாகவே பொதுவாக மற்றவர்கள் கருதுவார்கள். ஆனாலும் நிகேஷ் அரோரா ஐரோப்பாவைப் பொறுத்தவரையில் ஆரம்ப நிலையில் இருக்கும் அந்நிறுவனத்தில் நல்ல ஒரு எதிர்காலம் இருப்பதை உணர்ந்து கொண்டார். அச்சந்தர்ப்பத்தை ஏற்றுக் கொண்டு கூகுள் நிறுவனத்தில் சேர்ந்து கொண்டார். அடுத்த சில ஆண்டுகள் தன்னையும் கூகுள் நிறுவனத்தையும் அதிவேகமாக வளர்ச்சியடையச் செய்தார்.

ஐரோப்பிய நாடுகளில் கூகுளின் செயல்பாடுகளுக்குப் பொறுப்பான அதிகாரியாக ஆரம்பித்த நிகேஷ் ஏழு வருடங்களில் கூகுளின் தலைமை வணிக அதிகாரியாக

(Chief Business Officer) முன்னேறினார். அந்நேரத்தில் கூகுள் நிறுவனத்தின் நிறுவனர்கள் இருவர் மற்றும் தலைமைச் செயலதிகாரி ஆகிய மூவரின் பின்னர் நான்காவது முக்கிய அதிகாரியாகக் கருதப்பட்டார். கூகுளின் வளர்ச்சிக்குப் பெரும் பங்களிப்புக் கொடுத்தவராகக் கருதப்படுபவர். ஒரு வருடத்தில் ஐம்பது மில்லியன் டாலர்களுக்கு மேல் சம்பாதித்து அந்நேரத்தில் கூகுளின் அதிகம் சம்பளம் வாங்கிய அதிகாரி என்றும் கருதப்பட்டவர்.

இரண்டாயிரத்துப் பதினான்காம் ஆண்டில் மீண்டும் ஒரு மாற்றம். ஜப்பானிய நிறுவனமாகிய சாஃப்ட்பாங்க் நிறுவனத்தில் தலைமைச் செயலதிகாரிக்கு அடுத்தபடியாக இயங்கும் தலைமைச் செயற்பாட்டு அதிகாரியாகப் (Chief Operating Officer) பணிபுரியும் வாய்ப்புக் கிட்டியது. இதுவும் நிகேஷ் அரோராவைப் பொறுத்தவரை ஒரு பெரிய மாற்றமே.

நிகேஷ் கூகுளை விட்டு சாஃப்ட்பாங்க் நிறுவனத்திற்குச் சென்றார். சாஃப்ட்பாங்க் நிறுவனம் பல நாடுகளில் பலவிதமான நிறுவனங்களில் முதலீடு செய்திருந்தது. நிகேஷ் அரோராவின் முக்கியப் பங்கு புதிதாக ஆரம்பிக்கப்பட்டு வளர்ந்து வரும் நிறுவனங்களில் முதலீடு செய்து அவற்றின் வளர்ச்சியின் வேகத்தை அதிகரிப்பதோடு, முதலீட்டுக்கான லாபத்தையும் பெற்றுக் கொள்வது.

சாஃப்ட்பாங்க் நிறுவனத்தில் அவரது வருமானம் நூறு மில்லியன் டாலர்களுக்கும் மேலாக இருந்தது. அந்நேரத்தில் உலகிலேயே மூன்றாவது அதிக வருமானம் கொண்ட ஒரு நிறுவன மேலதிகாரியாகக் கருதப்பட்டார். அதுபற்றி ஒரு நிருபர் கேள்வி கேட்டார். அதற்கு அவர் சொன்ன பதில் : எனது வருமானம் பற்றி வெளியே பேசப்படும் கணக்குகள் எல்லாம் சரியானவையா என்பதைவிடப் பரபரப்பானவையாகவே பேசப்படுகிறது. ஆனாலும் நான் அதிகச் சம்பளம் பெறுபவன்தான். காரணம் நான் பணிபுரியும் நிறுவனத்திற்கு எனது சேவையின் பெறுமதியும் அதிகம். அதற்கேற்ப நான் அதிக வருமானம் பெறுகிறேன். எனது சேவைக்கான மதிப்பைப் பெற்றுக் கொள்வதில் எனக்கு எந்தத் தயக்கமுமில்லை. அவர் சொன்ன பதில் நியாயமானதுதான். எந்த ஒரு நிறுவனமும்

யாருக்கும் அவர்களது சேவையின் மதிப்புக்கதிகமாக ஊதியம் கொடுப்பது பொதுவாக இல்லை. அதுவும் ஒரு நிறுவனராக இல்லாமல் வெளியே இருந்து கொண்டு வரப்பட்ட அதிகாரிக்கு அப்படிக் கொடுப்பதற்கான வாய்ப்பே இல்லை.

சாஃப்ட்பாங்க் நிறுவனத்தில் பணிபுரிந்த போது நிகேஷ் அரோரா இன்னுமொரு வியக்கத்தக்க காரியமும் செய்தார். அறுபது பில்லியன் ஜப்பானிய யென் (நானூற்று எண்பது மில்லியனுக்கும் மேலான அமெரிக்க டாலர்கள்) பெறுமதியான சாஃப்ட்பாங்க் பங்குகளைக் கொள்வனவு செய்தார். ஒரு தனிப்பட்டவரின் முதலீடு என்று பார்க்கும் போது இது ஒரு பெரிய முதலீடாகும்.

சாஃப்ட்பாங்க் நிறுவனத்தின் நிறுவனருக்கு அடுத்தபடியாகத் தலைமைச் செயலதிகாரியாக வரப் போகிறார் என்று பகிரங்கமாகவே அந்த நிறுவனத்தின் நிறுவனரும் தலைமைச் செயலதிகாரியுமாகிய மாசா சன் சொல்லியிருந்தார். ஆனாலும் அறுபது வயது வரை ஓய்வு பெறப் போகிறேன் என்று சொன்ன மாசா சன் மேலும் சில வருடங்கள் பதவியிலிருக்கப் போவதாகச் சொல்ல, நிகேஷ் அரோரா அந்நிறுவனத்தை விட்டு இரண்டாயிரத்துப் பதினாறில் விலகினார். விலகிய பின்னரும் சில மாதங்களுக்கு அந்நிறுவனத்திற்கு ஆலோசகராக இருந்தார்.

இரண்டாயிரத்துப் பதினெட்டில் பாலோ ஆல்டோ நெட்வேர்க்ஸ் எனும் நிறுவனத்தின் தலைமைச் செயலதிகாரியாக இணைந்தார். இந்நிறுவனம் ஒரு இணையப் பாதுகாப்புத் துறையில் சிறந்து விளங்கும் ஒரு நிறுவனம். நிகேஷ் அரோராவிற்கு இத்துறையில் எவ்வித அனுபவமுமில்லை. ஆனாலும் ஒரு நிறுவனத்தை வணிகரீதியாக நடத்திச் செல்லும் அனுபவம் தாராளமாகவே உண்டு. அதனால்தான் அவரை அந்நிறுவனத்தினர் தலைமைச் செயலதிகாரியாக நியமித்தார்கள். அவரை நியமிக்கும் போது கிட்டத்தட்ட நூற்று முப்பது மில்லியன் டாலர்கள் வரையிலான ஊதியத்துடன் நியமிக்கப்பட்டதால் உலகில் அதிக சம்பளம் வாங்கும் தலைமைச் செயலதிகாரிகளில் ஒருவராகக் கருதப்பட்டார்.

நிகேஷின் தொழில்ரீதியான வளர்ச்சி மற்றைய தலைமைச் செயலதிகாரிகளோடு ஒப்பிடுகையில் சற்று வித்தியாசமானது. அவரது ஐ.ஐ.டி. படிப்பு மின் பொறியியல் துறை. அடுத்து அவர் அமெரிக்கா சென்று படித்தது சந்தைப்படுத்தல் துறையில். முதலாவதாக வேலையில் சேர்ந்த ஃபிடெலிட்டி இன்வெஸ்ட்மெண்ட் நிதித்துறையில் இயங்கும் ஒரு நிறுவனம். அங்கு பணிபுரியும் போது பொஸ்டன் கல்லூரியின் நிதித்துறையில் முதுநிலைப் பட்டப்படிப்பு படித்ததற்கு அது ஒரு காரணமாக இருந்திருக்கலாம்.

அடுத்து அவர் ஏற்ற பெரிய மாற்றம் தொலைத்தொடர்பு நிறுவனத்தில் வேலை செய்ய ஐரோப்பா நோக்கிச் சென்றது. பின்னர் கூகுள், சாஃப்ட் பாங்க் தற்போது பாலோ ஆல்டோ நெட்வேர்க்ஸ். ஒவ்வொரு நிறுவனமும் வெவ்வேறு துறைகளில் இயங்குபவை. தனக்குத் தெரியாத துறை என்கிற போதிலும் எந்தவிதத் தயக்கமுமின்றி மாற்றத்தை ஏற்றுக் கொள்வதோடு மட்டுமல்லாமல் ஒவ்வொரு நிறுவனத்திலும் அவரது பங்களிப்பும் வளர்ச்சியும் அபாரமானதாகவே இருந்திருக்கிறது. தனக்கு ஏற்கனவே உள்ள திறன்களைப் பயன்படுத்திக் கொண்டு புதியவற்றைக் கற்றுக் கொள்வதில் எந்த விதமான தயக்கமுமில்லாமல் களமிறங்கும் திறமையும் துணிவும் நிகேஷ் அரோராவிடம் உள்ளது. ஒரு கப்பல் துறைமுகத்தில் நிற்கும்போதே மிகவும் பாதுகாப்பாக இருக்கிறது. ஆனால் கப்பல் துறைமுகத்தில் நிரந்தரமாகத் தரித்து நிற்பதற்காகச் செய்யப்பட்டதல்ல என்பது நிகேஷ் அரோராவுக்கு மிகவும் பிடித்த மேற்கோள்.

தற்போதைய பாலோ ஆல்டோ தலைமைச் செயலதிகாரியாகப் பணியேற்றபோது அவருக்கு இணையப் பாதுகாப்புத் துறை பற்றிய பின்னணி எதுவுமில்லையே என்றொரு கேள்வி எழுந்தது. அது பற்றி ஒரு நிருபருக்குப் பேட்டி அளிக்கையில், 'நான் கூகுளில் இரண்டாயிரத்து நான்கில் சேரும்போது விளம்பர வியாபாரம் பற்றி எனக்கு எதுவுமே தெரிந்திருக்கவில்லை. அதை அங்கு போய்க் கற்றுக் கொண்டேன்' என்று பதிலளித்தார்.

தனிப்பட்ட வாழ்வில் நிகேஷ் அரோரா முதலில் கிரன் எனும் பெண்ணைத் திருமணம் செய்தார். அவர்களுக்கு ஒரு பெண்

குழந்தையும் உண்டு. அத்திருமணம் விவாகரத்தில் முடிய நிகேஷ் மீண்டும் ஆயிஷா தப்பர் என்பவரைத் திருமணம் செய்தார். ஆயிஷாவிற்கும் நிகேஷிற்கும் ஒரு ஆண் பிள்ளை உண்டு. நிகேஷ் அரோரா இளைய தலைமுறைக்கு கொடுக்கின்ற அறிவுரைகள் என்னவென்று பார்ப்போம்.

வாழ்க்கையில் தோல்விகள் வரும். அதனால் கலங்காமல் மனம் தளராமல் எவர் தொடர்ந்து கடும் முயற்சியில் ஈடுபடுகிறாரோ அவர் வெற்றியினை அடைவார். வெற்றியடைவதற்கு விடாமுயற்சியும் தொடர்ந்து முன்னேற வேண்டும் எனும் ஆர்வமும் இருக்க வேண்டும். அவர் அமெரிக்காவில் முதல் வேலை எடுப்பதற்கு நானூறுக்கும் மேற்பட்ட விண்ணப்பங்கள் அனுப்பியதே அவர் இவ்வறிவுரையைத் தன் வாழ்விலும் கடைப்பிடிப்பவர் என்று காட்டுகிறது.

நமக்குப் பரிச்சயமான சூழலில் இருக்கும் போது நமக்குப் பாதுகாப்போடு இருக்கும் உணர்வு இருக்கும். ஆனால் அதேவேளையில் அதுவே நமது முன்னேற்றத்துக்குத் தடை போடுவதாகவும் இருக்கும். ஆகவே தொடர்ந்து முன்னேற வேண்டுமாயின் நாம் அடிக்கடி நமக்குப் பரிச்சயமில்லாத புதிய இடங்களுக்குப் போகத் தயங்கக் கூடாது. நிகேஷ் அரோராவின் தொழில்ரீதியான மாற்றங்களை அவதானித்தால் அவர் இந்தக் கொள்கையை எப்படிப் பின்பற்றியுள்ளார் என்பதை அவதானிக்கலாம். ஒவ்வொரு மாற்றத்திலும் அவர் சென்ற நிறுவனங்களின் துறையில் அவருக்கு ஆழ்ந்த அனுபவமிருக்கவில்லை. ஆனாலும் புதிதாக ஒன்றில் காலெடுத்து வைக்கும் போது பாதி தெரிந்திருக்க வேண்டும் பாதி அங்கு போய் வேகமாகக் கற்றுக் கொள்ள வேண்டும் என்று சொல்வது மட்டுமல்லாமல் துணிவோடு அதைச் செயல்படுத்துபவராகவும் இருந்திருக்கிறார்.

தொடர்ந்து கற்றுக் கொள்ள வேண்டும் எனும் ஆர்வம் முக்கியமானது. தொலைநோக்குச் சிந்தனையோடு செயற்படும் தலைமைச் செயலதிகாரியாகவும் பல ஆரம்ப நிலை நிறுவனங்களில் முதலீடு செய்த முதலீட்டாளராகவும் நிகேஷ் தொடர்ந்து தனக்குத் தெரியாதவற்றை அறிந்து கொள்வதில் ஆர்வமுள்ளவராக இருந்திருக்கிறார் என்பது தெரிகிறது.

விமானப்படை உத்தியோகத்தரான தந்தையிடம் இளம் வயதிலேயே தான் கற்றுக் கொண்ட பாடம் எதைச் செய்தாலும் அதை நேர்மையுடன் செய்ய வேண்டுமென்பது என்கிறார். நேர்மையாக எனக்குச் சரியெனப் பட்டதைச் செய்யும் போது என் மனதில் ஒரு குழப்பமோ நிம்மதியின்மையோ இருப்பதில்லை என்கிறார்.

நிகேஷ் அரோராவின் வாழ்க்கைப் பயணம் மற்றைய தலைமைச் செயலதிகாரிகளோடு ஒப்பிடுகையில் சற்று வித்தியாசமானதாகவே தெரிகிறது. அவரது அதீத தன்னம்பிக்கையும் புதிய முயற்சியில் துணிவுடன் இறங்கும் செயலும் அதிகமாகவே தென்படுகிறது. அவரது முடிவுகளில் சில மற்றவர்கள் கண்களுக்கு ஆபத்தான அல்லது தோல்வியடையக் கூடிய முடிவுகளாகத் தெரிந்தாலும் நிகேஷ் அரோரா அவர்களது எண்ணம் தவறானது என்று செயலில் காட்டியிருக்கிறார். இவரது வாழ்க்கைப் பயணம் இன்றைய தலைமுறைக்கு ஒரு எடுத்துக்காட்டாகவும் முன்னோடியாகவும் இருக்கிறது.

அத்தியாயம் 22

செயல்முறைத் தலைவி

உலகில் கார் தயாரிக்கும் மிகப் பெரிய நிறுவனங்களில் ஒன்றான ஃபோர்ட் நிறுவனத்தின் தொழிற்சாலையில் ஓர் இருபத்தொரு வயது இளம்பெண் பணிக்குச் சேர்கிறார். இரவுநேர ஷிப்ட். அத்துடன் அங்கு வேலை செய்யும் தொழிலாளர்கள் அனேகமானோர் ஐம்பதுகள் அறுபதுகளில் பிறந்த ஆண்கள். புதிதாக இயந்திரப் பொறியியல் துறையில் பட்டம் பெற்ற, ஆனால் அனுபவம் ஏதுமற்ற இவ்விருபத்தொரு வயதுப் பெண் பொறியாளர் இரவுநேர ஷிப்டின் மேலாளர். அத்துடன் அத்தொழிலாளர்களின் உற்பத்தித் திறனை அளவெடுத்தல், மேம்படுத்துதல் ஆகிய பொறுப்புகளும் இந்தப் பெண் பொறியாளரின் பொறுப்புகளில் சேரும். கையில் பென்சில் கிளிப் போர்ட் மற்றும் ஸ்டாப் வாட்ச் ஆகியவற்றுடன் தனது இரவு நேரப் பணியை ஆரம்பித்தார் அவ்விளம் பெண்.

தன்னைவிட வயதில் மூத்தவர்களோடு பழகுவதில் அப்பெண்ணுக்கு ஒரு சிரமமுமில்லை. அவர்களோடு சகஜமாகப் பழகும் வாய்ப்புகளை அவரது தாயார் அவரது இளம் வயதிலேயே கற்றுக் கொடுத்தார். வீட்டுக்கு வரும் பெற்றோரின் நண்பர்கள் அல்லது உறவினர்கள் அனைவருடனும்

பிள்ளைகளும் வந்து அவர்களது உரையாடலில் கலந்து கொள்ள வேண்டும் என்பது அப்பெண்ணின் தாயார் வீட்டில் கடைப்பிடித்த நடைமுறை. ஆனாலும் தொழிற்சாலை ஒன்றுக்கு மேலாளராக இளம் வயதில் போவதென்பது வீட்டில் வரும் விருந்தினர்களோடு பழகுவதைப் போன்றதல்லவே.

அப்பெண் பொறியாளரின் பெயர் சோனியா சிங்கள். சோனியா தான் வாழ்க்கையில் செய்த பல பணிகளில் முதலாவதாக ஆரம்பித்த இரவுநேர ஷிப்டின் மேலாளராக இருந்ததே மிகவும் கடினமானது என்கிறார். ஆனால் அதே நேரத்தில் அதன் மூலம் பல தேவையான திறன்களையும் கற்றுக் கொண்டார் என்றும் சொல்கிறார்.

அத்தொழிற்சாலையில் தொழிலாளர்கள் எப்படி வேலை செய்கிறார்கள், என்ன முறைகளைக் கையாளுகிறார்கள் என்பதை உற்பத்தி செய்யப்படும் இடத்திலேயே பார்த்து அறிந்து கொள்வதில் சோனியா பலவற்றைக் கற்றுக் கொண்டார். தள்ளி நின்று கவனிப்பதோடு நிற்காமல் தானும் பங்கேற்று நேரடி அனுபவத்தைப் பெறுவது சோனியாவின் இயல்பு. அத்துடன் சக ஊழியர்களுடன் ஒன்றிணைந்து சிரித்துப் பழகுவதன் மூலம் மனிதர்களின் உணர்வுகளோடு இணைந்து செயற்பட வேண்டிய அவசியத்தையும் அவர் உணர்ந்து கொண்டார்.

சக ஊழியர்களுடன் ஒரு மேலாளராக இல்லாமல் அவர்களோடு ஒன்றிணைந்து நகைச்சுவை கலந்த உரையாடல்களுடன் பழகுவதன் மூலம் நட்புறவோடு செயல்படும் அனுபவத்தை அத்தொழிற்சாலைப் பணி அவருக்குக் கொடுத்தது. அத்துடன் மற்றவர்களை ஒரு சக மனிதராக அணுகும் முறையின் அவசியத்தையும் கற்றுக் கொடுத்தது.

சோனியா பிறந்தது இந்தியாவில். சிறுவயதிலேயே பெற்றோருடன் கனடாவுக்குச் சென்றார். அவர் வளர்ந்தது கனடாவில். பின்னர் பல்கலைக்கழகப் படிப்புக்காக அமெரிக்காவில் மிச்சிகன் மாநிலத்திலுள்ள கெட்டரிங் பல்கலைக்கழகம் சென்றார். படிப்பு முடிந்ததும் ஃபோர்ட் நிறுவனத்தில் வேலைக்குச் சேர்ந்தார். ஆறு ஆண்டுகள் அந்நிறுவனத்தில் பணி புரிந்த பின்னர் தனக்கு ஒரு மாற்றம் தேவை என உணர்ந்தார். அவர் கண்களில் பட்ட நிறைவேற்று

அதிகாரிகளெல்லாம் அறுபதுகளில் அல்லது அறுபதை அண்மிக்கும் ஆண்களாகவே இருந்தனர். தன்னால் இங்கு ஒரு பெரிய பதவிக்கு வர முடியுமா எனும் சிந்தனை அவருக்கு வந்தது. அத்துடன் இதுவே ஒரு முதுநிலைப் பட்டப்படிப்புக்குச் சரியான நேரம் என முடிவெடுத்து கலிபோர்னியா மாநிலத்தில் உள்ள ஸ்டான்ஃபர்ட் பல்கலைக்கழகத்துக்குச் சென்றார்.

ஸ்டான்ஃபர்ட்டில் முதல் நாள் சந்தித்தவர்களில் மிகவும் முக்கியமானவர் அவரது வருங்காலக் கணவர். வாழ்க்கையில் மிகவும் முக்கியமான ஒரு தேர்வு வாழ்க்கைத் துணையைத் தேர்ந்தெடுப்பது. ஸ்டான்ஃபர்ட் பல்கலைக்கழகம் வந்த முதல் நாளே தனது வாழ்க்கைத் துணையைக் கண்டபடியால் அப்பல்கலைக்கழகத்தில் அவரது ஆரம்பமே ஒரு வெற்றிகரமான ஆரம்பமாகியது.

சோனியா, ஸ்டான்ஃபர்டில் உற்பத்தி அமைப்புப் பொறியியலில் (Manufacturing System Engineering) துறையில் முதுநிலைப் பட்டத்தைப் பெற்ற பின் சண் மைக்ரோசிஸ்டம் எனும் பெரிய கணினி நிறுவனத்தில் சேர்ந்தார். அங்கு கணினி உற்பத்தித் துறையில் பணி புரிந்தார். அங்கு பத்து வருடங்கள் வேலை செய்தார். அதன் பின்னர் அவரது பாதையில் மீண்டும் ஒரு பெரிய மாற்றம்.

கார் தொழிற்சாலையில் இயந்திரவியல் பொறியாளராக ஆரம்பித்தவர் கணினி உற்பத்தித் துறைக்குச் சென்று பின்னர் ஆடை தயாரிக்கும் ஃபேஷன் துறையிலுள்ள Gap Inc நிறுவனத்தில் சேர்ந்தார். இது ஒரு பாரிய மாற்றம். ஆனால் இந்த மாற்றத்தை அவர் விரும்பியே ஏற்றுக் கொண்டார்.

பொறியியல் கல்வி கற்றிருந்தாலும் சிறு வயதிலேயே சோனியாவுக்கு ஆடைகளை வடிவமைப்பதில் ஆர்வம் இருந்தது. அது ஒரு விதத்தில் அவரது தேவை காரணமாக வந்த ஒரு ஆர்வம் என்றும் சொல்லலாம். கிட்டத்தட்ட பன்னிரண்டு வயதிருக்கும் போது அவருக்கு அவர் விரும்பியது போலப் பொருந்தக் கூடிய ஆடைகள் கண்டு பிடிப்பது சிரமமாக இருந்தது. அதனால் அம்மாவின் தையல் இயந்திரத்தை எடுத்துத் தையல் வேலைகள் சிலவற்றைக் கற்றுக் கொண்டார். இளம் வயதிலேயே இல்லை என்று நியதியை ஏற்றுக் கொள்ளாமல்

இல்லாததை நான் உருவாக்க முயல்வேன் எனும் ஒரு சுயமுயற்சி செய்யும் குணம் இவருக்கு இயல்பாகவே இருந்தது என்பதை இது சுட்டிக் காட்டுகிறது.

இவரது ஆர்வம் கண்டு அவரது தாயாரும் அவர்கள் வாழ்ந்த மொன்றியேல் நகரில் துணிக்கடைகளைத் தேடிக் கண்டுபிடித்துத் துணிகளும் வாங்கிக் கொடுத்தாராம். சிறுவயதில் இருந்த அவரது படைப்பாற்றல் திறனைப் பிரயோகிக்கவும் வளர்த்துக் கொள்ளவும் இந்தப் புதிய பதவி வழி வகுத்தது. சிறு வயதில் உள்ள ஆர்வம் வேறு, தொழில் ரீதியாக ஒரு மேலதிகாரிப் பதவி வகிப்பதற்கான திறன்கள் வேறு. எனவே, அவர் Gap Inc நிறுவனத்தில் சேர்ந்த ஆரம்பக் காலத்தில் மிகவும் கடினமாக உழைக்க வேண்டியிருந்தது.

தொழில்நுட்பத் துறையில் உற்பத்தி பற்றிய தனது அறிவானது அவரால் ஆடை உற்பத்தியில் பயன்படுத்தக் கூடியதாக இருந்தது. அதன் மூலம் அவரது பங்களிப்பை ஆரம்பக் காலத்தில் கொடுக்கக் கூடியதாக இருந்தது. அதே வேளையில் ஃபேஷன் துறையில் அவர் கற்றுக் கொள்ளவும் நிறைய இருந்தது. அத்துடன் தொழில்நுட்பத் துறையில் ஆண்களின் எண்ணிக்கை அதிகம். ஆனால் அவரது புதிய நிறுவனத்திலோ பெண்களே எழுபது வீதமானோர். இதனால் ஒரு கலாசார மாற்றத்தையும் அவர் எதிர்கொள்ள வேண்டியிருந்தது. ஆனாலும் தொழிற்சாலையில் அவர் கற்றுக் கொண்ட மனம் தளராமல் விடாமுயற்சி செய்யும் பண்பும் இயற்கையாகவே உள்ள கடின உழைப்பும் அவரது வளர்ச்சியை உறுதிப்படுத்தின.

சோனியாவுக்கு அவரது பாதையில் ஒரு தெளிவு இருந்தது. அதற்கான அனுபவங்களைப் பெற்றுக் கொள்வதே அவரது குறிக்கோள். தனது மேலாளரிடம் தனக்குத் தேவையான அனுபவங்கள் பற்றிப் பேசி அதற்கான சந்தர்ப்பங்களைப் பெற்றுக் கொண்டார். சில வேளைகளில் சந்தர்ப்பங்கள் நம்மைத் தேடி வரும். வராவிட்டாலும் அவற்றைத் தேடிப் போகும் திறனுள்ளவர்கள் வாழ்க்கையில் முன்னேற மிகவும் ஆர்வமுள்ளவர்கள். சோனியா தனக்குத் தேவையான சந்தர்ப்பத்தை உருவாக்க முயற்சி எடுப்பவர் என்பதை அவரது செயல் காட்டுகிறது.

பொறியாளராக இருந்து உற்பத்தித் துறையைப் பற்றி நன்கறிந்திருந்தாலும் ஒரு முழுமையான லாப நஷ்டத்துக்குப் பொறுப்பான அதிகாரியாக வேண்டும் என்பது அவரது முதல் படி. அவரது விருப்பப்படி அவரது மேலாளர் ஒரு சிறிய பகுதியை சோனியாவின் பொறுப்பில் கொடுத்தார். பதினொரு கடைகளுடன் நட்டத்தில் ஓடிக் கொண்டிருந்த வெளிநாட்டு வியாபாரத்தை ஒரு சில வருடங்களில் இருநூற்றைம்பது கடைகள் கொண்ட லாபமூட்டும் வியாபாரமாக முன்னேற்றித் தனது திறமையை நிருபித்தார் சோனியா.

அதன் பின்னர் லண்டன் வந்து ஐரோப்பியப் பகுதிக்கான வணிகத்தை நிர்வகிக்கும் சந்தர்ப்பம் அவரைத் தேடி வந்தது. இவரது தலைமையின் கீழ் இவரது நிறுவனத்தின் பிராண்ட்கள் பிரான்ஸ், இத்தாலி போன்ற நாடுகளில் காலடி எடுத்து வைத்தன. இவரது பணி இவரைப் பல நாடுகளுக்கு எடுத்துச் சென்றது. அறுபதுக்கும் மேலான நாடுகளுக்குச் செல்லும் சந்தர்ப்பம் கிடைத்தது. இவையனைத்தும் நிறைய அனுபவங்களையும் வேறுபட்ட கலாசாரங்களையும் கற்றுக் கொள்ள உதவி செய்தது என்கிறார் சோனியா.

Gap Inc நிறுவனத்தில் பன்னிரண்டு ஆண்டுகளாகப் படிப்படியாக வளர்ந்தவருக்கு இரண்டாயிரத்துப் பதினாறாம் ஆண்டில் அந்நிறுவனத்தின் ஏழு பில்லியன் டாலர் விற்பனை செய்யும் ஓல்ட் நேவி எனும் பிராண்டிற்குத் தலைமைச் செயலதிகாரியாகப் பதவி கிடைத்தது. ஐம்பதாயிரத்துக்கும் மேற்பட்ட ஊழியர்களைக் கொண்ட ஓல்ட் நேவி பிராண்டினை ஏழிலிருந்து எட்டு பில்லியன் டாலர் விற்பனை செய்யும் பிராண்ட்டாக வளர்த்தார். இரண்டாயிரத்து இருபதாம் ஆண்டில் Gap Inc நிறுவனத்தில் தலைமைச் செயலதிகாரியாகப் பொறுப்பேற்றார். பெருந்தொற்றுக் காலத்தில் மாபெரும் மாற்றத்தினூடாக அந்நிறுவனத்தை வழி நடத்திய சோனியா இரண்டு ஆண்டுகளுக்குப் பின்னர் ஜூலை இரண்டாயிரத்து இருபத்திரண்டில் அந்நிறுவனத்திலிருந்து விலகினார்.

ஒரு கார் நிறுவனத்தின் தொழிற்சாலையில் ஷிப்ட் மேலாளராக ஆரம்பித்து உலகெங்கும் பிரபலமான ஒரு ஃபேஷன் நிறுவனத்தின் தலைமைச் செயலதிகாரியாகும் தகுதியை

சோனியா சிங்கள் அடைவதற்கான அவரது திறன்கள் என்னவென்று பார்ப்போம்.

கார் நிறுவனம், பின்னர் கணினி நிறுவனம், அதன் பின்னர் ஆடைகள் தயாரிக்கும் நிறுவனம் எனத் தொடர்பில்லாத துறைகளில் சென்றிருக்கிறார். நிறுவனங்கள் மாறும் போது அவர் மீண்டும் ஆரம்ப நிலைப் பணிகளுக்குச் செல்லவில்லை. தனது அனுபவத்துக்கேற்ற தரத்திலேயே சென்றார். துறைகள் மாறுபட்டாலும் முன்னைய அனுபவங்களில் பொதுவானவற்றைப் புதிதாகச் செல்லும் நிறுவனத்திலும் பயன்படுத்த முடியும் என்று காட்டியுள்ளார். ஆங்கிலத்தில் இதனை transferable skills என்று சொல்வார்கள். அதாவது ஒரு துறையிலிருந்து இன்னுமொரு துறைக்குப் பொதுவாக மாற்றக் கூடிய திறன்கள் என்பது இதன் அர்த்தம்.

பொதுவான அனுபவத் திறன்களைப் பயன்படுத்தி நுழைந்தாலும் புதிய நிறுவனத்தின் துறையினை முழுதாகக் கற்றுக் கொள்ள வேண்டியது அந்நிறுவனத்தில் அவரது மேலதிக வளர்ச்சிக்கு அவசியமானது. சோனியா சிங்கள் புதிதாகக் கற்றுக் கொள்வதில் ஆர்வமுள்ளவர். எதையும் புத்தகத்தில் படித்துக் கற்றுக் கொண்டால் போதாது, செயல் முறையில் தானே செய்து அனுபவ ரீதியாகவும் கற்றுக் கொள்ள வேண்டும் என்பது சோனியாவின் கொள்கைகளில் ஒன்று. இந்தப் பண்பு அவர் கற்றுக் கொள்வதற்கு மட்டுமல்லாது அவருக்குக் கீழ் வேலை செய்பவர்கள் எப்படி அவர்களது பணிகளைச் செய்கிறார்கள் என்பதை முழுமையாகப் புரிந்து கொண்டு அவர்களுக்கு வழிகாட்டியாக இருந்து வழிநடத்தவும் உதவக் கூடியது.

முக்கியமான தலைமைப் பதவிகளிலிருந்து கொண்டு பல நாடுகளுக்கும் பயணம் செய்து கொண்டு குடும்ப வாழ்க்கையையும் சரியாக நடத்துவது என்பது கடினமான காரியம். அதனால் அவர் தனது உறவுகள், நட்புகளின் எண்ணிக்கையில் குறைவாக இருந்தாலும் தரமான நட்புகள் மற்றும் உறவுகளைத் தேவையானளவு நேரம் செலவழிக்கக் கூடியதாக வரையறுத்துக் கொண்டார். தனது முன்னேற்றத்தில் கணவருக்கும் குடும்பத்தினருக்கும் முக்கிய பங்கு உண்டு என்கிறார்.

சிறு வயதில் அவரது பெற்றோர்கள் சோனியாவையும் அவரது சகோதரியையும் கல்வி கற்பதில் ஊக்குவித்தார்கள். ஆனாலும் நீங்கள் எவ்வளவு உயரத்துக்குச் செல்ல வேண்டும் என்பதை நீங்களே முடிவு செய்து உங்கள் லட்சியத்தை அடையுங்கள் என்று தன்னம்பிக்கை உள்ள பெண்பிள்ளைகளாக உருவாக்கியுள்ளார்கள். சோனியாவின் சகோதரி ஒரு மருத்துவராவார்.

வருங்கால இளைஞர்களுக்கு சோனியா சிங்கள் கொடுக்கும் அறிவுரைகள் என்னவென்று பார்ப்போம்.

உங்களை நீங்கள் அறிந்து கொள்ளுங்கள். உங்களுக்கு மிகவும் பிடித்த துறையில் செயல்படுங்கள். மற்றவர்கள் செய்வதைப் பார்ப்பதனால் மட்டும் கற்றுக் கொள்ள முடியாது. ஆகவே செயல் முறையில் நீங்கள் நேரடியாக இறங்கி அனுபவத்தைப் பெற்றுக் கொள்ளுங்கள். அடுத்து உங்களுக்குத் தேவையான வழிகாட்டியை அல்லது வழிகாட்டிகளைத் தேர்ந்தெடுத்து அவர்களது வழிகாட்டலில் உங்கள் திறன்களை வளர்த்துக் கொள்ளுதல் அவசியம். அதற்கு நீங்கள் அடுத்த படிக்குப் போவதற்கு உங்களிடமில்லாத திறன்கள் எவை என அறிதல் அவசியம். பின்னர் அத்திறன்களைப் பெற்றுக் கொள்வதற்கான முயற்சியில் இறங்க வேண்டும். அதற்கேற்ற வழிகாட்டிகளைத் தேடிச் செல்வதன் மூலம் அவர்களின் அறிவுரைகளைப் பெற்றுக் கொள்ளலாம். உங்களுடைய மேலாளரையும் ஒரு முக்கியமான வழிகாட்டியாகக் கருத வேண்டும். தொடர்ந்து உங்கள் திறன்களை வளர்த்துக் கொள்வதன் மூலமே முன்னேற முடியும். குறுகிய அனுபவத்துடன் இல்லாது பரந்த அனுபவங்களைப் பெற முயற்சி செய்ய வேண்டும்.

இந்தியாவில் பிறந்து கனடாவில் வளர்ந்து அமெரிக்காவில் தனது வாழ்க்கையை அமைத்துக் கொண்ட சோனியா சிங்களின் வரலாறு அடுத்த தலைமுறைப் பெண்களுக்கும் ஆண்களுக்கும் ஒரு வழிகாட்டியாக இருக்கிறது. முயற்சி மற்றும் கடின உழைப்பின் மூலம் நாம் நினைத்த இலக்கை அடையலாம் என்பதற்கு சோனியா சிங்கள் ஒரு உதாரணமாக இருந்திருக்கிறார்.

அத்தியாயம் 23

பணிவு முக்கியம்

பொறியியல் மற்றும் மேலாண்மை அறிவியல் (Management Science) ஆகிய இரு துறைகளில் முதுநிலைப் பட்டம் பெற்ற ஓரிளைஞர் தனது மூவாயிரத்தைந்நூறு டாலர்கள் பெருமதியான சொகுசுக் காரில் செல்கிறார். ஒரு அடுக்கு மாடிக் குடியிருப்பில் உள்ள ஒரு வீடு விற்பனைக்குப் போடப்பட்டிருப்பதைக் காண்கிறார். ஐந்து வீதம் முற்பணத்துடன் மிகுதி வங்கியில் கடன் எடுத்து அந்த வீட்டை வாங்கலாம். முற்பணம் மற்றும் இதர செலவுகளுக்குத் தேவையானது ஒரு சில ஆயிரம் டாலர்களே. சற்றுச் சிந்தித்த அந்த இளைஞர் தனது காரை விற்று மிகவும் மலிவாக அறுநூறு டாலர்களுக்குத் தனது தேவையைப் பூர்த்தி செய்யக் கூடிய ஒரு காரை வாங்கினார். கார் விற்ற பணத்துடன் சிறிதளவு கடனும் பெற்று அந்த வீட்டை வாங்கத் தேவையான தொகையைத் திரட்டி ஐம்பத்தையாயிரம் டாலர்களுக்கு வாங்கினார். இது நடந்தது ஆயிரத்துத் தொள்ளாயிரத்து எண்பத்தாறாம் ஆண்டில்.

இரண்டு வருடங்களுக்குப் பின்னர் அதனை எழுபத்தையாயிரம் டாலர்களுக்கு விற்று லாபமடைந்தார். இதுவே அவர் முதலாவதாகச் செய்த சொத்து வியாபாரம். வீடு வாங்கி விற்கும்

வியாபாரம் செய்தால் நல்ல லாபம் கிடைக்கும். பொறியியல் துறையை விட்டு இதற்கு மாறினால் என்னவென்று சிந்தித்தார். இன்று அவர் அமெரிக்காவில் வணிகச் சொத்து (Commercial Real Estate) வர்த்தகத்தில் ஒரு நிபுணராகக் கருதப்படுபவர். அத்துடன் திவாலாகப் போகக் கூடிய வணிகச் சொத்து நிறுவனங்களை மீண்டும் கட்டியெழுப்பும் திறமை மிக்கவர் எனவும் பெயரெடுத்தவர்.

இவரது பெயர் சந்தீப் மத்ரானி. பிறந்தது குஜராத் மாநிலத்தில். பள்ளிப் படிப்பு மும்பையில். பதினாறு வயதில் அமெரிக்காவில் கல்வி கற்க மாணவனாக ஒரு பரிமாற்ற மாணவர் திட்டத்தின் (Exchange Student Program) மூலம் வந்தார். பின்னர் அமெரிக்காவில் நியூஜெர்சி மாநிலத்திலுள்ள Stevens Institute of Technology-இல் பொறியியல் துறையில் பட்டமும் பின்னர் இரண்டு எம்.எஸ்சி பட்டங்களும் பெற்றார். படித்த பொறியியல் துறையில் முதலில் ஆரம்பித்தாலும் அவர் விரைவிலேயே தனது தொழில்துறையை மாற்றிக் கொண்டார். இந்த மாற்றத்துக்கான காரணம் அவர் முதலாவது வீடு வாங்கி விற்று லாபமடைந்த அனுபவத்தினால் வந்த உற்சாகமே.

இரண்டாயிரத்து இருபதாம் ஆண்டு பிப்ரவரி மாதம் சந்தீப் மத்ரானியை வீ வேர்க் (WeWork) நிறுவனம் தலைமைச் செயலதிகாரியாக நியமித்தது. வீவேர்க் இரண்டாயிரத்துப் பத்தாம் ஆண்டில் அடம் நியூமன், மிகேல் மக்கெல்வி என்பவர்களால் உருவாக்கப்பட்ட நிறுவனம். இந்நிறுவனம் அலுவலக வசதிகளை வாடகைக்கு விடும் நிறுவனம். சுயாதீனமாக வேலை செய்பவர்களோ அல்லது ஒருசில ஊழியர்களோடு இயங்கும் நிறுவனங்களோ நிரந்தரமாக அலுவலகங்கள் வைத்திருப்பது சிரமம். அவர்களுக்கு வீவேர்க் நிறுவனம் வழங்கும் அலுவலக வசதிகள் மிகவும் பிரயோஜனமானது. சிறு நிறுவனங்கள் மட்டுமல்லாது பெரிய நிறுவனங்களும் தங்கள் தேவைக்கேற்ப வீவேர்க் போன்ற நிறுவனங்களைப் பயன்படுத்துவது உண்டு.

சந்தீப் மத்ரானியைத் தலைமைச் செயலதிகாரியாக நியமித்த நேரத்தில் அந்நிறுவனத்தின் நிதி மேலாண்மை பற்றிய பல சிக்கல்கள் இருந்தன. அதனால் அந்நிறுவனத்தின்

நிறுவனர் அடம் நியூமன் உட்படச் சிலர் விலகினர். முக்கிய முதலீட்டாளர்களாகிய சாஃப்ட் பாங்க் நிறுவனம் சந்தீப் மத்ரானியைத் தேர்ந்தெடுத்தார்கள். கடந்த மூன்று வருடங்களில் சந்தீப் மத்ரானி வீவேர்க் நிறுவனத்தில் முன்னேற்றங்கள் கொண்டு வந்திருந்தாலும் ஏப்ரல் 2023 வரை அந்நிறுவனம் இன்னும் முழுமையாக அதனுடைய சிக்கல்களிலிருந்து வெளிவரவில்லையென்பது அதன் பங்கு விலை சுட்டிக்காட்டுகிறது.

வீவேர்க் நிறுவனத்திற்கு வருமுன் இரண்டாயிரத்துப் பத்திலிருந்து பதினெட்டு வரை TTH எனப்படும் நிறுவனத்தின் தலைமைச் செயலதிகாரியாகப் பணியாற்றினார் சந்தீப். பின்னர் அந்நிறுவனத்தை புரூக்ஃபீல்ட் ப்ராபர்ட்டீஸ் எனும் நிறுவனம் வாங்க, அந்த நிறுவனத்தின் தலைமைச் செயலதிகாரியாக இரண்டாயிரத்து இருபதாம் ஆண்டு வரை பணியாற்றினார். TTH நிறுவனத்துக்கு முன்னால் வோர்னாடோ ரியால்டி டிரஸ்ட் நிறுவனத்திலும் அதற்கு முன்னர் ஃபார்ஸ்ட் சிட்டி ரட்னர் எனும் நிறுவனத்திலும் முக்கிய பதவிகள் வகித்தார்.

TTH நிறுவனத்துக்குத் தலைமைச் செயலதிகாரியாக வரும்படி சந்தீப் மத்ரானியை அழைத்த போது அந்நிறுவனம் திவாலாகப் போகும் நிலைமையிலிருந்தது. பொதுவாகத் திவாலாகும் நிலையிலிருக்கும் ஒரு நிறுவனத்தில் சேர்வதற்கு யாரும் விரும்ப மாட்டார்கள். ஆனால் சந்தீப் அதனை ஒரு சவாலாக ஏற்றுக் கொண்டார். பெரும் பிரச்சினைகளை ஒரு சந்தர்ப்பமாக நோக்கும் தன்மை கொண்டவர் சந்தீப். TTH நிறுவனத்தின் தலைமைச் செயலதிகாரியாகப் பதவியேற்ற போது ஒருசில புத்தகங்களை வாங்கிக் கொண்டு வீட்டுக்குச் சென்றார். அவரது மகன் தந்தை புத்தகங்கள் கொண்டு வருவதன் காரணம் கேட்டான்.

“மகனே இதுவரை நான் தலைமைச் செயலதிகாரியாக இருந்ததில்லை. முதல்முறையாக அப்பதவியை ஏற்கிறேன். ஆகவே அது பற்றிக் கற்றுக் கொள்ள நிறையவே இருக்கிறது. அதற்குத்தான் அது சம்பந்தமான புத்தகங்கள் சில வாங்கி வந்துள்ளேன்” என்று பதிலளித்தார்.

TTH நிறுவனத்தை மீளக்கட்டியெழுப்பிய பெருமை சந்தீப் மத்ராணிக்கே சேரும். அந்நிறுவனம் விற்கப்பட்ட போது TTHயை வாங்கிய நிறுவனத்தின் தலைமைச் செயலதிகாரியாக நியமிக்கப்பட்டார். TTH போன்ற வணிகச் சொத்து நிறுவனங்கள் பல பில்லியன் டாலர்கள் மதிப்புள்ள நிறுவனங்களாக இருந்தபோதும் அவற்றின் பெயர் பெரிதாக யாருக்கும் தெரிகின்ற பிராண்ட்டாக இருப்பதில்லை. காரணம் இப்படியான நிறுவனங்கள் பொதுவாக பொதுமக்களுடன் நேரடித் தொடர்பிலிருக்காததே. அவர்களுடைய வாடிக்கையாளர்கள் வர்த்தக நிறுவனங்கள் மட்டுமே.

வணிகச் சொத்துத் துறையில் பெருமதிப்பைப் பெற்ற இவரது சிறுவயது வாழ்க்கை சற்று வித்தியாசமானது. சிறு வயதில் சந்தீப் ஒரு விளையாட்டுப் பிள்ளையாகவே இருந்தாராம். அவரது பள்ளிப்படிப்புக் காலத்தில் ஒரு சராசரி மாணவனாகவே இருந்திருக்கிறார். தற்போதைய அவரது நிலைமை பற்றி அவரது பெற்றோர்களின் கருத்து என்னவாக இருக்கும் எனும் கேள்விக்குப் பதிலளிக்கையில், "எனது பெற்றோர்கள் தற்போது உயிருடன் இல்லை. இருந்தால் தந்தையார் மிகவும் ஆச்சரியப்படுவார்" என்று பதில் சொன்னார். பல்கலைக்கழகத்துக்கே போவாரோ என்று அவரது தந்தை சந்தேகப்பட்டார். ஆனால் இரண்டு எம்.எஸ்.சி பட்டங்கள் பெற்று ஆச்சரியப்படுத்தியிருக்கிறார் சந்தீப். அது மட்டுமல்லாமல் அவர்கள் உயிருடன் இருந்த போது மகனது வளர்ச்சி பெற்றோர்கள் எதிர்பாராத ஆச்சரியமூட்டும் வளர்ச்சியாகவே இருந்தது.

சந்தீப் ஒரு துறையில் மதிப்புக்குரியவராக வருவார் மற்றும் பல பில்லியன் டாலர்கள் மதிப்புள்ள பெரிய நிறுவனங்களைத் தலைமை தாங்கி நடத்துவார் என்பவையெல்லாம் அவரது தந்தையார் முற்றிலும் எதிர்பார்த்திருக்க முடியாத விஷயங்கள். அப்படிச் சிறு வயதில் தனது திறமையைக் காட்டாமல் அசிரத்தையாக இருந்தவர் தனியாக அமெரிக்கா வந்தபின் முழுமையான மாற்றமடைந்திருக்கிறார் என்பது குறிப்பிடத்தக்கது. ஆரம்பக் காலத்தில் அவரது மேலாளரிடம் அவர் தலைமைத்துவப் பதவிகளுக்கு வர ஆசைப்படுவதாகச் சொன்ன போது "உனக்கு அதற்கான தகுதி ஏதுமில்லை.

வேண்டுமானால் ஒரு சிகிச்சை எடுத்துப் பார்" என்று அறிவுரை வழங்கப்பட்டது. சந்தீப் மத்ரானியோ அம்மேலாளர் சொன்னதைக் கேட்டுக் கோபப்படவில்லை. மாறாகத் தனது தலைமைத்துவத் தகுதிகளை எப்படி வளர்த்துக் கொள்ளலாம் என்றுதான் சிந்தித்தார். உண்மையிலேயே மேலாளர் சொன்னது போல ஒரு தெரபிஸ்டிடம் போய் ஆலோசனையும் பெற்றார். அதனால் அவருக்குத் தலைமைத்துவத் திறன்கள் வந்ததென்று சொல்ல முடியாது. ஆனாலும் தனது பலவீனங்களை அடையாளம் காண உதவியது என்கிறார் சந்தீப் மத்ரானி. தனது திறமைகளை வளர்த்துக் கொள்ள வேண்டும். அதற்கு என்ன செய்ய வேண்டும் என்னும் நேர்மறையான சிந்தனைகளும் அதற்கு அவரெடுத்த முயற்சிகளும் அவரது வளர்ச்சிக்குக் காரணங்களாக அமைந்தன. அவரது தந்தையை ஆச்சரியப்படுத்தியது போல அவரிடம் தகைமை இல்லை என்று சொன்ன மேலாலளரையும் ஆச்சரியத்துக்குள்ளாக்கினார்.

சந்தீப் மத்ரானி தனது வளர்ச்சிக்கு அவர் பணி புரிந்த ஒவ்வொரு நிறுவனத்திலும் வழிகாட்டியாக ஒருவர் இருந்ததே காரணமென்கிறார். ஒருவர் எனக்கு வணிகத்தைப் பற்றிக் கற்றுக் கொடுத்தார். மற்றொருவர் விவரங்களில் எப்படிக் கவனம் செலுத்த வேண்டுமென்று கற்றுத் தந்தார். முக்கியமாக ஒவ்வொரு முதலீடு செய்யும் போதும் அதனால் வரக்கூடிய லாபங்கள் பற்றிக் கணக்கிடுவது அவசியமானாலும் அதைவிட முக்கியமாக அந்த முதலீடு நாம் எதிர்பாராத விதத்தில் நட்டத்தை விளைவித்தால் அதை எமது நிறுவனத்தால் சமாளிக்க முடியுமா எனும் கேள்வியைக் கேட்பதன் மூலம் எல்லா முயற்சிகளும் வெற்றியடையாது என்பதை உணர வைத்தார். எவ்வளவு மோசமான நிலையிலும் இதுவும் கடந்து போகும், இனி வருங்காலம் இதைவிடச் சிறப்பாக இருக்கும் என்று வார்த்தைகளைச் சொல்லி உற்சாகமூட்டுவார் ஒருவர். அனைவரிடமும் நான் கற்றுக் கொண்டதன் மூலமே இன்று இத்துறையில் மதிக்கப்படும் ஒருவனாகத் திகழ்கிறேன் என்று சொல்கிறார் சந்தீப் மத்ரானி.

தலைமைச் செயலதிகாரியாக இருப்போர் சிலருக்கு நான் பெரியவர் எனும் தலைக்கனம் வருவதுண்டு. அப்படியானவர்கள் மற்றவர்கள் சொல்வதைக் கேட்பதில்லை. சந்தீப் மத்ரானியின்

தலைமைத்துவப் பாணி இதற்கு எதிர்மாறானது. ஒரு தலைமைச் செயலதிகாரி மற்றவர்கள் சொல்வதை அவதானத்துடன் கேட்டறிந்து கொண்டு முடிவுகளை எடுக்க வேண்டும் என்பது சந்தீப்பின் கருத்து.

தலைவர் சொல்வதைக் கேட்டுத் தலையாட்டுவதற்குக் குழுவில் உறுப்பினர்கள் தேவையில்லை. பொதுவாக நிர்வாகக் குழுவில் புத்திசாலித்தனமும் அவரவர் துறையில் நிபுணத்துவம் பெற்றவர்களும் இருப்பார்கள். அவர்களது திறமையைப் பயனபடுத்த வேண்டுமானால் தலைவர் அவர்கள் சொல்வதை மிகவும் கவனமாகக் கேட்க வேண்டியது அவசியம். அதற்காகத் தினமும் மற்றவர்களின் கருத்தைக் கேட்பதில் கவனமெடுத்துக் கொள்கிறேன் என்கிறார் சந்தீப்.

அடுத்த தலைமுறைக்கு சந்தீப் மத்ரானியின் அறிவுரைகள் என்னவென்று பார்ப்போம்.

எந்தப் பாதையைத் தேர்ந்தெடுத்தாலும் போகும் வழியில் தேவைக்கேற்ப மாற்றங்களைச் செய்யத் தயங்கக் கூடாது. அதற்கு உதாரணமாக பனிச்சறுக்கு விளையாட்டினைச் சொல்கிறார். சிறுவர் சறுக்கும் போது நேர்கோட்டிலேயே தான் செல்வர். ஆனால் வயது வந்த பின்னர் வளைந்து வளைந்து செல்வர். அதேபோலத்தான் தொழில்துறையில் ஒருவரின் பாதையும் கட்டாயம் நேர்கோட்டில் போகுமென்றில்லை. தேவைக்கேற்ப வளைந்து வளைந்து செல்லக் கற்றுக் கொள்ள வேண்டும். இதில் முக்கியமானது அவரவர் தனக்குப் பிடித்த ஒரு இலக்கை நோக்கிப் போகும் பாதையை வகுத்துக் கொள்ள வேண்டும் என்பது.

தொடர்ச்சியாகக் கற்றுக் கொண்டிருத்தல் அவசியம். முன்னர் என்ன நடந்தது எனும் வரலாற்றைக் கற்பதன் மூலம் அதில் எது சரியாக வேலை செய்தது, எது தோல்விகளைக் கொண்டு வந்தது என்பதனையும் கற்றுக் கொள்ளலாம். எவ்வளவுதான் வளர்ச்சி அடைந்தாலும் பணிவு முக்கியம். மற்றவர்களின் அறிவையும் அனுபவத்தையும் மதித்து அவர்கள் சொல்வதை நேர்மையான அக்கறையுடன் கேட்பது அவசியம். பிரச்சினைகளைக் கண்டு பயப்படாமல் அவை புதிய சந்தர்ப்பங்களை உருவாக்குகின்றன என்று நம்ப வேண்டியது அவசியம். அப்படி நம்பிக்கை

இருக்கும் போதுதான் அதற்குத் தேவையான மாற்றத்தைக் கொண்டு வருவதன் மூலம் வெற்றியை அடைய முடியும்.

ஒரு நிறுவனத்தின் வெற்றியில் அந்நிறுவனத்தின் கலாசாரம் முக்கிய பங்கு வகிக்கிறது என்பது சந்தீப் மத்ரானியின் கருத்து. சரியான கலாசாரத்தை உருவாக்குதல் ஒரு தலைமைச் செயலதிகாரியின் கடமையாகும். Winning Teams - Winning Cultures எனும் புத்தகத்தை எழுதிய எண்பது வயது தாண்டிய லாரி சென் என்பவரை அழைத்துத் தனது நிறுவனத்தின் கலாசாரம் எப்படி இருக்க வேண்டும் என்று ஆலோசனை கேட்குமளவுக்கு நிறுவனக் கலாசாரத்திற்கு முக்கியத்துவம் கொடுக்கிறார் சந்தீப் மத்ரானி.

இருபதுகளில் உள்ள இளைஞராக இருக்கும் போதே வருடாந்தம் விலை மதிப்பையிழக்கும் சொகுசான காரைவிட ஒரு வீடு வாங்குவது முக்கியம் எனும் உணரும் திறன் அவரது தொலைநோக்குச் சிந்தனையுள்ள இயல்பைக் காட்டுகிறது. வாழ்க்கை கொடுக்கும் சந்தர்ப்பங்களுக்கேற்பத் தனது பாதையை மாற்றிக் கொண்டு தனது துறையில் பெயரெடுத்த சந்தீப் மத்ரானியின் வாழ்க்கை இளைஞர்களுக்கு ஒரு வழிகாட்டியாகவும் ஊக்கமளிக்கக் கூடியதாகவுமுள்ளது.

அத்தியாயம் 24

பஞ்சம் நீக்கும் தலைவன்

ஆஸ்திரேலியாவில் சிட்னி நகரத்தில் ஒரு தொண்டு நிறுவனத்திற்காக நிதி சேகரிப்பு நிகழ்வு. அதில் ஒரு பதினொரு வயதுச் சிறுவன் பங்கேற்கிறான். இது அச்சிறுவன் இளமையிலேயே சமூக அக்கறை கொண்டவன் என்பதைக் காட்டுகிறது. வயது பதினொன்றே ஆனாலும் ஆஸ்திரேலியா அச்சிறுவன் வாழும் மூன்றாவது நாடு. அன்று அச்சிறுவனுக்குத் தெரிந்திருக்காத விஷயம் வளர்ந்து பெரியவனாகி அதே தொண்டு நிறுவனத்தின் தலைமைச் செயலதிகாரியாக பூகோளத்தின் மறுபக்கத்திலிருக்கும் இங்கிலாந்தில் பதவி வகிக்கப் போவது.

அச்சிறுவன்தான் தற்போது பொதுவாக டானி ஸ்ரீஸ்கந்தராஜா என்று அழைக்கப்படும் தனஞ்சயன் ஸ்ரீஸ்கந்தராஜா. பிறந்தது இலங்கையின் தீவுகளில் ஒன்றில். அவரது வாழ்க்கையின் ஆரம்பம் மின்சார வசதி கூட இல்லாத ஒரு சிறிய கிராமப்புறத்தில். இலங்கையின் அரசியல் நிலைமை காரணமாகக் கிடைக்கும் சந்தர்ப்பங்களைப் பயன்படுத்தி வெளிநாட்டுக்குப் பலர் சென்றார்கள். தனஞ்சயனின் பெற்றோரும் அதற்கு விதி விலக்கல்ல. பப்புவா நியூகினி நாட்டில் ஆசிரியர் வேலை

கிடைக்க அந்நாட்டுக்குக் குடும்பமாகப் புலம் பெயர்ந்தார்கள். பின்னர் அங்கிருந்து அவர்கள் ஆஸ்திரேலியாவில் நிரந்தரமாகக் குடியேறினார்கள்.

சிட்னியின் புறநகரில்தான் அவர் வளர்ந்தார். அவரது பள்ளிப்படிப்பு மற்றும் பல்கலைக்கழகப் படிப்பு எல்லாம் சிட்னியிலேதான். பொருளாதாரம் மற்றும் சமூக அறிவியல் துறையில் பட்டப்படிப்பை முடித்த தனஞ்சயனுக்கு உலகத் தரத்தில் முன்னணியிலுள்ள பழம்பெரும் கல்வி நிறுவனமாகிய ஆக்ஸ்ஃபோர்ட் பல்கலைக் கழகத்தில் சர்வதேச வளர்ச்சித் (International Development) துறையில் எம்.ஃபில் படிப்பதற்கு ஸ்காலர்ஷிப் கிடைத்தது. இதுவே அவர் முதலில் இங்கிலாந்து நாட்டிற்கு வருவதற்கான காரணம். எம்.ஃபில் முடித்த பின்னர் அதே துறையில் முனைவர் பட்டத்தினையும் ஆக்ஸ்ஃபோர்ட் பல்கலைக்கழகத்திலேயே பெற்றார்.

இங்கிலாந்து வரும்போது, படித்து முடித்த பின்னர் ஓரிரு வருடங்களில் மீண்டும் ஆஸ்திரேலியா திரும்பிச் செல்லும் நோக்குடனேயே வந்தார். ஆனாலும் இங்கிலாந்தில் அவர் டிரினிடாட் நாட்டைச் சேர்ந்த ஒரு பெண்ணுடன் காதல் மலர்ந்ததால் தனஞ்சயன் அப்பெண்ணை மணந்து கொண்டார். ஆஸ்திரேலியாவுக்கும் டிரினிடாட்டிற்கும் இடையில் உள்ள இங்கிலாந்தை இருவரும் தங்கள் நிரந்தரமான வதிவிடமாகத் தேர்ந்தெடுத்தனர்.

முனைவர் பட்டம் பெற்ற பின்னர் ஆய்வு செய்வதில் ஆர்வமிருந்த போதும் பல்கலைக்கழகத்தில் கல்விசார்துறையில் இருக்க விரும்பவில்லை. ஐ.பி.பி.ஆர். என்று சுருக்கமாக அழைக்கப்படும் Institute for Public Policy Research எனும் தொண்டு நிறுவனத்தில் ஆய்வாளராகப் பணியில் சேர்ந்தார். ஐந்து வருடங்களுக்குள் அந்நிறுவனத்தின் நிர்வாகம் செய்பவர்களில் ஒருவராக Deputy Director பதவிக்கு வந்தார். ஆய்வு செய்ததோடு தொண்டுச் செயல்களை மேற்பார்வை செய்தல், நிதி திரட்டுதல் மற்றும் ஒரு நிறுவன நிர்வாகத்திற்குத் தேவையான இதர பணிகளும் அவரது கடமைகளில் இருந்தன. இந்த நிர்வாக அனுபவம் அவரது அடுத்த பதவிக்குத் தயார் செய்தது.

அடுத்து ரோயல் காமன்வெல்த் சொசைட்டி (Royal Commonwealth Society) எனும் தொண்டு நிறுவனத்தின் தலைமைச் செயலதிகாரியாகப் பதவியேற்றார். அவர் பதவியேற்கும் போது இவரே இந்நிறுவனத்தின் முதலாவது பிரித்தானியரல்லாத தலைமைச் செயலதிகாரி அத்துடன் வயதில் குறைந்த தலைமைச் செயலதிகாரி.

மூன்று வருடங்களுக்குப் பின்னர் தென்னாப்ரிக்க நாட்டில் ஜோஹனஸ்பர்க் நகரில் இயங்கும் சிவிகஸ் (CIVICUS) எனும் தொண்டு நிறுவனத்தின் தலைமைச் செயலதிகாரியாகப் பணியாற்றினார். ஆறு ஆண்டுகள் இந்நிறுவனத்தில் பணியாற்றிய பின்னர் பிரிட்டனில் ஆக்ஸ்ஃபாம் ஜிபி (Oxfam GB) நிறுவனத்தின் தலைமைச் செயலதிகாரியாக ஜனவரி இரண்டாயிரத்துப் பத்தொன்பதாம் ஆண்டு பொறுப்பேற்றார்.

ஆக்ஸ்ஃபாம் நிறுவனம் இரண்டாம் உலக யுத்தத்தின் போது ஆக்ஸ்ஃபோர்ட் நகரில் எட்டுப் பொதுநலவாதிகளால் நிறுவப்பட்ட ஒரு தொண்டு நிறுவனம். இதை நிறுவியதன் நோக்கம் கிரேக்க தேசத்தில் இரண்டாம் உலகப் போரின் போது ஏற்பட்ட பஞ்சத்தை நீக்கத் தேவையான நடவடிக்கைகள் எடுப்பதே. மேற்கு நாடுகள் உணவுப் பொருட்கள் எதுவும் எதிரியின் ஆட்சியில் உள்ள பகுதிக்குப் போக விடாமல் தடை செய்ததால் ஏற்பட்டது இப்பஞ்சம். ஆங்கிலத்தில் the Oxford Committee for Famine Relief எனும் பெயரிலிருந்து எடுக்கப்பட்ட எழுத்துகளினால் ஆனதே இந்நிறுவனத்தின் Oxfam எனும் பெயர். இன்று இத்தொண்டு நிறுவனம் உலகில் பலநாடுகளில் இயங்குகிறது. ஆக்ஸ்ஃபாம் ஜிபி வருடாந்தம் நானூறு மில்லியன் பவுண்ட்ஸ்கள் அளவில் வருமானத்தை ஈட்டி அப்பணத்தில் உலகில் பல இடங்களில் அடிப்படை மக்களின் தேவையைப் பூர்த்தி செய்வதிலும் இயற்கையின் அனர்த்தங்களால் பாதிக்கப்பட்டோருக்கு உதவிகள் வழங்குவதிலும் செலவிடுகிறது.

இலங்கையில் தனஞ்சயன் பிறந்த கிராமத்தில் அவர் பிறந்த காலத்தில் மின்சார வசதியே இருக்கவில்லை. அத்துடன் உள்நாட்டுப் போரினால் வந்த பாதிப்புகள் என்று பல காரணங்களினால் மக்களின் வாழ்க்கைத் தரம்

பாதிக்கப்பட்டிருந்தது. நீண்ட காலம் அங்கு இருக்காத போதிலும் அவர் பின்னர் வாழ்ந்த மேற்குலக நாடுகளின் வசதிகளோடு ஒப்பிடுகையில் தான் பிறந்த ஊரில் மக்களின் வாழ்க்கைத் தரத்திற்கும் வெளிநாட்டில் அவரது சொந்த வாழ்க்கைக்குமிடையாலான இடைவெளி அவரைச் சிந்திக்க வைத்தது. உலக மக்களுக்கிடையே இருக்கும் ஏற்றத் தாழ்வுகளை நீக்குவதற்கான தன்னாலியன்ற பங்களிப்பைக் கொடுக்க வேண்டும் எனும் ஆர்வமே அவரைத் தொண்டு நிறுவனங்களில் தொடர்ந்து பணிசெய்யும் ஊக்கத்தினைக் கொடுத்தது.

தொண்டு நிறுவனங்களில் பணி செய்த போது வறிய நாடுகளிலும் இயற்கை அனர்த்தங்களால் பாதிக்கப்பட்ட பிரதேசங்களிலும் மக்களின் சிரமங்களை நேரில் பார்த்தறியும் வாய்ப்புகளும் அவருக்குக் கிடைத்தன. தொண்டு நிறுவனங்கள் பண உதவி செய்தால் மட்டுமே போதாது, உலகிலிருக்கும் பாரிய ஏற்றத் தாழ்வுகளை நீக்குவதற்கு அரசாங்கங்களும் சமூகமும் சேர்ந்து செயற்பட வேண்டுமென்பதே தனஞ் சயனின் கருத்து.

தொண்டு நிறுவனத்தின் தலைமைச் செயலதிகாரியாக இருந்து கொண்டு அரசாங்கங்களைக் குற்றம் சாட்டி அரசியல்வாதி போல நடந்து கொள்வது சரியா எனும் கேள்வி பி.பி.சி. தொலைக்காட்சியின் நேர்காணல் ஒன்றில் எழுப்பப்பட்டது. அதற்குப் பதிலளிக்கையில் ஆக்ஸ்ஃபாம் நிறுவனம் ஆரம்பித்த போதே கிரேக்கதேச மக்களுக்கான நிதி சேர்ப்பில் மட்டும் ஈடுபடாமல் பிரித்தானிய அரசிடம் இப்படி உணவுப் பொருட்கள் செல்வதைத் தடை செய்வது தவறு என்று சுட்டிக்காட்டுவதிலும் கவனம் செலுத்தியது. அதைத்தான் நான் இன்று செய்கிறேன். செயற்பாடுகள் நடைபெறுகின்றன. அதே வேளையில் இப்படியான ஏற்றத் தாழ்வுகளுக்கான மூலகாரணத்தைப் பற்றி வெளிப்படையாகப் பேசுகிறேன் என்று கூறினார்.

உலகில் உள்ள பஞ்சம் மற்றும் மக்கள் படும் இடர்கள் பற்றித் தனஞ்சயன் சொல்லும் கருத்து என்னவென்றால் உலகில் பஞ்சத்தினால் மக்கள் மரணிப்பது உணவுப் பொருட்களின்

தட்டுப்பாட்டினால் அல்ல. தவறான மேலாண்மை மற்றும் விநியோகத்தினால். ஒரு சிலர் அளவுக்கு மீறி வைத்திருக்கிறார்கள். பலரிடம் அடிப்படைத் தேவையைப் பூர்த்தி செய்யுமளவு கூட இல்லை. இயற்கை அனர்த்தங்களால் பாதிப்புகள் ஏற்பட்டாலும் அவற்றின் தாக்கங்களை விட அரசியல் மற்றும் அதிகாரச் சிக்கல்களாலேயே பல நாடுகளில் மக்களில் பலர் தினசரி உயிரை விடுகிறார்கள்.

மேலும் தொண்டு நிறுவனங்கள் பற்றிக் கருத்துத் தெரிவிக்கையில் சில தொண்டு நிறுவனங்கள் பன்னாட்டு வணிக நிறுவனங்களின் வழிகளைப் பின்பற்றுவதாகச் சொல்கிறார். உதாரணமாக ஒரு தொண்டு நிறுவனத்தின் தலைமைச் செயலதிகாரியுடன் பேசும்போது அவரது தொண்டு நிறுவனத்தின் செயற்பாடுகள் பற்றிக் கேட்டாராம். அதற்கு அவர் பதில் சொல்கையில், எமது நிறுவனத்தை நாட்டில் முதல் மூன்று தொண்டு நிறுவனங்களுக்குள் கொண்டுவர முயற்சி செய்கிறேன் எனப் பதில் வந்ததாம். தங்களுக்குள் போட்டி போடுவதல்ல தொண்டு நிறுவனத்தின் நோக்கம். அவற்றின் நோக்கத்தைச் சரியாகப் புரிந்து கொள்ளாமல் வணிக நிறுவனங்கள் போல இயங்குவது தவறு என்று சுட்டிக் காட்டுகிறார்.

ஒடுக்கப்பட்ட மற்றும் வாழ்வில் அடிமட்டத்திலுள்ள மக்களின் வாழ்வை முன்னேற்றப் பாடுபடும் தனஞ்சயனின் தலைமைத்துவத்தைப் பற்றிப் பார்ப்போம்.

ஆக்ஸ்ஃபாம் நிறுவனம் சில வருடங்களுக்கு முன்னர் சர்ச்சைக்குள்ளாகியது. ஹெயிட்டி நாட்டின் நிலநடுக்கத்தினால் ஏற்பட்ட பாதிப்புகளுக்கு நிவாரணமளிக்கச் சென்ற ஆக்ஸ்ஃபாம் ஊழியர்கள் அங்கு பெண்களைப் பாலியல் தேவைகளுக்குப் பயன்படுத்தியதாகவும் சட்டப்படி வயதுக்கு வராத இளம் பெண் பாலியல் தொழிலாளிகளைப் பயன்படுத்தியதாகவும் குற்றச்சாட்டுகள் வெளிவந்தன. இதனால் அந்நிறுவனத்தின் மதிப்பு மிகவும் பாதிக்கப்பட்டது. இதன் விளைவாக அந்நிறுவனத்தின் தலைமைச் செயலதிகாரி மார்க் கோல்டிங் தனது பதவியிலிருந்து விலகிப் புதிய தலைமைத்துவத்துக்கான தேவையை உருவாக்கினார்.

தனஞ்சயன் அப்பதவிக்கு விண்ணப்பிப்பது பற்றி யோசிக்கையில் அவரது நண்பர் ஒருவர் உண்மையான தலைவர் பிரச்சினைகளைக் கண்டுவிட்டு ஓடமாட்டார், பிரச்சினைகளை எதிர்கொண்டு அதற்கு முடிவுகள் காண்பார் என்று சொன்னாராம். அவரது வார்த்தைகள் ஊக்கத்தை அளித்ததால் பெரும் சிக்கலில் மாட்டியிருந்த ஆக்ஸ்ஃபாம் நிறுவனத்தின் பிரச்சினைகளை ஒரு சவாலாக ஏற்கும் துணிவுடன் விண்ணப்பித்து அப்பதவியையும் ஏற்றுக் கொண்டார்.

தனஞ்சயனின் மேலாண்மை அவரது நிறுவனம் செயற்படும் நாடுகளில் அந்நாட்டு மக்களைக் கொண்டே செயற்பாடுகளை மேற்கொள்வது. வெளியிலிருந்து போய் அவர்களுக்குத் தேவையான உதவிகள் மட்டுமே செய்வது. இதன் மூலம் உள்நாட்டு மக்களையே தங்கள் சமூகத்திற்கான சேவைகளில் ஈடுபட வைக்கிறார்.

நிறுவனத்தின் தொண்டர்கள் மற்றும் ஊழியர்களின் நடத்தைகளைக் கண்காணிப்பதற்கும் முறையீடுகளை உடனடியாகக் கவனத்தில் எடுத்து உரிய நடவடிக்கைகள் எடுப்பதற்கான மாற்றங்களையும் அறிமுகப்படுத்தியுள்ளார். இனிமேல் ஹெயிட்டியில் நடந்தது போன்ற முறைகேடுகள் நடக்காது என்பதற்கு உறுதியளிக்க முடியுமா? எனும் கேள்விக்குப் பதிலளிக்கையில் யாராலும் நூறுவீதம் நடக்காது என்று உறுதியளிக்க முடியாது. ஆனாலும் இனிமேலும் இப்படி நடப்பதற்கான வாய்ப்புகளை நீக்கியுள்ளோம் என்று பதலளித்தார்.

தனஞ்சயனின் தலைமைத்துவப் பாணியில் ஒருங்கிணைந்து அனைவரும் செயலாற்றுவதே முக்கியம் என்கிறார். அதிகார அடுக்குகளைக் குறைத்து அனைவரையும் உள்ளடக்கியே செயல்பட வேண்டும். அத்துடன் எல்லாவிதமான மக்களையும் எங்கள் நிறுவனத்தில் சேர்க்கிறோம் என்பது வெறும் புள்ளிவிவரக் கணக்காக இல்லாமல் அவரவர் தனித்துவங்களை எப்படிப் பயன்படுத்த வேண்டும் எனும் ஆழ்ந்த நோக்கோடு செயல்பட வேண்டும் என்பதே அவரது கருத்து.

வெறும் வார்த்தைகளால் அறிவுரை கூறாமல் தானும் அதன்படி வாழ்ந்து காட்டும் முன்னுதாரணமாகச் செயல்படும் தலைவர்

என்பதற்கு TedX நேர்காணலே ஒரு உதாரணம். அந்நேர்காணலில் அவர் ஆக்ஸ்ஃபாம் கடைகளுக்கு வழங்கப்படும் துணிகளில் எதுவுமே வீணாக்கப்படுவதில்லை. பயன்படுத்தக் கூடிய துணிகள் உள்ளூர்க் கடைகளில் விற்கப்படுகின்றன அல்லது வெளிநாடுகளுக்கு அனுப்பப்படுகின்றன. அப்படிப் பயன்படுத்த முடியாத துணிகளை எமது தொழிற்சாலையில் மீள்பாவனைக்கு உபயோகிக்கிறோம் என்று சொன்னார். அத்துடன் நான் இப்போது அணிந்திருக்கும் ஜாக்கெட் ஆக்ஸ்ஃபாம் கடையில் நான் வாங்கிய ஒன்று. உன்னித்துப் பார்த்தீர்களானால் ஒரு பட்டன் காணவில்லை. மற்றும்படி நன்றாகவே இருக்கிறது என்று பயன்படுத்தப்பட்ட ஆடைகளை அணிவதென்பது மற்றவர்களுக்கான அறிவுரையல்ல நான் வாழ்க்கையிலும் தேவைப்படும்போது கடைப்பிடிக்கிறேன் என்று காட்டினார்.

தோல்வி என்பது வாழ்வில் ஒரு பாடத்தைப் புகட்டும் நிகழ்வாகவே கருத வேண்டும். தனஞ்சயன் தனது ஸ்காலர்ஷிப், வேலை போன்ற விண்ணப்பங்களை நிராகரித்து வந்த கடிதங்களைப் பத்திரமாகச் சேகரித்து வைத்திருக்கும் பழக்கம் உண்டு. அத்தோல்விகளிலிருந்து மீண்டு வந்ததை நினைவுபடுத்தி உற்சாகம் ஊட்டக் கூடியவையாகவே அவற்றை அவர் கருதுகிறார்.

தனஞ்சயன் போன்றோர் உலகின் பெரிய நிறுவனங்களில் கோடிக் கணக்கில் வணிகத்தை நிர்வகிக்கவில்லை. ஆனால் கோடிக் கணக்கானோரின் வாழ்க்கையில் ஒரு மாற்றம் ஏற்படச் செய்யும் மனிதாபிமானத்தை நிர்வகிக்கிறார்கள். போகும் வழியில் பிச்சைக்காரரைக் கண்டால் சில்லறையை அவர் தட்டில் போட்டுவிட்டு மனத்திருப்தி அடைவோருக்கு மத்தியில் அவர்கள் வாழ்வை மேம்படுத்தக் கூடிய செயற்பாடுகளில் தங்கள் வாழ்க்கையை அர்ப்பணிப்பவர்கள் வரிசையில் இவரும் இருக்கிறார். தனஞ்சயன் அடுத்த தலைமுறை இளஞர்களுக்கு ஒரு சிறந்த முன்னோடியென்பதில் ஐயமில்லை.

அத்தியாயம் 25

வங்கித் தலைவன்

பொதுவாகப் பதவி உயர்வு என்றால் அதிகப் பொறுப்புகளும் அதற்கேற்ப அதிக வருமானமும் சேர்ந்தே வரும். ஆனால் அமெரிக்காவில் பார்க்ளேஸ் வங்கியின் உலகச் சந்தைகள் பகுதிக்குத் தலைவராக இருந்த வெங்கட் என அழைக்கப்படும் கோயம்புத்தூர் சுந்தரராஜன் வெங்கடகிருஷ்ணன் அந்நிறுவனத்தின் தலைமைச் செயலதிகாரியாகப் பொறுப்பேற்ற போது அவரது பொறுப்பு அதிகரித்தது ஆனால் சம்பளம் குறைந்தது. அவருக்கு முன்னர் இருந்த தலைமைச் செயலதிகாரியின் சம்பளத்தோடு ஒப்பிடும் போது இவருக்குச் சற்று அதிகமான சம்பளமே. இத்தனைக்கும் பார்க்ளேஸ் வங்கி ஒரு சிறிய நிறுவனமல்ல. அது முந்நூறு ஆண்டுகளுக்கும் மேலான வரலாறு கொண்ட ஒரு பிரிட்டிஷ் வங்கியாகும். பிரிட்டனிலுள்ள முக்கிய வங்கிகளில் ஒன்று. அத்துடன் உலகில் பல நாடுகளிலும் பார்க்ளேஸ் வங்கி பல நிதிசார்ந்த துறைகளில் இயங்கி வருகிறது. உலகளவில் தொண்ணூறாயிரம் ஊழியர்கள் பணிபுரியும் நிதி நிறுவனம்.

வெங்கடகிருஷ்ணனின் சம்பளம் குறைந்ததற்குக் காரணம் பிரிட்டிஷ் வங்கிகளில் கொடுக்கப்படும் சம்பளம் அமெரிக்காவில் வங்கிகள் கொடுக்கும் சம்பளத்தோடு ஒப்பிடும்

போது குறைவானவையே. அமெரிக்காவில் இருந்த அவர் தலைமைச் செயலதிகாரியாக லண்டன் வந்ததே அவரது வருமானத்தைக் குறைத்துப் பொறுப்புகளை அதிகரித்தது. இரண்டாயிரத்து இருபத்தோராம் ஆண்டு நவம்பர் மாதம் பார்க்ளேஸ் வங்கிக்கு வெங்கடகிருஷ்ணன் தலைமைச் செயலதிகாரியாகப் பதவியேற்றார். அவருக்கு முன்னர் தலைமைச் செயலதிகாரியாக இருந்த ஜெஸ் ஸ்டேலி என்பவர் பாலியல் குற்றவாளியான ஜெஃப்ரி எப்ஸ்டெயின் என்பவரோடு இருந்த தொடர்பு காரணமாகத் தனது பதவியை விலக வேண்டிய நிலைக்குத் தள்ளப்பட்டார்.

ஜெஸ் ஸ்டேலியும் வெங்கடகிருஷ்ணனும் ஒரே காலத்தில் ஜேபி மோர்கன் வங்கியில் பணி புரிந்தவர்கள். ஜெஸ் ஸ்டேலி பார்க்ளேஸ் வங்கிக்குத் தலைமைச் செயலதிகாரியாக வந்த பின்னர் வெங்கடகிருஷ்ணனை அவ்வங்கியில் தலைமை இடர் அதிகாரியாக (Chief Risk Officer) இரண்டாயிரத்துப் பதினாறாம் ஆண்டில் நியமித்தார். பின்னர் இரண்டாயிரத்து இருபதாம் ஆண்டில் வெங்கடகிருஷ்ணன் உலகச் சந்தைகள் பகுதிக்குத் தலைவராகப் (Global Head of Markets) பதவி உயர்வு பெற்றார். இப்பதவி உயர்வுடன் வெங்கடகிருஷ்ணன் அடுத்த தலைமைச் செயலதிகாரிக்கான வாரிசாக வரப் போகிறவர்களில் ஒருவராகக் கருதப்பட்டார்.

வெங்கடகிருஷ்ணன் அதிகம் தன்னை வெளியில் காட்டிக் கொள்ளாத ஓர் அமைதியான, பணிவான ஒருவராகவே இருந்தார். இவர் பிறந்து வளர்ந்தது மைசூரில். பட்டப்படிப்புக்கு அமெரிக்காவில் எம்.ஐ.டி என்று சுருக்கமாக அழைக்கப்படும் Massachusetts Institute of Technology பல்கலைக்கழகத்தில் பட்டப்படிப்பினை மேற்கொண்டார். பின்னர் அதே பல்கலைக் கழகத்திலேயே முதுநிலைப்பட்டமும் முனைவர் பட்டமும் பெற்றார்.

ஆயிரத்துத் தொள்ளாயிரத்து தொண்ணூற்று நான்காம் ஆண்டில் ஜேபி மோர்கன் வங்கியில் சேர்ந்தார். அங்கு இருபத்தொரு வருடங்களுக்கு மேலாகப் பல பதவிகளை நிதித் துறையில் வகித்த பின்பே பார்க்ளேஸ் நிறுவனத்தில் சேர்ந்தார். இரண்டாயிரத்துப் பன்னிரண்டாம் ஆண்டில்

லண்டன் வேல் (London whale) எனும் பட்டப் பெயர் கொண்ட ஒரு நிதி வர்த்தகரால் (Financial Trader) ஜேபிமோர்கன் வங்கி ஆறு பில்லியன்களுக்கு மேல் நட்டம் அடைந்தது. அவரது செயற்பாடுகள் பற்றி வெங்கடகிருஷ்ணன் முதலே எச்சரிக்கை செய்திருந்தார் ஆனால் அதனை அவர்கள் கணக்கில் எடுக்கவில்லை. நட்டமடைந்த பின்னரே வெங்கடகிருஷ்ணனின் எச்சரிக்கையைக் கருத்தில் கொண்டிருந்தால் இப்படிப் பெருமளவு நட்டப்பட வேண்டியிருந்திருக்காது என்று புரிந்து கொண்டார்கள். வங்கிக்கு நட்டம் வந்தாலும் இச்சம்பவம் மூலம் வெங்கடகிருஷ்ணனுக்கு நல்ல பெயர் கிடைத்தது. அவர் ஒரு நெருக்கடியான நிலைமையிலும் அமைதியாகத் தனது புத்திசாலித்தனத்தைப் பாவித்து நெருக்கடிக்குத் தீர்வுகாணும் தகுதியுள்ளவர் என்று சக ஊழியர்களால் பாராட்டப்படும் திறமை வாய்ந்தவர்.

வெங்கடகிருஷ்ணன் பார்க்ளேஸ் வங்கியின் தலைமைச் செயலதிகாரியாகப் பதவிக்கு வந்து ஓராண்டு முடியும் காலத்தில் ஒரு நேர்காணலில் அவரது கடந்த ஒரு வருட அனுபவத்தைப் பற்றி நிருபர் கேட்டார். பலவற்றைக் கற்றுக் கொண்டேன். வங்கித் துறையிலும் சிலவற்றைக் கற்றுக் கொண்டேன். அத்துடன் ஒரு பெரிய நிறுவனத்துக்குத் தலைமை தாங்குவதிலும் பல பாடங்களைக் கற்றுக் கொண்டேன் என்று மிகவும் பணிவும் தொடர்ந்து கற்றுக் கொள்ளும் இயல்பைச் சுட்டிக் காட்டுவதாகவும் அவரது பதிலிருந்தது.

தலைமைப் பதவிக்கு வந்து ஓராண்டு நிறைவுபெற இரண்டாயிரத்து இருபத்து இரண்டாம் ஆண்டு நவம்பர் மாதம் வெங்கட்டிற்கு தனிப்பட்ட வாழ்க்கையில் ஒரு பேரதிர்ச்சி கிடைத்தது. அவர் non-Hodgkin lymphoma என்று ஆங்கிலத்தில் அழைக்கப்படும் ஒரு வகையான இரத்தப் புற்று நோய்க்கு ஆளாகியிருப்பதாக அறிந்தார். உலகளவில் தொண்ணூறாயிரம் ஊழியர்களைக் கொண்ட ஒரு வங்கியின் தலைமைச் செயலதிகாரியாக அவர் இந்தச் செய்தியைத் தனக்குள் வைத்திருக்க முடியாது. அத்துடன் அவர் சிகிச்சை பெறும் நேரத்தில் மொத்தமாகப் பணியிலிருந்து விலகியிருப்பதா அல்லது தொடர்வதா என்று முடிவும் எடுக்க வேண்டும். தனது

சிகிச்சையின் போது பயணம் செய்ய முடியாது. அத்துடன் முழு நேரமாகப் பணியில் ஈடுபட முடியாத போதிலும் பகுதி நேரம் வேலை செய்ய முடிவெடுத்தார். இதனை அவர் வங்கி ஊழியர்களுக்கு அறிவித்ததோடு மட்டுமல்லாது பகிரங்கமாக லிங்க்டின் தளத்திலும் அறிவித்தார்.

அவரது அறிவிப்புக்கு அதிகமானோர் அவரது சிகிச்சை வெற்றிபெற வாழ்த்தினாலும் ஒரு சிலர் அவரது இந்த முடிவைத் தவறான நோக்கோடு பார்த்தார்கள். பொதுவாக இப்படியான நிலையில் உள்ள ஊழியர்கள் முழுதாக ஓய்வெடுத்து சிகிச்சை பெறுவதே வழக்கம். தலைமைச் செயலதிகாரி என்பதால் இவர் தான் நினைத்தபடி நடக்கிறாரா? அல்லது இப்படித்தான் மற்ற ஊழியர்களிடமும் வங்கியும் தலைமைச் செயலதிகாரியான வெங்கட்டும் எதிர்பார்ப்பார்களா? எனும் கேள்விகள் எழுந்தன. இதன் மூலம் வெங்கடகிருஷ்ணன் ஒரு முக்கியப் பதவியிலிருப்பவர் ஒரு செய்தியை வெளியில் பகிரங்கமாகச் சொல்லும் போது பலவிதமான கோணங்களில் ஆராய்ந்து அதற்கேற்ப செய்தியை வெளியிட வேண்டுமெனும் பாடத்தைக் கற்றுக் கொண்டார் என்றுதான் சொல்ல வேண்டும்.

பின்னர் வெங்கடகிருஷ்ணன் இது தனது தனிப்பட்ட நிலைக்கேற்ப அவர் எடுத்த சொந்த முடிவு. வங்கியில் வேலை செய்யும் மற்ற ஊழியர்களும் இப்படி மருத்துவ சிகிச்சையிலிருக்கும் போது வேலை செய்ய வேண்டுமென்கிற எதிர்பார்ப்போ அல்லது நான் தலைமைச் செயலதிகாரி என்பதால் எடுத்த முடிவோ அல்ல என்றும் ஃபைனான்சியல் டைம்ஸ் பத்திரிகையில் எழுதிய ஒரு கட்டுரையில் விளக்கம் கொடுத்தார். அத்துடன் வேலை செய்வது எனக்கு மகிழ்ச்சியூட்டும் செயலென்பதுவும் என்னால் உடல் ரீதியாகவும் உளரீதியாகவும் முடிந்தபடியால்தான் இந்த முடிவெடுத்தேன் என்றும் தனது முடிவுக்கான காரணத்தைச் சொன்னார்.

இரண்டாயிரத்து இருபத்து மூன்றாம் ஆண்டு மார்ச் மாதம் அவரது சிக்கிச்சைகள் முழுமையாக முடிவு பெற்றுப் புற்று நோயிலிருந்து முழுதாக மீண்டு வந்தார். சில மாதங்கள் வீட்டிலிருந்து வேலை செய்து விட்டு அலுவலகத்திற்கு மீண்டும் வந்ததில் அவருக்கு மிகவும் மகிழ்ச்சி. வீட்டிலிருந்து வேலை

செய்வதிலும் அலுவலகத்தில் வேலை செய்யும் போதும் சக ஊழியர்களோடு திட்டமிடாமல் கலந்து உரையாடும் சந்தர்ப்பங்களிலும் நன்மைகள் உண்டு. இவைக்கிடையில் சரியான சமநிலையைக் கடைப்பிடிப்பதே சிறந்ததாகும்.

புற்று நோயினால் அவர் கற்றுக் கொண்ட சிலவற்றையும் அவரது பத்திரிகைக் கட்டுரையில் குறிப்பிட்டிருந்தார். அவரது பணி நேரம் குறைக்கப்பட்டதால் மிக முக்கியமான முடிவுகள் எடுப்பதிலேயே தனது நேரத்தைச் செலவிட்டார். அதன் மூலம் அவர் கற்றுக் கொண்டது என்னவென்றால் அவருக்குக் கீழ் பணி புரியும் நிர்வாகக் குழு அவர் முழுநேரமாக இல்லாததால் தோன்றிய இடைவெளியை நிரப்ப முன் வந்தார்கள். அத்துடன் அவருக்கு இது சிந்திக்க அதிக நேரம் கொடுத்தது. ஆகவே அவரது வேலைநேரக் குறைப்பினால் பாதிப்பு ஏற்படவில்லை. மாறாக அதில் நன்மைகளும் இருந்தன. அன்றாடச் செயற்பாடுகளின் தொந்தரவுகள் இல்லாது தூர நோக்கில் சிந்திக்கும் சந்தர்ப்பங்கள் கிடைத்தன. ஒரு தலைமைச் செயலதிகாரிக்கு இது ஒரு முக்கிய கடமையுமாகும்.

வெங்கடகிருஷ்ணனின் வாழ்க்கையிலிருந்து என்ன கற்றுக் கொள்ளலாம் என்று பார்ப்போம்.

அவர் தொடர்ந்து தனது அறிவை வளர்ப்பதற்காகக் கற்றுக் கொள்பவர் என்பது தெரிகிறது. அத்துடன் நெருக்கடியான நிலைகளில் சற்றும் அவசரப்படாமல் நிதானமாகச் சிந்தித்து முடிவுகள் எடுப்பவர் என்பதும் முக்கியமான ஒரு தலைமைத்துவத் திறனாகும். புற்று நோய் எனும் பெயரைக் கேட்டாலே சோர்ந்து போவோர் பலர். வெங்கடகிருஷ்ணன் சோர்வடையவில்லை. மாறாகத் தன்னால் என்ன செய்ய முடியும் என்று சிந்தித்துச் சிகிச்சையுடன் தனக்குப் பிடித்த வேலையையும் முடிந்தளவு செய்து கொண்டார். இது அவர் தனது பணியை எவ்வளவு தூரம் விரும்பிச் செய்கிறார் என்பதைக் காட்டுகிறது.

சிகிச்சைக் காலத்தில் அலுவலகம் போக முடியாமல் முழு நேரமாக வீட்டிலிருந்த போதிலும் அவர் தனது சக ஊழியர்களுடன் அழைத்துப் பேசுவதுண்டு எனக் குறிப்பிட்டுள்ளார். அது கட்டாயம் தேவையான காரியமென்றில்லை. ஆனாலும் நான் அவர்களுடன் தொடர்பு வைத்துக் கொள்ள எனக்கு

உதவுகிறது என்று சொன்னார். இது அவர் மற்றவர்கள் மீது கொண்ட அக்கறையையும் தனிப்பட்ட முறையில் தொடர்பைப் பேணுபவர் என்பதையும் காட்டுகிறது. சக ஊழியர்களோடு தானும் ஒருவனாகக் கலந்து நேரடித் தொடர்போடுள்ள தலைமைத்துவமே அவரது பாணி எனத் தெரிகிறது.

இந்தியாவில் பிறந்து, அமெரிக்காவில் வாழ்ந்து தற்போது இங்கிலாந்தில் முந்நூறு ஆண்டுகள் பழமை வாய்ந்த ஒரு நிறுவனத்தின் தலைவராக இருக்கும் வெங்கடகிருஷ்ணன் இன்றைய இளைய தலைமுறைக்கு ஒரு முன்னோடியாகவே இருக்கிறார்.

அத்தியாயம் 26

கடின உழைப்பாளி

நிறைய எதிர்பார்ப்புகளோடு இரண்டரை மணி நேரத்துக்கும் மேலான நீண்ட பேருந்துப் பயணம் செய்தார் ஒரு இளைஞர். போன இடத்தில் மற்றவர்களைப் பார்த்தால் கோட்டும் சூட்டும் டையுமாக இருக்கிறார்கள். பயணத்தினால் வந்த களைப்புடன் ஜீன்ஸ் அணிந்து வந்திருக்கும் தன் கோலத்தைப் பார்க்க அவருக்கே கஷ்டமாக இருந்தது. அங்கு வந்திருந்த ஒருவரிடம் டை ஒன்றைக் கடன் வாங்கிக் கழுத்தில் கட்டிக் கொண்டு இண்டர்வியூவில் பங்கேற்றார். அவருக்கு வேலையும் கிடைத்தது. இதுதான் புனித் ரெஞ்செனின் முதல் வேலை கிடைத்த அனுபவம். அவருக்கு வேலை கொடுத்த நிறுவனம் தையல் மெஷின்கள் தயாரிக்கும் உஷா நிறுவனம்.

புனித் ரெஞ்செனின் தந்தையார் லாகூரில் பிறந்தவர். அவருக்குப் பதினெட்டு வயதிருக்கும் போது இங்கிலாந்து சென்று பொறியியல் கல்வி கற்கத் தயாராக இருந்தார். அந்நேரத்தில் இந்தியா - பாகிஸ்தான் பிரிவினையால் இந்தியாவிற்கு அகதியாக வரும் நிலைமை வந்தது. எதிர்பாராத, அவருடைய கட்டுப்பாட்டில் இல்லாத இந்நிகழ்வால் அவரது வாழ்க்கைப் பாதையில் ஒரு பாரிய மாற்றம். அவர் ரோதாக்

என்னுமிடத்தில் குடியேறினார். அங்கு ஒரு எலெக்டிரிகல் சுவிட்ச் கியர் தயாரிக்கும் ஒரு தொழிற்சாலையையும் நிறுவினார். எதிர்பாராத இடத்தில் குடியேறினாலும் சென்ற இடத்தில் தன்னை வளர்த்துக் கொள்ளும் திறமை அவரிடம் இருந்தது. தனது வளர்ச்சியோடு மட்டும் நிற்காமல் தான் வாழும் சமூகத்தின் முன்னேற்றத்துக்காகவும் ரோதாக் நகரில் முதலாவது தனியார் பள்ளியையும் நிறுவினார்.

தந்தையைவிடத் தாயாரின் தாக்கமே தன்னில் அதிகமென்று புனித் ரெஞ்சென் சொன்னாலும் தகப்பனாரின் கடின உழைப்பும் சமூக நலன் அக்கறையும் புனித் ரெஞ்சனிடமும் இயல்பான குணங்களாக அமைந்தன. புனித் தனது தாயாரை ஒரு உறுதியான பெண் என்று சொல்கிறார். கடின உழைப்பும் உறுதியான மனப்பான்மையும் புனித் ரெஞ்செனின் வெற்றிக்கு அடிப்படைக் காரணங்களாக இருந்தன.

வசதியோடு வாழ்ந்தபடியால் புனித் ரெஞ்செனுக்கு நல்ல கல்வி கிடைக்க வேண்டுமென்று ஏழரை வயதிலேயே அவரை ஒரு போர்டிங் ஸ்கூலுக்கு அனுப்பினார்கள் புனித்தின் பெற்றோர்கள். அவர்களைப் பொறுத்தவரை அவர்கள் வாழ்ந்த இடத்திலுள்ள பள்ளிக்கூடங்களைவிட புனித் சென்ற போர்டிங் ஸ்கூல் மிகவும் உயர்ந்தது. அப்பள்ளி பல பிரமுகர்களை உருவாக்கிய பெருமை கொண்டது. அதனால் புனித்தின் இளமை வாழ்க்கை வருடத்தில் ஒன்பது மாதங்கள் பள்ளிக்கூட ஹாஸ்டலிலும் வீட்டில் மூன்று மாதங்களுமாகக் கழிந்தது. சிறுவயதில் இது கடினமானதாக இருந்தாலும் தனியாகச் சமாளிக்கும் திறனையும் அவர் வளர்ப்பதற்கு அப்பள்ளிக்கூட அனுபவம் உதவியது.

புனித்துக்குப் பதினான்கு வயது வர அவர் மீண்டும் ரோதாக் வரும் நிலைமை வந்தது. அவரது தந்தையின் தொழிற்சாலையின் வருமானமும் குறைந்தது. பொருளாதார நெருக்கடி. அதனால் கல்லூரி செல்லும் காலம் வந்த போது புனித் எந்தக் கல்லூரிக்குப் போகலாம் என்பதற்கான தேர்வும் குறைந்தது. ஆரம்பக் கல்வியை சிறந்த பள்ளிக்கூடம் என்று சொல்லக் கூடிய பள்ளியில் கற்றாலும் கல்லூரிப் படிப்புக்கு மிகச் சிறந்த கல்லூரியைத் தேர்ந்தெடுக்கும் வசதியிருக்கவில்லை. அவர்களிடம் அப்போதிருந்த பொருளாதார வசதிக்கு உள்ளூர்க்

கல்லூரியே கட்டுபடியாகும். அங்கே சென்று பொருளாதாரத் துறையில் பட்டம் பெற்றார். பின்னர் பத்திரிகை ஒன்றில் வந்த விளம்பரம் பார்த்து உஷா நிறுவனத்திற்கு விண்ணப்பித்து வேலையும் எடுத்தார்.

பொதுவாக எல்லா இந்தியப் பெற்றோர்களும் போல அவர் ஒரு டாக்டராகவோ அல்லது பொறியாளராகவோ வர வேண்டும் என்றே அவரது தாயார் விரும்பினாராம். ஆனால் அத்துறைகளில் புனித்தின் மனம் நாடவில்லை. அதனால் பொருளாதாரம் படித்தார். பின்னர் அவருக்கு கௌரவ முனைவர் பட்டம் வழங்கப்பட்டபோது அம்மாவிடம் 'இனி உங்கள் ஆசைப்படியே நான் டாக்டர்' என்று சொல்லிக் கொள்ளலாம்' என்று அம்மாவிடம் நகைச்சுவையாகச் சொன்னாராம்.

உஷா நிறுவனத்தில் வேலை செய்து கொண்டிருந்த போது ரோட்டரி ஃபவுண்டேஷன் ஸ்காலர்ஷிப்பில் அமெரிக்கா சென்று எம்.பி.ஏ படிக்க வாய்ப்புக் கிடைத்தது. ஓரிகன் மாநிலத்தில் சேலெம் நகரிலுள்ள விலாமெட் எனும் பல்கலைக்கழகத்திற்குச் சென்றார். அவ்வூரில் அவரது உறவுப்பெண் ஒருவர் இருந்தது அவர் அப்பல்கலைக்கழகத்தைத் தேர்வு செய்வதற்கான காரணங்களில் ஒன்றாக இருந்தது. அப்பல்கலைக்கழகம் புனித் ரெஞ்சனுக்குப் பின்னர் கௌரவ முனைவர் பட்டம் கொடுத்து அவரைக் கௌரவித்தது.

அமெரிக்கப் பயணமே புனித்தின் முதலாவது வெளிநாட்டுப் பயணம். அமெரிக்காவில் வாழ்க்கை அவரது இந்திய வாழ்க்கையோடு ஒப்பிடும்போது வித்தியாசமாக இருந்தது. கலாசார வித்தியாசம், அத்துடன் ஆங்கிலப் புலமை ஓரளவு இருந்தாலும் அமெரிக்க உச்சரிப்பு முறை அவருக்குப் பழக்கமில்லாதது. அதனால் பேராசிரியர்கள் வகுப்பில் சொல்வதைப் புரிந்து கொள்ளச் சிரமப்பட்டார். அதனால் அமெரிக்காவில் முதலாவதாக அவர் வாங்கிய பொருள் ஒரு டேப் ரெக்கார்டர். ஒவ்வொரு வகுப்பிலும் முன்னாலிருந்து அந்த வகுப்பினை முழுமையாக டேப் ரெக்கார்டரில் பதிவு செய்வார். அதனை வீட்டுக்குப் போய்த் தனக்கு முழுமையாகப் புரியும் வரை மீண்டும் மீண்டும் கேட்பார். அப்படித்தான் அவர்

தனது காதுகளை அமெரிக்க உச்சரிப்புக்குப் பழக்கப்படுத்திக் கொண்டதும் கல்வி கற்றதும். இவரது இச்செயல் சக மாணவர்களுக்கு கேலிக்குரியதாக இருந்தது. ஆனாலும் மற்றவர்கள் என்ன நினைக்கிறார்கள் என்று கவலைப்படாமல் தனக்கு எது தேவையோ அதைச் செய்தார் புனித்.

எம்.பி.ஏ படித்து முடித்ததும் வேலை தேடும் படலம். சில நிறுவனங்கள் வேலை கொடுக்க முன்வந்தன. ரூஷ் ரொஸ் எனும் நிறுவனம் அவருக்கு முப்பத்தேழாயிரம் டாலர்கள் சம்பளத்துடன் வேலை கொடுத்தது. இதுவே அவருக்கு வந்த வேலை வாய்ப்புக் கடிதங்களில் அதிகூடிய சம்பளம் கொண்ட கடிதம். அத்துடன் அவருக்கு அவரை இண்டர்வியூ செய்தவர்களையும் மிகவும் பிடித்திருந்தபடியால் அந்நிறுவனத்தில் வேலைக்குச் சேர்ந்தார். அது ஒரு ஆலோசனைச் சேவைகள் வழங்கும் நிறுவனம். அதுபற்றிய அறிவு புனித்திற்கு அதிகம் இருக்கவில்லை. ஆனாலும் அத்தொழில்துறையில் துணிந்து இறங்கினார். அந்நிறுவனம் பின்னர் டிலோயிட் நிறுவனத்துடன் ஒன்றிணைந்து கொண்டது. டிலோயிட் நிறுவனம் உலகமெங்கும் வியாபித்திருக்கும் ஒரு அக்கவுண்டிங் அண்ட் கன்சல்டிங் நிறுவனம். அவர்கள் பல துறைகளிலும் பெரிய நிறுவனங்களுக்குத் தங்கள் ஆலோசனை வழங்கும் சேவைகளை வழங்குவார்கள்.

டிலோயிட் நிறுவனத்தில் புனித் ரெஞ்சென் Mergers and Acquisitions துறையில் சிறந்து விளங்கினார். ஒன்று சேரும் இரண்டு பெரிய நிறுவனங்கள் இரண்டிலிருந்து ஒன்றாகுவதற்கான அனைத்துச் செயல்முறைகளிலும் உதவி செய்வதே இத்துறை சார்ந்த டிலொயிட் ஆலோசகர்களின் முக்கிய பணி.

புனித் ரெஞ்சென் ஒரு கடின உழைப்பாளி. மற்றவர்களை விட அதிக உழைப்பைக் கொடுப்பவர் என்று அவர் மட்டுமல்ல, சக ஊழியர்களுமே சொல்வார்கள். அப்படியான கடின உழைப்பாளியாக இருந்த போதும் தொண்ணூற்று நான்காம் ஆண்டில் அவர் தனக்கு ஓய்வு தேவை என உணர்ந்தார். அந்நேரத்தில் அந்த நிறுவனத்தில் பார்ட்னராவதற்கான பாதையில் அவரை நியமித்திருந்தார்கள். நான் சில

மாதங்கள் ஓய்வெடுக்கப் போகிறேன் என்று சொன்னபோது சக ஊழியர்களும் நண்பர்களும் ஆச்சரியப்பட்டார்கள். பார்ட்னராகும் வழி கிடைக்கும் போது அதை விட்டுவிட்டு வெளியே போவது மற்றவர்களின் கண்களுக்கு அபத்தமாகப் பட்டது. மீண்டும் வரும்போது அதே மாதிரியான சந்தர்ப்பம் கிடைக்கும் என்று உத்தரவாதம் இல்லை.

இவ்வளவு கடின உழைப்பாளியாக இருந்தவர் அதன் பலன் ஒன்று கைக்கெட்டும் தருவாயில் நான் ஓய்வெடுக்கப் போகிறேன் என்று முடிவெடுப்பது அவரது வழக்கத்துக்கு மாறாகத் தோன்றியது. எவ்வளவுதான் கடின உழைப்பாளியாக இருந்தாலும் தனது உளம் மற்றும் உடல் ஆரோக்கியம்தான் முதன்மையானது என்பது புனித் ரெஞ்செனுக்குத் தெரிந்தது. அதற்காகவே அவர் பணியிலிருந்து சில மாதங்கள் ஓய்வெடுத்தார். அந்த இடைவெளியிலேயே அவர் தனது வருங்கால மனைவியைச் சந்தித்தார். தனது உளத்திற்கும் உடலிற்கும் தேவையான ஓய்வு கிடைத்தபின் ஆறு மாத காலத்தில் மீண்டும் டிலோயிட் நிறுவனத்தில் பணிக்குச் சென்றார். அடுத்த இரண்டு ஆண்டுகளில் பார்ட்னராகவும் முன்னேறினார்.

படிப்படியாக டிலொயிட் நிறுவனத்திற்குள் முன்னேறிய புனித் ரெஞ்சென் இரண்டாயிரத்துப் பதினைந்தாம் ஆண்டு ஜூன் மாதம் டிலொயிட் நிறுவனத்தின் உலகளாவிய தலைமைச் செயலதிகாரியானார். நான்கு லட்சத்துக்கும் மேலான ஆலோசகர்களைக் கொண்ட பிரமாண்டமான ஒரு நிறுவனத்தின் தலைமைப் பதவியென்பது ஒரு சாதனையே. எம்.பி.ஏ படிக்கும் போது ஒரு சக மாணவன் அவரிடம் பிரவுன் நிறத் தோலுள்ளவர்களெல்லாம் அமெரிக்காவில் ஒன்றும் பெரிதாக வரப் போவதில்லையென்று சொல்லியிருக்கிறார். அதை புனித் ரெஞ்சென் கருத்தில் கொள்ளவே இல்லை. எனது எதிர்காலம் எனது கையில் எனும் தன்னம்பிக்கையுடனே வாழ்ந்தார். அந்த மாணவனை புனித் தெருவில் சந்திக்க நேர்ந்த போது நிறுத்தி, ‘நான் இப்போ டிலொயிட் நிறுவனத்தின் தலைமைச் செயலதிகாரியாக இருக்கிறேன்’ என்று சொல்லி அம்மாணவனது கருத்து எவ்வளவு தவறானது என உணர

வைத்தார். ஏழாண்டுகளுக்கு மேலாகத் தலைமைப் பதவியிலிருந்தவர் இரண்டாயிரத்து இருபத்திரண்டாம் ஆண்டு முடிவில் அப்பதவியிலிருந்து ஓய்வு பெற்றார்.

புனித் ரெஞ்செனின் தலைமையில் டிலோயிட் நிறுவனத்தின் வருமானம் உலகளவில் முப்பத்தைந்து பில்லியன் டாலர்களிலிருந்து ஐம்பத்தொன்பது பில்லியன் டாலர்களுக்கு அதிகரித்து உலகிலுள்ள கன்சல்டிங் நிறுவனங்களில் முதன்மையானதாகத் திகழ்ந்தது. நிறுவனத்தின் வருமானத்தைக் கூட்டியது மட்டுமல்லாது வாய்ப்புக் குறைந்த பின்தங்கிய நிலையிலுள்ளவர்களுக்குப் புதிய வாய்ப்புகளை ஏற்படுத்தும் world class எனும் திட்டத்தினையும் சூழலியல் பாதுகாப்புக்காக world climate எனும் திட்டத்தையும் புனித் ரெஞ்சென் டிலொயிட் நிறுவனத்தில் அறிமுகப் படுத்தினார். சமூகத்திற்குத் திருப்பிக் கொடுக்க வேண்டியது தனிமனிதர்களுக்கு மட்டுமல்லாது வணிக நிறுவனங்களினதும் கடமை எனும் கொள்கை கொண்டவர் புனித்.

உங்களின் திறமை எது? எனும் கேள்விக்கு புனித் வழங்கும் பதில்- நான் என்னைச் சுற்றியிருப்பவர்களை விடக் கடின உழைப்பாளி. நான் செய்யும் தொழிலில் எனக்கு மகிழ்ச்சி கிடைக்கிறது. அவ்வளவுதான் என்கிறார். தலைமைத்துவப் பாணி என்னவென்ற கேள்விக்கு புனித் வழங்கும் பதில் நான் எனது குழுவினரோடு முழுமையான ஈடுபாட்டோடு இயங்குவதே எனது பாணி என்கிறார்.

வேறு நிறுவனங்கள் சில தடவைகள் அவரைத் தங்கள் பக்கம் ஈர்க்க முயன்றன. ஆனாலும் புனித், டிலொயிட் நிறுவனத்தை விட்டு விலகவில்லை. காரணம் அவருக்குப் பணம் மட்டும் முக்கியமல்ல... டிலொயிட் நிறுவனத்தில் அவருடன் வேலை செய்த சக ஊழியர்களும் நிறுவனத்தின் கலாசாரமும் மிகவும் பிடித்தது. ஆகவே வேறு நிறுவனங்கள் பதவி தர முன்வந்த போது ஒட்டுமொத்தமாகப் பார்த்து டிலொயிட் நிறுவனமே எனக்குச் சிறந்தது என ஒவ்வொரு தடவையும் முடிவெடுத்தேன் என்று சொல்கிறார்.

புனித் ரெஞ்சென் அடுத்த தலைமுறைக்கு கொடுக்கும் அறிவுரை என்னவென்று பார்ப்போம்.

வெற்றியென்பது தொழிலில் பெரிய பதவியோ அல்லது கை நிறையச் சம்பாதிப்பதோ மட்டுமல்ல... அவற்றைவிட முக்கியமானது எனது மகன் மனைவி ஆகிய எனக்கு நெருங்கியவர்கள். அவர்களின் பார்வையில் நான் வெற்றியாளனா என்பதே முக்கியம். அத்துடன் உடல், உளம் ஆகிய இரண்டின் ஆரோக்கியமும் முக்கியம். அவ்விரண்டையும் பேணிப் பாதுகாப்பது உங்கள் பொறுப்பு.

தொழிலில் முன்னுக்கு வருவதற்கு நீங்கள் தேர்ந்தெடுக்கும் தொழிலில் முழுமையான கவனத்தோடு கடின உழைப்பைக் கொடுங்கள். அதிகப் பயிற்சி உங்களை அத்துறையில் விற்பன்னராக்கும்.

ஒரு துறையைத் தேர்ந்தெடுக்கும் போது அது உங்களுக்கு மகிழ்ச்சி தரக்கூடியதா என்பதைக் கவனியுங்கள். மகிழ்ச்சியில்லாமல் வேலை செய்தால் உங்களால் அத்துறையில் முன்னேற முடியாது. ஆகவே உங்களுக்குப் பிடித்த துறையாக இருக்க வேண்டுமென்பது மிகவும் முக்கியமானது.

இளவயதில் எந்தத் துறையில் போக வேண்டுமெனும் முழுமையான தெளிவு ஒரு சிலருக்கு மட்டுமே இருக்கும். அப்படி உங்களுக்குத் தெளிவு இல்லாவிட்டால் தவறில்லை. நீங்கள் இறங்கும் துறையில் முழுமையாகக் கவனம் செலுத்துங்கள். முழுமையான கவனத்தோடு செயல்படும்போது அத்துறையில் விற்பன்னராக வருவதோடு மட்டுமல்லாமல் அத்துறை உங்களுக்குப் பிடித்துப் போகவும் வாய்ப்புண்டு. எனக்கு கன்சல்டிங் என்பது அதிகம் தெரியாமலே அத்துறையில் காலடி எடுத்து வைத்தேன். ஆனால் அத்துறையில் நான் முழுமையாகக் கவனம் செலுத்த அது எனக்கு மிகவும் பிடித்த துறையாகி விட்டது என்கிறார் புனித்.

எனது வாழ்க்கையில் மிகவும் உயர்ந்த இலக்குகளை எனக்கு நானே வைத்துக் கொள்வேன். அவ்விலக்கு நோக்கிப் பயணம் செய்ய என்னால் முடிந்தளவு கடினமாக உழைப்பேன். உங்கள் இலக்குகளை மற்றவர்கள் நிர்ணயிக்க விடாதீர்கள். நீங்களே உங்களுக்குத் தேவையானளவு உயரமான இலக்கைத் தேர்ந்தெடுங்கள். வாழ்க்கை என்பது நூறு மீட்டர் ஓடும் குறுகிய காலத்து ஓட்டமல்ல. மாரத்தான் போன்ற நீண்ட கால

ஓட்டம். ஆகவே அவசரமின்றி உங்கள் இலக்கை நோக்கித் தொடர்ந்து முன்னேறிக் கொண்டேயிருங்கள்.

தனது இலக்குகளைத் தானே நிர்ணையித்துத் தொழில் துறையில் முன்னுக்கு வந்தது மட்டுமல்லாது சமூக அக்கறையுடனும் செயல்பட்ட புனித் ரெஞ்சென் கடின உழைப்பு வெற்றி தருமென்பதற்கு ஒரு முன்னுதாரணம்.

அத்தியாயம் 27

தலைமைப் பண்புகள்

ஒரு நாட்டில் பிறந்து, இன்னொரு நாட்டில் குடியேறி, அவரவர் துறையில் சிறந்து விளங்கிய இருபத்தைந்து தலைமைச் செயலதிகாரிகள் பற்றி இதுவரை பார்த்தோம். இதில் ஒன்பது பெண்களும் பதினாறு ஆண்களும் அடங்குவர். உலக மக்கள் தொகையில் பாதியாக இருந்தாலும் உலகிலுள்ள பெரிய நிறுவனங்களைப் பார்க்கும் போது தலைமைப் பதவிகளிலிருக்கும் பெண்களின் எண்ணிக்கை மக்கள் தொகைக்கேற்ற விகிதாசாரத்தில் இல்லை என்பதுதான் நிதர்சனம். நாம் பார்த்த பெண் தலைமைச் செயலதிகாரிகளில் சிலருக்குப் பெண்ணாக இருந்ததனால் மேலதிகச் சிரமங்களை அனுபவிக்க வேண்டிய நிர்ப்பந்தங்களையும் பார்த்தோம். காலம் மாறுகிறது. எல்லாத் துறைகளிலும் பெண்களும் சிறந்து விளங்குகிறார்கள். ஆனாலும் எண்ணிக்கையில் ஆண்களுக்குச் சமமாக வருவதற்கு இன்னும் நீண்ட தூரம் போக வேண்டியிருக்கிறது.

பொதுவாக இந்தியர்கள் தொழில்நுட்பத்தில் சிறந்தவர்கள் எனும் அபிப்ராயம் மேலை நாடுகளில் இருக்கிறது. அதனால்தான் தொழில்நுட்பத் துறைகளிலுள்ள நிறுவனங்கள்

பலவற்றில் உயர் பதவிகளில் இந்தியர்கள் பலர் இருப்பதைக் காணலாம். ஆனாலும் தொழில்நுட்பம் மட்டுமல்லாது பல்வேறு துறைகளிலும் இந்தியா, இலங்கை போன்ற நாடுகளிலிருந்து மேலைத்தேய நாடுகளுக்குச் சென்று சிறப்பாகச் செயல்படுபவர்களை இதுவரை நாம் பார்த்த இருபத்தைந்து தலைமைச் செயலதிகாரிகள் மூலம் கண்டிருக்கிறோம்.

முந்நூறு ஆண்டுகளுக்கும் மேலாக இயங்கி வரும் பார்க்ளேஸ் வங்கி, பெப்ஸி போன்ற குடிபான நிறுவனங்கள், காபிக்குப் பெயர் பெற்ற ஸ்டார்பக்ஸ் நிறுவனம், பொதிகளை உலகெங்கும் விநியோகிக்கும் ஃபெடெக்ஸ் நிறுவனம், நவநாகரிகத்தின் சின்னமாக விளங்கும் ஷானெல் நிறுவனம் எனப் பல்வேறு துறைகளிலுள்ள நிறுவனங்களின் தலைமைச் செயலதிகாரிகளாக நாம் பார்த்த தலைவர்கள் இருக்கிறார்கள். அத்துடன் தாங்களாகவே சுயமாக ஆரம்பித்துப் பெரிய நிறுவனங்களாக உருவாக்கியோரும் உளர். வணிக நிறுவனங்கள் மட்டுமல்லாது Oxfam GB போன்ற தொண்டு நிறுவனங்களுக்கும் தலைவர்களாக உள்ளோரையும் பார்த்தோம்.

நாம் இதுவரை பார்த்த தலைமைச் செயலதிகாரிகளின் துறைகள் வெவ்வேறானவையாக இருந்த போதிலும் அவர்களனைவருக்கும் பொதுமையான பண்புகள் பல உள்ளன. துறைசார் திறமை மட்டுமே ஒருவர் தலைமைச் செயலதிகாரியாக வருவதற்குப் போதாது. அவர்களது பண்புகள், அணுகுமுறைகள், மென் திறன்கள் (soft skills) போன்றனவும் ஒருவரின் வளர்ச்சியில் முக்கிய பங்கு வகிக்கின்றன. அப்படியான பொதுத் திறன்கள் பண்புகளைப் பற்றி இந்த அத்தியாயத்தில் பார்ப்போம்.

1. கற்றது கைம்மண்ணளவு

எவ்வளவு உயர்ந்த பதவியிலிருந்தாலும் ஒருவரால் எல்லாத் துறைகளிலும் விற்பன்னராக இருக்க முடியாது. அது மட்டுமல்லாது ஒவ்வொரு துறையிலும் வளர்ச்சி தொடர்கிறது. ஆகவே ஒரு துறையில் விற்பன்னராக இருந்தாலும் அத்துறையில் புதிதாக வந்துள்ளவற்றை ஒருவர் கற்கத் தவறினால் வெகுவிரைவிலேயே அவரது துறை சார்ந்த திறமை காலாவதியாகி விடும். அனைத்துத் தலைமைச் செயலதிகாரிகளிடமும் உள்ள ஒரு முக்கியப் பண்பு

அவர்கள் வாழ்நாள் முழுவதும் கல்வி கற்றுக் கொண்டிருக்கும் மாணவர்களாகத் தங்களைக் கருதுவது.

2. மாற்றம் ஒன்றே நிலையானது

தொழில்நுட்ப வளர்ச்சியின் தாக்கம் அனைத்துத் துறைகளிலும் உண்டு. ஐம்பது வருடங்களுக்கு முன்னர் சாதாரணத் தொலைபேசியே ஒரு ஆடம்பரப் பொருள். வசதியுள்ளவர்கள் வீட்டில் மட்டுமே எண்களை ஒவ்வொன்றாகச் சுழற்றி அழைப்பு ஏற்படுத்தும் தொலைபேசிகள் இருந்தன. இன்று எல்லோரது கைகளிலும் திறன்பேசிகள். இது போல் அனைத்துத் துறைகளும் தொடர்ச்சியாக முன்னேறிக் கொண்டே இருக்கின்றன. தலைமைச் செய்லதிகாரியாக இருக்கும் ஒருவர் அவரது நிறுவனத்தின் துறையில் ஏற்படும் மாற்றங்களோடு பொதுவாகத் தொழில் நுட்பத்தினால் ஏற்படும் மாற்றங்களையும் கருத்தில் கொண்டு தொலை நோக்குச் சிந்தனையோடு நிறுவனத்தை வழிநடத்திச் செல்ல வேண்டும். மாற்றங்களை விரும்பாதோரால் இதனைச் செய்ய முடியாது. நாம் இதுவரை பார்த்த அனைத்துத் தலைமைச் செயலதிகாரிகளும் மாற்றம் ஒன்றே மாறாதது என்பதைத் தெளிவாக உணர்ந்தவர்கள். இப்படியான மாற்றங்களைச் சவாலாக ஏற்றுக் கொள்பவர்கள்.

3. முயற்சி திருவினையாக்கும்

எந்தவொரு காரியத்தையும் தொடர்ந்து செய்வதால் கிடைக்கும் பயிற்சி அத்துறையில் சிறந்து விளங்க உதவும். நாம் இதுவரை பார்த்த தலைமைச் செயலதிகாரிகள் அனைவரும் கடின உழைப்பாளிகள். ஒவ்வொருவருடைய அணுகுமுறையும் சற்று வித்தியாசமாக இருக்கலாம். ஆனால் அவர்களின் உழைப்பு என்பது அவர்களது தொழில்சார் வாழ்க்கையில் ஆரம்பத்திலிருந்து தொடர்ந்து இருப்பதை அவதானிக்கக் கூடியதாக இருக்கிறது.

கடின உழைப்பு மட்டுமல்லாது விடா முயற்சியும் தேவை. மூன்று மாதங்களாக வேலை தேடிக் களைத்திருந்த போதிலும் நண்பனுக்கு வந்த அவனுக்குத் தேவையில்லாத சந்தர்ப்பத்தைப் பயன்படுத்தினார் ராஜ் சுப்பிரமணியம். மூன்று தடவைகள் விசா நிராகரிக்கப்பட்டபோதும் கை விடாது தூதரக அதிகாரியுடன்

வாதாடி விசா வாங்கிக் கொடுத்தார் சஞ்சய் மெஹ்ரோத்ராவின் தந்தை.

4. தன்னம்பிக்கை

என்னால் முடியும் என்னும் நம்பிக்கை இருந்தால் எதையும் சாதிக்கலாம். வாழ்க்கை முன்னால் வைக்கும் தடைகளை எல்லாம் தகர்த்தெறிந்து தங்கள் இலக்கை நோக்கி முன்னேறும் மனோபலத்தைக் கொடுப்பது ஒருவரின் தன்னம்பிக்கை. பெரிய பன்னாட்டு நிறுவனத்தில் பணிபுரிந்த போது அந்நிறுவனம் திவாலாகப் போகும் போது தனது வேலையும் போகத் தன்னம்பிக்கையுடன் சுயதொழிலில் இறங்கி வெற்றி கண்டார் பரம்ஜித் உப்பல். நோர்வே நாட்டின் டெலிநோர் நிறுவனத்தின் பிரமாண்டமான கட்டடத்தைக் கண்டு நாமும் இது போல் ஒரு நிறுவனத்தைக் கட்டியெழுப்பலாமே எனும் கனவோடு இரு நண்பர்களுடன் சேர்ந்து லிபாரா நிறுவனத்தை நிறுவினார் ரதீசன். இவர்கள் இரு உதாரணங்களே. நாம் பார்த்த அனைத்துத் தலைமைச் செயலதிகாரிகளும் தன்னம்பிக்கையுள்ளவர்களே.

5. சுவர் இருந்தால் தான் சித்திரம் வரையலாம்

ஒருவர் ஒரு துறையில் வளர்ந்து வருவதற்குக் கடின உழைப்புத் தேவை. அதே வேளையில் அவரது உடல்நலமும் மனநலமும் பேணிக் காக்கப்பட வேண்டியது, அவசியம். தொழில் ரீதியான உழைப்போடு ஒருவர் தனது குடும்ப மற்றும் சமூக வாழ்க்கையிலும் தேவையான அளவு கவனம் செலுத்துதல் அவசியம். உதாரணமாக சத்தியா நடெல்லா அலுவலகத்தில் மைக்ரோசாஃப்ட் நிறுவனத்தின் தலைமைச் செயலதிகாரி. ஆனால் வீட்டிற்குள் போகும் போது ஒரு தந்தையாகவும் கணவனாகவும்தான் செல்கிறார். அங்கு அவர் தலைமைச் செயல்திகாரியல்ல. இன்னுமொரு சிறந்த உதாரணமாக புனித் ரெஞ்சனை எடுத்துக் கொள்ளலாம். தனது உடலுக்கும் மனதுக்கும் ஓய்வு தேவை என அவர் உணர்ந்த போது ஆறு மாத காலம் முழுமையாக ஓய்வெடுத்துக் கொண்டார்.

6. தடைகளை எதிர் கொள்ளல்

பொதுமைப்படுத்தல் என்பது மனித இயல்புகளில் ஒன்று. அப்படியான பொதுமைப்படுத்தலில் ஒன்று பெண்களால் சில

துறைகளில் சிறந்து விளங்க முடியாதென்பது. அப்படியான துறைகளில் முதலில் இறங்கும் பெண்களுக்குப் பல தடைகளை எதிர்கொள்ளும் நிலைமை வருவதுண்டு. உதாரணமாக ஆண்கள் மட்டுமே செய்யும் ஒரு துறையைத் தேர்ந்தெடுக்கும் போது படிக்கும் கல்லூரியிலோ அல்லது தொழிற்சாலையிலோ பெண்களுக்கான கழிவறையே இருக்காத நிலைமைகளும் உண்டு. இது மட்டுமல்லாமல் அதிகம் படித்தால் திருமணத்திற்கு வரன் கிடைக்காது என்று படிப்பதற்கே தடை போட முயற்சி செய்யும் உறவினர்களும் உண்டு.

இதற்கான சிறந்த உதாரணம் ஷர்ஷ்மிஸ்தா துபே. அவர் உறவினர்களின் பேச்சைக் கேட்காமல் ஐ.ஐ.டி.யில் பொறியியல் கல்வி கற்கச் சென்றார். அதே போல் ரேவதி அத்வைதி இயந்திரப் பொறியியல் படிக்கச் சென்ற போது அவர் மட்டுமே ஒரு மாணவியாக இருந்தார். உறவினர்கள் அவரது படிப்புக்கான தெரிவு பற்றிக் கருத்துகள் சொன்னது மட்டுமல்லாது கல்லூரிப் பேராசிரியர் ஒருவரே 'நீ வொர்க் ஷாப்பில் வேலை செய்யும் போது அதிக வெப்பமுள்ள இடத்தில் அதீத உடல் உழைப்பும் தேவையென்பதால் மயங்கி விழ வாய்ப்புள்ளது' என்றும் சொன்னார். ஆனால் ரேவதி இவற்றைப் பொருட்படுத்தாமல் தனது படிப்பைத் தொடர்ந்தார்.

பெண்களுக்கு மட்டுமல்ல வாழ்க்கையில் அனைவருக்கும் தடைகள் வரும். சிறு வயதிலேயே தடையினை எதிர்கொண்டவர் ஜகத் சிங் சௌத்ரி. பள்ளிக்கூடம் பக்கத்திலில்லாத கிராமத்தில் பிறந்ததனால் நான்கு கிலோ மீட்டர்கள் தூரம் நடந்து சென்று கல்வி கற்றார் ஜகத் சிங் சௌத்ரி.

தடைகளைக் கண்டு மனம் தளராது தொடர்ந்து தங்கள் பாதையில் முன்னேறிச் செல்லும் திறமை இருப்பவர்கள் வெற்றி காண்பார்கள்.

7. பணிவு ஓர் உயர் பண்பு

எவ்வளவு திறமைசாலியானவராக இருந்தாலும் மற்றவர்களின் கருத்துகளைத் திறந்த மனப்பான்மையுடன் கேட்கும் பண்புள்ளவர்களாகவே நாம் இதுவரை பார்த்த தலைமைச் செயலதிகாரிகள் இருக்கிறார்கள். எனக்கு

எல்லாம் தெரியும் எனும் அகம்பாவம் இல்லாது இருப்பது ஒரு தலைமைச் செயலதிகாரிக்குத் தேவையான பண்பு என்பது தெளிவாகத் தெரிகிறது. சக அதிகாரிகளினதும் சக ஊழியர்களினதும் மதிப்பையும் மரியாதையும் பெறுவதோடு அவர்கள் மகிழ்ச்சியோடும் செயல்பட இவர்கள் காரணமாயிருந்திருக்கிறார்கள்.

8. மனிதாபிமானம்

ஒரு தலைமைச் செயலதிகாரியின் கட்டுப்பாட்டில் ஆயிரக்கணக்கான ஊழியர்கள் பணி புரிகிறார்கள். அந்த ஊழியர்களின் பங்கு நிறுவனத்தின் வளர்ச்சிக்கு முக்கியமானது. அவர்களது நலன் பற்றிய அக்கறை கொண்ட தலைமைச் செயலதிகாரிகளே மகிழ்ச்சியான உற்சாகமூட்டும் அலுவலகச் சூழ்நிலையை உருவாக்க முடியும். மகிழ்ச்சியுடன் பணி புரியும் ஊழியர்களின் உற்பத்தித் திறனும் அதிகமாக இருக்கும். வீட்டில் குடும்பத்தினருடன் அன்பு செலுத்துவது போலவே அலுவலகத்தில் சக ஊழியர்களிடமும் அன்பு செலுத்தும் தலைவியாக தேவிகா புல்சந்தானி விளங்குவது இதற்கு ஒரு முன்னுதாரணம்.

மேற்குறிப்பிட்ட எட்டுப் பண்புகளும் பொதுவான பண்புகள். இவை தலைமைச் செயலதிகாரிகளுக்கு மட்டுமல்ல... அனைவருக்கும் தேவையான பண்புகள். நாம் இதுவரை பார்த்த இருபத்தைந்து பேரும் இளைய தலைமுறையினருக்கு முன்னுதாரணங்களே.

உசாத்துணைகள்

இந்நூலை உருவாக்குவதற்குப் பல ஊடகங்களில் வெளியான செய்திகள், ஊடகக் கட்டுரைகள், இணையத்தளக் கட்டுரைகள், நிறுவனங்களின் இணையத்தளங்கள், நேர்காணல் காணொலிகள் போன்றவை உதவியாக இருந்தன. இவ்வுசாத்துணைகள் கீழே கொடுக்கப்பட்டுள்ளன.

Baker, B. (2022) World's Most Valuable Technology Companies In 2022. Bankrate. (Accessed: 27 Nov 2022). https://www.bankrate.com/investing/most-valuable-tech-companies/

Ponciano, J. (2022) The World's Largest Tech Companies In 2022: Apple Still Dominates As Brutal Market Selloff Wipes Trillions In Market Value. Forbes. (Accessed: 27 Nov 2022) https://www.forbes.com/sites/jonathanponciano/2022/05/12/the-worlds-largest-technology-companies-in-2022-apple-still-dominates-as-brutal-market-selloff-wipes-trillions-in-market-value/?sh=5ceac8933448

The Guardian (2020) BBC has given rises to 700 female staff since start of pay scandal. The Guardian. (Last Accessed: 27 Nov 2022) https://www.theguardian.com/media/2020/sep/14/bbc-has-settled-at-least-700-female-employees-equal-pay-claims

BBC News (2018) Timeline: How the BBC gender pay story has unfolded - BBC News. (Accessed: 27 Nov 2022). https://www.bbc.co.uk/news/entertainment-arts-42833551

PMC (2018) The effects of skin tone, height, and gender on earnings. PMC.(Last Accessed: 27 Nov 2022) https://www.ncbi.nlm.nih.gov/pmc/articles/PMC5749813/

McKinsey (2021) Author Talks: Indra Nooyi on leadership, life, and crafting a better future. McKinsey. (Accessed: 04 Dec 2022). https://www.mckinsey.com/featured-insights/mckinsey-on-books/author-talks-indra-nooyi-on-leadership-life-and-crafting-a-better-future

Nooyi, I (no date) Meet Indra. (Accessed: 04 Dec 2022). https://www.indranooyi.com/meetindra

Stanford Graduate School of Business (2016) Indra Nooyi, PepsiCo Chairman and CEO & Doug McMillon, Walmart President and CEO. YouTube. (Accessed: 04 Dec 2022). https://www.youtube.com/watch?v=xl32J4TCS0E

Gallo, C (2021) Indra Nooyi Built This 'Foundational Skill' To Become PepsiCo CEO. Forbes.

(Accessed: 04 Dec 2022). https://www.forbes.com/sites/carminegallo/2021/10/13/indra-nooyi-built-this-foundational-skill-to-become-pepsico-ceo/?sh=493ddfbe45cf

Money Control News (2021) Wear the sari, just be yourself: Advice that helped Indra Nooyi's crack a job interview. Money Control. (Accessed: 04 Dec 2022). https://www.moneycontrol.com/news/trends/features/book-excerpt-indra-nooyis-my-life-in-full-work-family-and-our-future-7511161.html

National Portrait Gallery (2019) Indra Nooyi. National Portrait Gallery. (Accessed: 04 Dec 2022). https://npg.si.edu/object/npg_NPG.2019.4?destination=edan-search/default_search%3Fedan_local%3D1%26edan_q%3Dindra

Adobe (no date) Adobe CEO Shantanu Narayen. Adobe. (Accessed: 11 Dec 2022). https://www.adobe.com/uk/about-adobe/leaders/shantanu-narayen.html

Haas Business school (2020) Dean's Speaker Series - Shantanu Narayen, Chairman, President & CEO, Adobe. YouTube. (Accessed: 11 Dec 2022). https://www.youtube.com/watch?v=wG3I0so96M4

CDT (2019) Adobe: Dreaming Bigger (Shantanu Narayen). YouTube. (Accessed: 11 Dec 2022). https://www.youtube.com/watch?v=HZJQ49h2h-s

Pfizer (no date) Shantanu Narayen. Pfizer. (Accessed: 11 Dec 2022). https://www.pfizer.com/people/leadership/board_of_directors/shantanu_narayen

Financial Times (2015) Monday interview: Shantanu Narayen, Adobe CEO. Financial Times. (Accessed: 11 Dec 2022). https://www.ft.com/content/4178b02c-b758-11e4-981d-00144feab7de

And Digital (no date) We're on a mission to close the world's digital skills gap - About AND. And Digital. (Accessed: 18 Dec 2022). https://www.and.digital/about

Best Companies (no date) AND Digital Company Profile. Best Companies. (Accessed: 18 Dec 2022). https://www.b.co.uk/companies/and-digital

Glassdoor (2022) Glassdoor's Best Places to Work UK in 2022 Revealed: ServiceNow Wins #1. Glassdoor. (Accessed: 18 Dec 2022). https://www.glassdoor.co.uk/blog/best-places-to-work-2022-uk/

The Sunday Times (2022) Tech Talk. The Sunday Times. (Accessed: 18 Dec 2022). https://www.thetimes.co.uk/static/fast-growing-business-2022-and-digital-barclays-private-bank/?fbclid=IwAR0DCPaPQ-EpN_0_6nfXLAV53jAUU809L4wnGlSh0QX7f0f3tVI18_kaiRs

BGF (no date) Paramjit Uppal, founder, AND Digital. BGF. (Accessed: 18 Dec 2022). https://www.bgf.co.uk/stories-of-growth/paramjit-uppal-founder-and-digital/

Uppal, P (2022) If Business Leaders Establish the Right Culture Now, Growth Will Follow. Entrepreneur. (Accessed: 18 Dec 2022). https://www.entrepreneur.com/en-gb/growing-a-business/if-business-leaders-establish-the-right-culture-now-growth/396485

Boldt Flavours (2021) S3-Episode 3-Paramjit Uppal: Innovation AND Intention. Boldt Flavours. (Accessed: 18 Dec 2022). https://boldtflavours.com/season/3/episode/3

TEDx Talks (2022) From refugee to CEO - Suba Umathevan - TEDxHWZ. YouTube. (Accessed: 24 Dec 2022). https://www.youtube.com/watch?v=gQFrS9DEa0s

Youngpreneur (no date) Ep. 52: Connecting People Beyond Differences with Suba Umathevan - Youngpreneur with Anjalee Naren. Youngpreneur. (Accessed: 24 Dec 2022). https://www.youngpreneur.world/connecting-people-beyond-differences-with-suba-umathevan/

Weadvance (2021) Campaign 2021 Suba Umathevan. We advance. (Accessed: 24 Dec 2022). https://weadvance.ch/iwd-interview/campaign-2021-suba-umathevan/

ICRC (no date) The members of the International Committee of the Red Cross. ICRC. (Accessed: 24 Dec 2022). https://www.icrc.org/en/members-international-committee-red-cross

ICRC (2020) Two new members appointed to the Assembly of the ICRC. ICRC. (Accessed: 24 Dec 2022). https://www.icrc.org/en/document/two-new-members-appointed-assembly-icrc-0

Drosos (no date) About - drosos(...) Foundation. Drosos. (Accessed: 24 Dec 2022). https://drosos.org/en/about/#foundation

The Times (2022) Reckitt boss Laxman Narasimhan: Growing up in India, you learn resilience. The Times. (Accessed: 02 Jan 2023). https://www.thetimes.co.uk/article/reckitt-boss-laxman-narasimhan-growing-up-in-india-you-learn-resilience-3lbckn77h

Brooks, K.J. (2022) 5 things to know about new Starbucks CEO Laxman Narasimhan. CBS News. (Accessed: 02 Jan 2023). https://www.cbsnews.com/news/starbucks-ceo-laxman-narasimhan-coffee-background/

Zara, C. (2022) Starbucks is getting a new CEO: Reckitt's Laxman Narasimhan will take over for Howard Schultz. Fastcompany. (Accessed: 02 Jan 2023). https://www.fastcompany.com/90785432/laxman-narasimhan-new-starbucks-ceo-howard-schultz

Global Indian Times (2022) Why tackling the union drive is a major task for incoming Starbucks CEO Laxman Narasimhan. Global Indian Times. (Accessed: 02 Jan 2023). https://www.globalindiantimes.com/globalindiantimes/2022/9/25/starbucks-ceo-laxman-narasimhan-halt-union-drive-at-stores

Daily Mail (2022) Starbucks' new CEO Laxman Narasimhan will return to US to bolster troubled coffee chain after spending TWO YEARS apart from his family during pandemic while running British firm that produces Lysol. Daily Mail Online. (Accessed: 02 Jan 2023). https://www.dailymail.co.uk/news/article-11173349/Starbucks-names-new-CEO-Laxman-Narasimhan.html

Starbucks (2022) Starbucks Names Laxman Narasimhan as Next Chief Executive Officer. Starbucks. (Accessed: 02 Jan 2023). https://stories.

starbucks.com/press/2022/starbucks-names-laxman-narasimhan-as-next-chief-executive-officer/

Mint (2020) Meet Arvind Krishna, the IIT Kanpur graduate who will be new CEO of IBM. Mint. (Accessed: 08 Jan 2023). https://www.livemint.com/companies/people/meet-iit-kanpur-graduate-arvind-krishna-who-will-be-new-ceo-of-ibm-11580434283523.html

Trevail, C. (2022) Arvind Krishna, CEO, IBM: A new era for technology and innovation. Apple Podcast. (Accessed: 08 Jan 2023). https://podcasts.apple.com/us/podcast/arvind-krishna-ceo-ibm-a-new-era-for-technology/id1192726336?i=1000578656863&ign-itscg=30200&ign-itsct=podcast_box_player

Gelles, D. (2022) An Optimist at the Helm of IBM. The New York Times. (Accessed: 08 Jan 2023). https://www.nytimes.com/2022/05/13/business/arvind-krishna-ibm-corner-office.html

Murray, A. and Meyer, D. (2022) IBM CEO Arvind Krishna's best career advice is to live every day ready to be fired. Fortune. (Accessed: 08 Jan 2023). https://fortune.com/2022/11/17/ibm-ceo-arvind-krishnas-best-career-advice-is-to-live-every-day-ready-to-be-fired/

Business Standard (no date) Who is Arvind Krishna IBM CEO, News, Career, Life, Family, Education. Business Standard. (Accessed: 08 Jan 2023). https://www.business-standard.com/about/who-is-arvind-krishna

John, S., Phadnis, S. and Das, A. (2020) Arvind Krishna to lead IBM, joins club of global Indian CEOs. The Times of India. (Accessed: 08 Jan 2023). https://timesofindia.indiatimes.com/business/india-business/indian-origin-technologist-arvind-krishna-to-lead-ibm-joins-club-of-global-indian-ceos/articleshow/73819678.cms

IBM (no date) Arvind Krishna - Chief Executive Officer. IBM. (Accessed: 08 Jan 2023). https://www.ibm.com/about/arvind

Chanel (no date) The history of the House of CHANEL. Chanel. (Accessed: 15 Jan 2023). https://www.chanel.com/gb/about-chanel/the-history/

Garnier, J. (2022) Despite Chanel's record sales in 2021, the luxury sector is plunging back into uncertainty. Le Monde. (Accessed: 15 Jan 2023). https://archive.ph/z5lvn

Haynes, S. (2021) What Unilever's Head of HR Thinks About the Future of Work. Time. (Accessed: 15 Jan 2023). https://time.com/6049936/leena-nair-unilever-interview/

Reading, G. (2022) "HR should be laying the road, rather than filling in the cracks" — Our interview with Leena Nair. Learnerbly. (Accessed: 15 Jan 2023). https://www.learnerbly.com/articles/hr-should-be-laying-the-road-rather-than-filling-in-the-cracks-our-interview-with-leena-nair

Human Resources Online (2020) Career advice from Leena Nair, Unilever's Chief HR Officer. Human Resources Online. (Accessed: 15 Jan 2023). https://www.humanresourcesonline.net/career-advice-from-leena-nair-unilevers-chief-hr-officer

Roy, B. (2021) Who is Leena Nair? All about the new Chanel CEO as Alain Wertheimer assumes role of Global Executive Chairman. SK Pop. (Accessed: 15 Jan 2023). https://www.sportskeeda.com/pop-culture/who-leena-nair-all-new-chanel-ceo-alain-wertheimer-assumes-role-global-executive-chairman

Elan, P. (2021) New Chanel chief could signal end of 'colonialist approach' to fashion. The Guardian. (Accessed: 15 Jan 2023). https://www.theguardian.com/fashion/2021/dec/15/new-chanel-chief-fashion-leena-nair-unilever

Fedex (no date) Raj Subramaniam. FedEx. (Accessed: 21 Jan 2023). https://www.fedex.com/en-us/about/leadership/raj-subramaniam.html

Fortune (2022) FedEx CEO-elect Raj Subramaniam on what it's like to replace legend Fred Smith. Fortune. (Accessed: 21 Jan 2023). https://fortune.com/2022/05/04/fedex-ceo-elect-raj-subramaniam-succession-fred-smith/

Sunil Thomas, K. (2021) This is just the beginning: Rajesh Subramaniam. The Week. (Accessed: 21 Jan 2023). https://www.theweek.in/theweek/cover/2021/10/14/this-is-just-the-beginning-rajesh-subramaniam.html

Onmanorama (2022) Be humble always, former DGP C Subramaniam tells son Raj as he becomes FedEx CEO. Onmanorama. (Accessed: 21 Jan 2023). https://www.onmanorama.com/news/business/2022/03/30/raj-subramaniam-fedex-ceo-usa-kerala-father-says-be-humble.html

Stars Unfolded (o date) Raj Subramaniam Age, Wife, Children, Family, Biography & More. Stars Unfolded. (Accessed: 21 Jan 2023). https://starsunfolded.com/raj-subramaniam/

The News Indian Express (2022) IIT days, Love for tech, FedEx career:

Raj Subramaniam's father recounts son's journey. YouTube. (Accessed: 21 Jan 2023). https://www.youtube.com/watch?v=FhnjDDV_aEE

PanIIT USA (2019) Newsletter - May 2019 Rajesh Subramaniam Interview. PanIIT USA. (Accessed: 21 Jan 2023). https://www.iit.org/page/newsletter-may-2019-rajesh-subramaniam-interview

Seema (2022) What Makes Flex CEO Revathi Advaithi So Successful?. Seema. (Accessed: 29 Jan 2023). https://www.seema.com/what-makes-flex-ceo-revathi-advaithi-so-successful/

MCAAD (2022) Revathi Advaithi: Risk, Persistence, and the American Dream. MCAAD. (Accessed: 29 Jan 2023). https://www.mcaad.org/explore/view/revathi-advaithi

Bitsaa International (2020) Leading a Global Engineering Giant - Revathi Advaithi. YouTube. (Accessed: 29 Jan 2023). https://www.youtube.com/watch?v=d7MUZ2vG3Sw

Fortune Magazine (2019) Most Powerful Women: Revathi Advaithi. YouTube. (Accessed: 29 Jan 2023). https://www.youtube.com/watch?v=FrPf_wS2a-U

Forbes India (2022) Sponsorship for women is more important than mentorship: Revathi Advaithi. YouTube. (Accessed: 29 Jan 2023). https://www.youtube.com/watch?v=GjWAQZ0kyYI

Lynch, D. J. (2020) How manufacturer Flex navigated covid shutdowns to keep Apple products and Philips ventilators on the market. Washington Post. (Accessed: 29 Jan 2023). https://www.washingtonpost.com/graphics/2020/world/coronavirus-globalization-manufacturing/

The Washington Post (2021) Transcript: The Path Forward: Manufacturing with Revathi Advaithi. The Washington Post. (Accessed: 29 Jan 2023). https://www.washingtonpost.com/washington-post-live/2021/12/16/transcript-path-forward-manufacturing-with-revathi-advaithi/

Patel, N. (2021) Flex manufactures everything from hair dryers to the Mac Pro — what's next?. The Verge. (Accessed: 29 Jan 2023). https://www.theverge.com/22451309/flex-revathi-advaithi-interview-decoder-manufacturing-covid-19

The Wall Street Journal (2022) The Molding of a manufacturing CEO. (Accessed: 29 Jan 2023). https://webreprints.djreprints.com/5292110232831.html

Flex (no date) Revathi Advaithi. Flex. (Accessed: 29 Jan 2023). https://flex.com/company/our-leadership/revathi-advaithi

Shekhar, D. J. (2022) It Will Take India A Long Time To Match Up To China In Manufacturing: Revathi Advaithi, CEO, Flex. Forbes India. (Accessed: 29 Jan 2023). https://www.forbesindia.com/article/take-one-big-story-of-the-day/it-will-take-india-a-long-time-to-match-up-to-china-in-manufacturing-revathi-advaithi-ceo-flex/78837/1

Business Today (2021) Udayan Mukherjee Exclusive with Zscaler, Founder & CEO, Jay Chaudhry. YouTube. (Accessed: 05 Feb 2023). https://www.youtube.com/watch?v=96bmLtayab0

Fortt Knox (2022) Jay Chaudhry, Zscaler CEO: A Fortt Knox Conversation. YouTube. (Accessed: 05 Feb 2023). https://www.youtube.com/watch?v=6TFgYx_rHpA

Cremades, A. (2019) Jay Chaudhry On Growing Up Without Electricity In The Himalayas And Building A $10B Business. Alejandrocremades. (Accessed: 05 Feb 2023). https://alejandrocremades.com/jay-chaudhry/

WIRED (2021) When the Boss of All Dating Apps Met the Pandemic. WIRED. (Accessed: 11 Feb 2023). https://www.wired.com/story/when-the-boss-of-all-dating-apps-met-the-pandemic/

Sethi, P. K. (2021) Meet Sharmistha Dubey, the engineer who reinvented the online dating game into a multi-billion dollar empire. Vogue India. (Accessed: 11 Feb 2023). https://www.vogue.in/culture-and-living/content/engineer-sharmistha-reinvented-the-online-dating-game-into-a-multi-billion-dollar-empire

Pinera, B. (2021). The Perfect Match: Shar Dubey Opens Up About Her Journey to the Top of Dallas-Based Match Group. Dallas Innovates.(Accessed: 11 Feb 2023). https://dallasinnovates.com/the-perfect-match-shar-dubey-opens-up-about-her-journey-to-the-top-of-dallas-based-match-group/

India Times (2021) This Indian-American CEO turned online dating game into a multi-billion dollar empire, finds a fan in Anand Mahindra. India Times. (Accessed: 11 Feb 2023). https://economictimes.indiatimes.com/magazines/panache/sharmistha-shar-dubey-anand-mahindra-is-a-fan-of-this-indian-american-ceo-who-turned-online-dating-game-into-a-multi-billion-dollar-empire/articleshow/88573222.cms

SBS Tamil (2021) The story of Tamil Refugees who biome billionaires.

SBS.(Accessed: 19 Feb 2023). https://www.sbs.com.au/language/tamil/en/podcast-episode/the-story-of-tamil-refugees-who-become-billionaires/y8u2ll42s

KIngston University (no date) Yoganathan Ratheesan - Alumni profiles - Made in Kingston. Kingston University. (Accessed: 19 Feb 2023). https://www.kingston.ac.uk/alumni/our-alumni/made-in-kingston/profiles/yoganathan-ratheesan/

Anderson, E (2015). Do you work for one of the 25 best bosses?. The Telegraph. (Accessed: 19 Feb 2023). https://www.telegraph.co.uk/finance/jobs/11662789/Do-you-work-for-one-of-the-top-25-bosses.html

Thambithurai, N. (2012) Dreaming with His Eyes Wide Open: Ratheesan Yoganathan. tamil Culture. (Accessed: 19 Feb 2023). https://tamilculture.com/dreaming-with-his-eyes-wide-open-ratheesan-yoganathan/

Ruthven, H. (2012). Doing it the hard way. Growth Business. (Accessed: 19 Feb 2023). https://growthbusiness.co.uk/doing-it-the-hard-way-8671/

Garside, J (2011). Lebara co-founder made virtual phone network a real money-maker. The Guardian. (Accessed: 19 Feb 2023). https://www.theguardian.com/business/2011/nov/17/lebara-co-founder-yoganathan-ratheesan-interview

Turville, W. (2018). SIM card firm Lebara dials up small tax payout and big sale price as three founders make £90m each. This is Money. (Accessed: 19 Feb 2023). https://www.thisismoney.co.uk/money/news/article-5376751/Lebara-founders-90m-sale-SIM-card-company.html

London Love Business (2012) The £500m-turnover London telecom business you've never heard of. London Love Business. (Accessed: 19 Feb 2023). https://londonlovesbusiness.com/the-500m-turnover-london-telecom-business-youve-never-heard-of/

CNBC-TV18 (2022). In Conversation With The Global CEO Of Ogilvy Devika Bulchandani - Storyboard18. CNBC-TV18. (Accessed: 26 Feb 2023). https://www.youtube.com/watch?v=suRkzNqtYjI

Oglivy (2022). Ogilvy Appoints Devika Bulchandani Global Chief Executive Officer. Oglivy. (Accessed: 26 Feb 2023). https://www.ogilvy.com/ideas/ogilvy-appoints-devika-bulchandani-global-chief-executive-officer

Sha, G. R. (2021). Devika Bulchandani, CEO of Ogilvy North America, on her meteoric rise as one of the most powerful women in advertising, globally. Vogue, India. (Accessed: 26 Feb 2023). https://www.vogue.in/culture-and-living/content/devika-bulchandani-ceo-of-ogilvy-north-america-on-her-meteoric-rise-as-one-of-the-most-powerful-women-in-advertising-globally

Bhattacharyya, A (2022) Interview: Devika Seth Bulchandani, global chief executive officer, Ogilvy on 'creativity and profitability need not fight each other'. The Financial Express. (Accessed: 26 Feb 2023). https://www.financialexpress.com/brandwagon/interview-devika-seth-bulchandani-global-chief-executive-officer-ogilvy-on-creativity-and-profitability-need-not-fight-each-other/2718922/

Surti, S (2022). Up Close & Candid with Devika Seth Bulchandani. Social Samosa. (Accessed: 26 Feb 2023). https://www.socialsamosa.com/2022/10/up-close-candid-devika-seth-bulchandani/

Gharat, S. (2022). Ogilvy CEO Devika Bulchandani: 'When I started in advertising I was one of the few non-White people'. Storyboard18. (Accessed: 26 Feb 2023). https://www.storyboard18.com/brand-makers/ogilvy-ceo-devika-bulchandani-when-i-started-in-advertising-i-was-one-of-the-few-non-white-people-2357.htm

Fearless Creative Leadership (2023). 368: Devika Bulchandani - The 'I Love You' Leader — Fearless Creative Leadership. (Accessed: 26 Feb 2023). https://fearlesscreativeleadership.com/fearless-episodes/3-68-devika-bulchandani

Often Tested; Always Proven (2022) George Kurian, CEO of Netapp. YouTube. (Accessed: 05 Mar 2023). https://www.youtube.com/watch?v=S5LgXX1vp94

CRN: From The Classroom In India To Silicon Valley: NetApp CEO's Journey To The Top - Published on 08 Nov 2019

Blass, D. (2019). From The Classroom In India To Silicon Valley: NetApp CEO's Journey To The Top. CRN. (Accessed: 05 Mar 2023). https://www.crn.com/news/storage/video/from-the-classroom-in-india-to-silicon-valley-netapp-ceo-s-journey-to-the-top

NetApp (no date) Leadership Team. NetApp. (Accessed: 05 Mar 2023). https://www.netapp.com/company/leadership-team/

Google Cloud (no date) Google Cloud Press Corner. Google Cloud.

(Accessed: 05 Mar 2023). https://www.googlecloudpresscorner.com/leadership

Mellor, C (2016). Three years in: Can Kurian heal sickly NetApp's woes?. The Register. (Accessed: 05 Mar 2023). https://www.theregister.com/2016/07/07/george_kurian_reviving_netapps_zing/

Bort, J (2016). How NetApp's CEO and his twin brother won the Valley after they switched jobs. Business Insider. (Accessed: 05 Mar 2023). http://www.businessinsider.com/how-the-kurian-twins-won-the-valley-2016-6

Fortune (2020) NetApp's CEO Credits His Family for His Leadership Skills. Fortune. (Accessed: 05 Mar 2023). https://fortune.com/videos/watch/netapp's-ceo-credits-his-family-for-his-leadership-skills/344df5f1-987c-46ef-8f95-4511da60a9a1

Smith, M. J. (2017). The Importance of Embracing Uncertainty. Stanford Graduate School of Business. (Accessed: 05 Mar 2023). https://www.gsb.stanford.edu/insights/importance-embracing-uncertainty

Yahoo Finance (no date) Company Profile NetApp. Yahoo Finance. (Accessed: 05 Mar 2023). https://finance.yahoo.com/quote/ntap/profile/?guccounter=1&guce_referrer=aHR0cHM6Ly93d3cuZ29vZ2xlLmNvbS8&guce_referrer_sig=AQAAACU0b_cOG8-3YQ14XGefl1zLXDEHOHGkXeVmG_2q-

HP2ynyExOgLITWcz7ks1hInZRL2SE Kozmd15 6vRsbNDrljKnb 6LrJJ6JNv_sjgqdc8t9vFySS1IXGOmlNxx9oRObHep85DW 9vbRPP3ZIxtP4NPDAV_tXl0fPYYDfwg4XW1

notredamebusiness (2020). Tom Mendoza Presents: A Conversation with Jayshree Ullal, President & CEO, Arista. YouTube. (Accessed: 12 Mar 2023). https://www.youtube.com/watch?v=X0zuS4Rguhc

Biswas, S. (2022). IT Is Jayshree Ullal's Success Story. Seema. (Accessed: 12 Mar 2023). https://www.seema.com/it-is-jayshree-ullals-success-story/

The Hindu Business online: Jayshree Ullal: Queen of the wired world - Published on 03 Jul 2014 (Accessed: 12 Mar 2023)

Sundararajan, P. (2014) Jayshree Ullal: Queen of the wired world. The Hindu BusinessLine. (Accessed: 12 Mar 2023). https://www.thehindubusinessline.com/news/variety/Jayshree-Ullal-Queen-of-the-wired-world/article20810799.ece

The Economic Times (2023). ET Global Indian award: A passion for networking helped this 'Entrepreneur at Heart' make the switch. The Economic Times. (Accessed: 12 Mar 2023). https://economictimes.indiatimes.com/news/company/corporate-trends/et-global-indian-award-a-passion-for-networking-helped-this-entrepreneur-at-heart-make-the-switch/articleshow/98136488.cms?utm_source=contentofinterest&utm_medium=text&utm_campaign=cppst

Arista (no date). Management Team. Arista. (Accessed: 12 Mar 2023). https://www.arista.com/en/company/management-team

Accel (2019) Accel Origins Series: Arista Networks President & CEO Jayshree Ullal. YouTube. (Accessed: 12 Mar 2023). https://www.youtube.com/watch?v=RvvzomxBn5I

Ullal, J (2017). Good to Great: Hallmarks of High-Tech Leadership. Arista. (Accessed: 12 Mar 2023). https://blogs.arista.com/blog/hallmarks-of-high-tech-leadership

Thielman, S (2015) Sundar Pichai: Google's rising star reaches the top (like his teacher said he would). The Guardian. (Accessed: 19 Mar 2023). https://www.theguardian.com/technology/2015/aug/15/google-ceo-sundar-pichai

D'Onfro, J (2016). The incredible rise of Sundar Pichai, one of the most powerful CEOs in the world. Business Insider. (Accessed: 19 Mar 2023). https://www.businessinsider.com/sundar-pichai-about-2016-2?r=MX&IR=T

Startup Talky (2022) Sundar Pichai Success Story: The Journey of Becoming the CEO of a Billion-Dollar Company. Startup Talky. (Accessed: 19 Mar 2023). https://startuptalky.com/sundar-pichai-story/

Padia, V. (2022) The Sundar Pichai Story: From A Young Tech Enthusiast To The CEO Of Google. The Richest. (Accessed: 19 Mar 2023). https://www.therichest.com/rich-powerful/the-sundar-pichai-life-story/

Bariso, J (no date) The Emotional Intelligence of Google CEO Sundar Pichai. Inc.com. (Accessed: 19 Mar 2023). https://www.inc.com/justin-bariso/the-emotional-intelligence-of-google-ceo-sundar-pichai-exclusive-interview.html

Galov, N. (2023). 17 Surprising Sundar Pichai Facts for 2023. Web Tribunal. (Accessed: 19 Mar 2023). https://webtribunal.net/blog/sundar-pichai-facts/

Pasha, R. (2018). 17 Inspirational Sundar Pichai Quotes. Succeed Feed. (Accessed: 19 Mar 2023). https://succeedfeed.com/sundar-pichai-quotes/

Think Marketing (2017) 4 Leadership Lessons from Sundar Pichai, CEO of Google, Think Marketing. (Accessed: 19 Mar 2023). https://thinkmarketingmagazine.com/4-leadership-lessons-google-ceo-sundar-pichai/

Adams, S (2015) Who Is Google's New Chief, Sundar Pichai?. Forbes. (Accessed: 19 Mar 2023). https://www.forbes.com/sites/susanadams/2015/08/12/who-is-googles-new-chief-sundar-pichai/?sh=75cef0c22858

Stanford Graduate School of Business (2022). Sundar Pichai, CEO of Google and Alphabet. YouTube. (Accessed: 19 Mar 2023). https://www.youtube.com/watch?v=j9qGmO8Yy-Y

Lee, D. (2015). Sundar Pichai: Google's new boss from humble roots. BBC News. (Accessed: 19 Mar 2023). https://www.bbc.co.uk/news/technology-33858436

Maleesha (2023) The Power of Collaboration: Sundar Pichai's Team oriented Leadership. Medium. (Accessed: 19 Mar 2023). https://medium.com/@maleeshakushanme/the-power-of-collaboration-sundar-pichais-team-oriented-leadership-e97227183bd1

Product Plan (no date) How Sundar Pichai Rose from Product Manager to CEO of Google?. Product Plan. (Accessed: 19 Mar 2023). https://www.productplan.com/learn/sundar-pichai-product-manager-to-ceo/

Subramanian, S (2022) Sundar Pichai And Anjali Pichai's Love Story: How His Wife's Support Made Him The CEO Of Google?. Bollywoodshaadis. (Accessed: 19 Mar 2023). https://www.bollywoodshaadis.com/articles/love-story-of-google-ceo-sundar-pichai-and-his-wife-anjali-pichai-6504

Srivastava, I. and Chhapia, H (2014) Chennai's Sundar Pichai is dark horse - Times of India (Accessed: 19 Mar 2023). https://timesofindia.indiatimes.com/tech-news/chennais-sundar-pichai-is-dark-horse/articleshow/29744299.cms

Francisco, J. (2017) Satya and Anu Nadella Open Up About Their Family Life. Good Housekeeping. (Accessed: 26 Mar 2023). https://www.goodhousekeeping.com/life/inspirational-stories/a46221/satya-anu-nadella-microsoft/

Microsoft (no date) Satya Nadella - Stories. Microsoft. (Accessed: 26 Mar 2023). https://news.microsoft.com/exec/satya-nadella/

Britannica (2023). Satya Nadella | Biography & Facts. Britannica. (Accessed: 26 Mar 2023). https://www.britannica.com/biography/Satya-Nadella

The Economic Times (2022) Zain's birth was a turning point in Satya Nadella's life; tech boss says his son taught him empathy, influenced Microsoft's vision of 'accessibility'. The Economic Times. (Accessed: 26 Mar 2023). https://economictimes.indiatimes.com/magazines/panache/zains-birth-was-a-turning-point-in-satya-nadellas-life-tech-boss-says-his-son-taught-him-empathy-influenced-microsofts-vision-of-accessibility/articleshow/89918905.cms

Fabbiano, J (2019). Life and career biography of Microsoft CEO Satya Nadella. Ladders. (Accessed: 26 Mar 2023). https://www.theladders.com/career-advice/microsoft-ceo-satya-nadella

DNA India (2023) Meet Anupama Nadella, Microsoft CEO Satya Nadella's wife for whom he gave up his Green Card. DNA India. (Accessed: 26 Mar 2023). https://www.dnaindia.com/business/report-meet-anu-anupama-nadella-microsoft-ceo-satya-nadella-wife-for-whom-he-gave-up-his-us-green-card-zain-3024379

The Economic Times (2020) How Satya Nadella's Family Helped Him Become A Successful Leader. The Economic Times. (Accessed: 26 Mar 2023). https://economictimes.indiatimes.com/magazines/panache/how-satya-nadellas-family-helped-him-become-a-successful-leader/not-without-my-mother/slideshow/77630821.cms

A Day In The Life Of (2021) A Day In The Life Of Satya Nadella (Microsoft's CEO).YouTube. (Accessed: 26 Mar 2023). https://www.youtube.com/watch?v=_mgtxRJ8Arc

Jones, S. (2019) Leadership Lessons from Satya Nadella. The University of Chicago Booth School of Business (Accessed: 26 Mar 2023). https://www.chicagobooth.edu/magazine/leadership-lessons-satya-nadella

Ailani, R. (no date) Microsoft CEO Satya Nadella's Top 8 Success Tips Everyone Must Follow. Askmen. (Accessed: 26 Mar 2023). https://in.askmen.com/lifestyle/1126601/article/microsoft-ceo-satya-nadellas-top-8-success-tips-everyone-must-follow

McKenzie, S and dos Santos, N (2014) 5 things you didn't know about Cisco's Warrior. CNN. (Accessed: 01 Apr 2023). https://edition.cnn.com/2014/05/20/tech/5-things-you-didnt-warrior/index.html

Microsoft (no date) Padmasree Warrior - Stories. Microsoft. (Accessed: 01 Apr 2023). https://news.microsoft.com/exec/padmasree-warrior/

Twitter (no date) Padmasree. Twitter. (Accessed: 01 Apr 2023). https://twitter.com/Padmasree

Fable (no date) Social Reading: Connect with Fellow Readers. Fable. (Accessed: 01 Apr 2023). https://fable.co/company

LinkedIn (no date) Padmasree Warrior. LinkedIn. (Accessed: 01 Apr 2023). https://www.linkedin.com/in/padmasree-warrior-9917a26b/

Bort, J. (2015) This man built an $18 billion Silicon Valley company — after the US government almost didn't let him in. Business Insider. (Accessed: 09 Apr 2023). https://www.businessinsider.com/the-founding-story-of-sandisk-a-business-built-by-immigrants-2015-3

Kapoor, U. and Fairbairn, D (2019) Oral History of Sanjay Mehrotra. Computer History Museum. (Accessed: 09 Apr 2023). https://archive.computerhistory.org/resources/access/text/2019/08/102740455-05-01-acc.pdf

Alchetron (2022). Sanjay Mehrotra. Alchetron. (Accessed: 09 Apr 2023). https://alchetron.com/Sanjay-Mehrotra

Micron (no date) Sanjay Mehrotra. Micron Technologies. (Accessed: 09 Apr 2023). https://www.micron.com/about/our-company/leadership/sanjay-mehrotra

Jayshri (2019). Sanjay Mehrotra: Never-Ending Journey For A Better Digital World of SanDisk Founder. YourTechStory. (Accessed: 09 Apr 2023). https://www.yourtechstory.com/2019/12/13/sanjay-mehrotra-sandisk-founder-digital-world/

Parker, G. (2020) 10 Things You Didn't Know about Micron Technology CEO Sanjay Mehrotra. Money Inc. (Accessed: 09 Apr 2023). https://moneyinc.com/micron-technology-ceo-sanjay-mehrotra/

Flash Memory Summit (no date) Lifetime Achievement Award - 2019 - Sanjay Mehrotra. (Accessed: 09 Apr 2023). https://flashmemorysummit.com/English/News_Info/Lifetime_Achievement_Award/Lifetime_Achievement_Award_2019.html

Virginia Economic Development Partnership (2021) Sanjay Mehrotra, President and CEO of Micron Technology, believes "that diversity and inclusion leads to a more innovative environment. Facebook. (Accessed: 09 Apr 2023). https://m.facebook.com/VAEconomicDevelopmentPartnership/

videos/sanjay-mehrotra-president-and-ceo-of-micron-technology-believes-that-diversity-a/526285172026471/

Global Newswire (2021) Micron Joins the Valuable 500 to Further Advance Disability Inclusion in its Workforce.Global Newswire. (Accessed: 09 Apr 2023). https://www.globenewswire.com/en/news-release/2021/01/29/2166391/14450/en/Micron-Joins-the-Valuable-500-to-Further-Advance-Disability-Inclusion-in-its-Workforce.html

Micron (2023). Twitter Status. Twitter. (Accessed: 09 Apr 2023). https://twitter.com/MicronTech/status/1638939350762414080

IPO Education Foundation (2022) 2022 Executive of the Year - Sanjay Mehrotra. YouTube. (Accessed: 09 Apr 2023) https://www.youtube.com/watch?v=1DAAAP9PJb0

Hickes, M (2021). Micron Showcases Female Leadership. Micron. (Accessed: 09 Apr 2023). https://www.micron.com/about/blog/2021/march/reflections-on-womens-history-month-and-international-womens-day

Dalal, S. B. (2016) Five Important Business Lessons by Sanjay Mehrotra, CEO of SanDisk. LinkedIn. (Accessed: 09 Apr 2023). https://www.linkedin.com/pulse/five-important-business-lessons-sanjay-mehrotra-ceo-sandisk-dalal

SAIC (2021). Nikesh Arora: A Story of Risk and Resilience. IIT BHU. (Accessed: 13 Apr 2023). https://saic.iitbhu.ac.in/blog/post/22/

Shulman, S (2022) Palo Alto Networks CEO: "We will be the first $100 billion cyber company". Ctech. (Accessed: 13 Apr 2023). https://www.calcalistech.com/ctechnews/article/byidvs00vi

The Famous People (no date) Nikesh Arora Biography. The Famous People. (Accessed: 13 Apr 2023). https://www.thefamouspeople.com/profiles/nikesh-arora-7580.php

Annasha (2019) Nikesh Arora - A Man from being jobless to lead Palo Alto Networks. Your Tech Story. (Accessed: 13 Apr 2023). https://www.yourtechstory.com/2019/12/11/nikesh-arora-a-man-from-being-jobless-to-lead-palo-alto-networks/

Jenkins, C. (2013). Google's Nikesh Arora: Man with a plan. Mint. (Accessed: 13 Apr 2023). https://www.livemint.com/Companies/Tk0XvEXQoUDplzSgqtHSFL/Googles-Nikesh-Arora-Man-with-a-plan.html

Sugarmint (no date) Nikesh Arora: CEO and Chairperson of Palo Alto Networks. Sugarmint. (Accessed: 13 Apr 2023). https://sugermint.com/nikesh-arora/

Jobaaj stories (2023). The versatile story of CFA Nikesh Arora. Jobaaj stories. (Accessed: 13 Apr 2023). https://stories.jobaaj.com/cfa-nikesh-arora/

FT (2016). Lunch with the FT: Nikesh Arora. Financial Times. (Accessed: 13 Apr 2023). https://www.ft.com/content/40808a72-3886-11e6-a780-b48ed7b6126f

India Education Diary (2022) MAKE BIG PLANS & EXECUTE ON BOLD IDEAS. YOU ARE THE CHANGE AGENTS OF THE FUTURE: NIKESH ARORA TO GRADUANDS OF BHU. India Education Diary (2022). (Accessed: 13 Apr 2023). https://indiaeducationdiary.in/make-big-plans-execute-on-bold-ideas-you-are-the-change-agents-of-the-future-nikesh-arora-to-graduands-of-bhu/

CNBC (2019) Watch Nikesh Arora, Palo Alto Networks CEO and ex-SoftBank exec at inaugural CNBC TEC Summit. CNBC. (Accessed: 13 Apr 2023). https://www.cnbc.com/video/2019/10/30/watch-nikesh-arora-palo-alto-networks-ceo-and-ex-softbank-exec-at-inaugural-cnbc-tec-summit.html

Gurdus, E (2018) Former SoftBank and Google exec Nikesh Arora talks taking over Palo Alto Networks with outgoing CEO. Yahoo Finance. (Accessed: 13 Apr 2023). https://finance.yahoo.com/news/former-softbank-google-exec-nikesh-223900127.html

Yamazaki, M. (2016) SoftBank founder's heir apparent Nikesh Arora to quit. Reuters. (Accessed: 13 Apr 2023). https://www.reuters.com/article/us-softbank-pres-idINKCN0Z71DL

Russell, J. (2015) SoftBank CEO In Waiting Nikesh Arora Buys $483M Of Stock In 'Personal Bet'. TechCrunch. (Accessed: 13 Apr 2023). https://techcrunch.com/2015/08/19/softbank-ceo-in-waiting-nikesh-arora-buys-483m-of-stock-in-personal-bet/

Mccombs, D. (2015) At $135 mn, SoftBank's Nikesh Arora third highest paid Chief. The Economic Times. (Accessed: 13 Apr 2023). https://economictimes.indiatimes.com/news/international/business/at-135-mn-softbanks-nikesh-arora-third-highest-paid-chief/articleshow/47778482.cms?from=mdr

Doyle, K. (2021) Sonia Syngal on Leading Gap Inc. through the Pandemic. Stanford Graduate School of Business. (Accessed: 22 Apr 2023). https://www.gsb.stanford.edu/insights/sonia-syngal-leading-gap-inc-through-pandemic

Thomas, L. (2022) Gap CEO Sonia Syngal is stepping down, effective immediately. CNBC. (Accessed: 22 Apr 2023). https://www.cnbc.com/2022/07/11/gap-ceo-sonia-syngal-is-stepping-down-effective-immediately.html

Rajghatta, C (2020) Indian-American Sonia Syngal becomes CEO of GAP Inc. Times of India. (Accessed: 22 Apr 2023). https://timesofindia.indiatimes.com/business/international-business/indian-american-sonia-syngal-becomes-ceo-of-gap-inc/articleshow/74517333.cms

VMSD (2022) Gap CEO Sonia Syngal Ousted After Turbulent Tenure. VMSD. (Accessed: 22 Apr 2023). https://vmsd.com/gap-ceo-sonia-syngal-ousted-after-turbulent-tenure/

Gap Inc (2022) Gap Inc. Announces CEO Sonia Syngal to Step Down and the Appointment of Horacio "Haio" Barbeito as President and CEO of Old Navy. Gap Inc. (Accessed: 22 Apr 2023). https://www.gapinc.com/en-us/articles/2022/07/gap-inc-announces-ceo-sonia-syngal-to-step-down-an

Howland, D. (2022) Where does Sonia Syngal's exit leave Gap?. Retail Dive. (Accessed: 22 Apr 2023). https://www.retaildive.com/news/ceo-sonia-syngal-exits-gap/627027/

Kettering University (2016) Kettering University graduate combines creativity, engineering in successful career at Gap Inc. Kettering University. (Accessed: 22 Apr 2023). https://www.kettering.edu/news/kettering-university-graduate-combines-creativity-engineering-successful-career-gap-inc

The Week (2020) Who is Sonia Syngal, the newly appointed CEO of Gap, US's largest apparel retailer?. The Week. (Accessed: 22 Apr 2023). https://www.theweek.in/news/biz-tech/2020/03/07/who-is-sonia-syngal-the-newly-appointed-ceo-of-gap-uss-largest-apparel-retailer.html

Stitcher (no date) No Limits with Rebecca Jarvis - #78: Sonia Syngal: President and CEO, Old Navy on Stitcher. Stitcher (Accessed: 22 Apr 2023). https://www.stitcher.com/show/no-limits-with-rebecca-jarvis/episode/78-sonia-syngal-president-and-ceo-old-navy-53949480

Recalibrate Reality 2022) We Work's CEO, Sandeep Mathrani. Recalibrate Reality. (Accessed: 25 Apr 2023). https://recalibratereality.libsyn.com/we-works-ceo-sandeep-mathrani

Bhagwani, M (2022) Sandeep Lakhmi Mathrani | Success Story of the Real Estate Veteran. Failure Before Success. (Accessed: 25 Apr 2023). https://failurebeforesuccess.com/sandeep-lakhmi-mathrani/

Malhotra, T (2022) WeWork CEO Sandeep Mathrani named Chairman of the board. Your Story. (Accessed: 25 Apr 2023). https://yourstory.com/2022/03/wework-names-indian-born-sandeep-mathrani-chairman-board

Bospar (2021) WeCrashed, But WeBack Now: Why CEO Sandeep Mathrani Is WeWork's Turnkey PR Gold. Bospar. (Accessed: 25 Apr 2023). https://bospar.com/wecrashed-but-weback-now-why-ceo-sandeep-mathrani-is-weworks-turnkey-pr-gold/

CNBC (2020) Sandeep Mathrani's first TV interview as WeWork's CEO on future of work amid crisis. CNBC. (Accessed: 25 Apr 2023). https://www.cnbc.com/video/2020/05/12/wework-ceo-future-work-coronavirus-pandemic-office-spaces.html

Miami Herbert Business School (2021) Sandeep Mathrani On How He Is Turning Around The Troubled Real Estate Giant After COVID Downfall. YouTube. (Accessed: 25 Apr 2023). https://www.youtube.com/watch?v=_zIFSHosoMU

De Vynck, G. and Huet, E. (2020) Sandeep Mathrani, WeWork's new CEO says he has 'plenty of luck'. He'll need it. The Print. (Accessed: 25 Apr 2023). https://theprint.in/world/sandeep-mathrani-weworks-new-ceo-says-he-has-plenty-of-luck-hell-need-it/359258/

Hindustan Times (2020) WeWork hires NRI Sandeep Mathrani as CEO. Hindustan Times . (Accessed: 25 Apr 2023). https://www.hindustantimes.com/business-news/wework-hires-nri-sandeep-mathrani-as-ceo/story-D9qneZgjbrBzpRo1ztGAzM.html

Ferguson Partners (2022) MasterMinds: Lessons in Leadership—Sandeep Mathrani, Chief Executive Officer, WeWork. YouTube. (Accessed: 25 Apr 2023). https://www.youtube.com/watch?v=ooNgkxbfy0M

Dudovskiy, J (2023) WeWork Leadership: a new start. Research-Methodology. (Accessed: 25 Apr 2023). https://research-methodology.net/wework-leadership-a-new-start/

Meisenzahl, M (2020) This is everything we know about WeWork's new CEO Sandeep Mathrani, a former real estate executive who has been called a 'corporate turnaround artist'. Business Insider. (Accessed: 25 Apr 2023). https://www.businessinsider.com/wework-new-ceo-who-is-sandeep-mathrani-history-career-2020-2

Garnett, B (2021) This Old Thing?: With Danny Sriskandarajah. Apple Podcasts. (Accessed: 05 May 2023). https://podcasts.apple.com/ie/podcast/with-danny-sriskandarajah/id1533812234?i=1000539741009

TEDxLondon (2019) Plumbers without borders? Looking back, looking forward at Oxfam. TEDxLondon. (Accessed: 05 May 2023). https://tedxlondon.com/topic/global-issues/plumbers-without-borders-looking-back-looking-forward-at-oxfam-danny-sriskandarajah-tedxlondon/

BBC HARDtalk (2023) Dhananjayan Sriskandarajah – CEO, Oxfam GB. BBC. (Accessed: 05 May 2023). https://www.bbc.co.uk/iplayer/episode/m001hv46/hardtalk-dhananjayan-sriskandarajah-ceo-oxfam-gb

BBC (2018) Oxfam Haiti allegations: How the scandal unfolded. BBC. (Accessed: 05 May 2023). https://www.bbc.co.uk/news/uk-43112200

Martin, G (2018) Fresh start for Oxfam GB with new chief executive. TFN. (Accessed: 05 May 2023). https://tfn.scot/news/fresh-start-for-oxfam-gb-with-new-chief-executive

Tamil Culture (2020) Danny Sriskandarajah's Journey From Rural Sri Lanka to CEO of Oxfam Great Britain. Tamil Culture. (Accessed: 05 May 2023). https://tamilculture.com/danny-sriskandarajahs-journey-from-rural-sri-lanka-to-ceo-of-oxfam-gb

Preston, R (2022) Danny Sriskandarajah: 'Few policy makers understand charities' value'. Civil Society. (Accessed: 05 May 2023). https://www.civilsociety.co.uk/news/danny-sriskandarajah-few-policy-makers-understand-charities-value.html

Venkatakrishnan, C. S. (2023) Barclays chief: the life lessons I have discovered during cancer treatment. Financial Times. (Accessed: 12 May 2023). https://www.ft.com/content/425a3c92-31e6-4fcc-a080-7cc3fc71b5fc

Makortoff , K. (2021) Barclays chief Jes Staley steps down after Epstein investigation. The Guardian. (Accessed: 12 May 2023). https://www.theguardian.com/business/2021/nov/01/barclays-jes-staley-steps-down-fca-investigation

Barclays (no date) C.S. Venkatakrishnan Group Chief Executive. Barclays.

(Accessed: 12 May 2023). https://home.barclays/who-we-are/structure-and-leadership/leadership/c-s-venkatakrishnan/

Reuters (2023) Barclays CEO Venkat completes treatment for cancer, in remission. Reuters. (Accessed: 12 May 2023). https://www.reuters.com/world/uk/barclays-ceo-venkat-completes-treatment-cancer-remission-2023-03-03/

Company Information Service (no date) Coimbatore Sundararajan VENKATAKRISHNAN personal appointments. Companies House, UK Government. (Accessed: 12 May 2023). https://find-and-update.company-information.service.gov.uk/officers/z06A45QhFlB0JaZm2VIEIgV1TSU/appointments

Spezzati, S. (2021) Barclays Trading Boss Saw the London Whale Coming (Repeat). Bloomberg. (Accessed: 12 May 2023). https://www.bloomberg.com/news/articles/2021-10-18/barclays-trading-boss-saw-the-6-billion-london-whale-coming

FINANCE BEYOND CRISIS CONFERENCE (2019) Speaker Biographies (in order of appearance). MIT. (Accessed: 12 May 2023). https://mitsloan.mit.edu/sites/default/files/inline-files/Finance%20Beyond%20Crisis_Speaker%20Bios.pdf

Reuters (2021) Factbox: Five things to know about Barclays' new CEO Venkat. Reuters (Accessed: 12 May 2023). https://www.reuters.com/business/finance/five-things-know-about-barclays-new-ceo-venkat-2021-11-01/

Wilson, H. and Spezzati, S. (2022) Barclays CEO Took Salary Cut When He Replaced Staley in Top Job. Bloomberg. (Accessed: 12 May 2023). https://www.bloomberg.com/news/articles/2022-02-23/barclays-ceo-took-salary-cut-when-he-replaced-staley-in-top-job

Butcher, S. (2021) Morning Coffee: Extremely nice guy tipped to become CEO of major bank. Most demanding boss in the industry is hiring bankers. efinancialcareers. (Accessed: 12 May 2023). https://www.efinancialcareers.co.uk/news/2021/10/c.s.-venkatakrishnan-barclays

Lacqua, F. and Metcalf, T. (2022)Barclays CEO Venkatakrishnan Praises Traders, UK Economy. Bloomberg. (Accessed: 12 May 2023). https://www.bloomberg.com/news/articles/2022-10-31/barclays-ceo-venkatakrishnan-praises-traders-uk-economy

FT (2021) New Barclays chief 'Venkat' emerges from Jes Staley's shadow. Financial Times. (Accessed: 12 May 2023). https://www.ft.com/content/6561960a-686e-4c30-8984-aadf6cb80548

Ghosha, D (2015) Punit Renjen: How a refugee's son from a small Indian town became Deloitte Global's CEO. Quartz. (Accessed: 17 May 2023). https://qz.com/india/346154/how-a-refugees-son-from-a-small-indian-town-became-deloitte-globals-ceo

UW Video (2014) Punit Renjen, Principal, Deloitte Consulting. YouTube. (Accessed: 17 May 2023). https://www.youtube.com/watch?v=eGWE8zdIXCk

Willamette University (2019) Willamette MBA commencement speech by Punit Renjen MM'86 — May 19, 2019. YouTube. (Accessed: 17 May 2023). https://www.youtube.com/watch?v=fUydWOk5DjI

Business Today (2022) The Prime Consultant, Deloitte's Punit Renjen Exclusive With Udayan Mukherjee. YouTube. (Accessed: 17 May 2023). https://www.youtube.com/watch?v=GdgWJ3wErKo

Singh, S (2022) Punit Renjen, Deloitte Global's first Indian-origin CEO, welcomes Joe Ucuzoglu to take over as he retires. CNBC TV18. (Accessed: 17 May 2023). https://www.cnbctv18.com/business/companies/punit-renjen-deloitte-global-ceo-retirement-joe-ucuzoglu-to-be-new-chief-15062741.htm

Deloitte (no date) Facts & Figures. Deloitte. (Accessed: 17 May 2023). https://www.deloitte.com/global/en/about/story/facts-and-figures.html

Deloitte (no date) Punit Renjen - Global CEO Emeritus. Deloitte. (Accessed: 17 May 2023). https://www2.deloitte.com/bd/en/profiles/punit.html

www.ingramcontent.com/pod-product-compliance
Lightning Source LLC
LaVergne TN
LVHW100243051026
849517LV00006B/1978

* 9 7 8 9 3 9 5 5 1 1 6 3 6 *